అమర అమరవీరుడు భగత్ సింగ్ పేరు ఏ భారతీయుడికీ తెలియనిది కాదు. ఒక సాధారణ మనిషి అతి చిన్న వయస్సులో ప్రదర్శించిన దేశభక్తి, ఆత్మత్యాగం మరియు ధైర్యసాహసాలకు ఇంతకంటే మంచి ఉదాహరణను ఊహించలేడు. భారతదేశాన్ని ఒక దేశంగా ఏర్పాటు చేయడంలో ఉదాత్తమైన కార్యకలాపాలకు భగత్ సింగ్ అందించిన సహకారం అద్వితీయమైనది. దీని కోసం భారతదేశం రాబోయే సంవత్సరాల్లో బఘుత్ సింగ్కు రుణపడి ఉంటుంది. అమరవీరుడు భగత్ సింగ్ జీవిత కథను ఈ పుస్తకంలో చాలా అందంగా అందించారు.

భగత్ సింగ్

భారతదేశ అమర విప్లవకారుడు

డా. భావస్ సింగ్ రాణా

డైమండ్ బుక్స్

WWW.diamondbook.in

© ప్రచురణకర్త

ద్వారా ప్రచురి   చటడిఢ్: డైమి డ పాకెటి టుకన్సి (P)
Ltd.   X-30, ఓఖ్లా ఇండస్ట్రియల్ ఏరియా, ఫేజ్-II
న్యూఢిల్లీ-110020
ఫోన్ : 011-40712200 :
ఈ-మెయిల్ : sales@dpb.in
వెబ్సైట్ :www.dpb.in
ఎడిషన్ : 2009
ముద్రించినవారు : ఆదర్శ్ ప్రింటర్స్
నవీన్ షహదారా, ఢిల్లీ-110032

భగత్ సింగ్ (భారతదేశం యొక్క అమర విప్లవకారుడు)

రచన: డా. భవన్ సింగ్ రాణా

ముందుమాట

అమర అమరవీరుడు భగత్ సింగ్ పేరు ఏ భారతీయుడికీ తెలియనిది కాదు. ఒక సాధారణ వ్యక్తి తన చిన్న వయస్సులో ప్రదర్శించిన దేశభక్తి, త్యాగం మరియు ధైర్యం యొక్క సద్గుణాలకు ఇంతకంటే మంచి ఉదాహరణను ఊహించలేడు. భారతదేశాన్ని ఒక దేశంగా ఏర్పాటు చేయడంలో ఉదాత్తమైన కార్యకలాపాలకు భగత్ సింగ్ అందించిన సహకారం అద్వితీయమైనది. ఇందు కోసం భగత్ సింగ్‌కు భారతదేశం రాబోయే సంవత్సరాల్లో రుణపడి ఉంటుంది.

ఇంత చిన్న వయస్సులో ఈ ధైర్యవంతుడు, తన జీవిత కాలంలో మరియు అతని బలిదానం తర్వాత, బ్రిటిష్ ప్రభుత్వానికి నిద్రలేని రాత్రులు ఇచ్చింది ఏమిటి? ఆ కాలంలోని ప్రముఖ నాయకులు, రాజకీయాలలోని పెద్ద పెద్దలు ఈ యువత గురించి ఆలోచించవలసి వచ్చింది? మరియు ఆ కాలంలో భారత రాజకీయాలను కప్పి ఉంచిన మహాత్మా గాంధీ కూడా ఈ తెలివైన వ్యక్తి యొక్క బలిదానంపై విమర్శల బట్‌గా మారవలసి వచ్చింది? ఈ గొప్ప వ్యక్తి యొక్క నిస్వార్థ దేశభక్తి, త్యాగం యొక్క ఆదర్శం మరియు సాటిలేని ధైర్యసాహసాలు వీటన్నింటికీ కారణమని ఖచ్చితంగా చెప్పవచ్చు.

అతను పంజాబ్‌లో జన్మించాడు, కానీ అతని దృష్టి పంజాబ్‌కు మాత్రమే పరిమితం కాలేదు. భారతదేశం యొక్క మొత్తం భూభాగం అతని మాతృభూమి మరియు అతను భారతీయులందరికీ చెందినవాడు. సిక్కు కుటుంబంలో జన్మించినప్పటికీ, అతను సిక్కు మాత్రమే కాదు; అతను నిజమైన భారతీయుడు మరియు నిజమైన మానవుడు. నిజాయితీపరుడి దృష్టి మతం, కులం లేదా రాజ్యానికి పరిమితం కాదు. యావత్ భారతదేశ ప్రయోజనాలను దృష్టిలో ఉంచుకుని తన జీవితాన్ని త్యాగం చేశాడు. చరిత్రలో భగత్ సింగ్ స్థానం దానికదే ప్రత్యేకమైనది.

ఈ పుస్తకానికి సంబంధించి నేను వాస్తవికతను క్లెయిమ్ చేస్తేనే అది స్వీయ ప్రశంస అవుతుంది. దీనిని వ్రాయడంలో డా. పట్టాభి సీతారామయ్య, విప్లవకారుడు మరియు రచయిత మన్మత్ నాథ్ గుప్తా, శ్రీ కె.కె.ఖుల్లర్, మేజర్ గురుదేవ్ సింగ్ దయాల్ మరియు శ్రీ సురేశ్ చంద్ర శ్రీవాస్తవ వంటి వివిధ పుస్తకాల రచయితలు, పండితులు మరియు ప్రసిద్ధ చరిత్రకారుల నుండి సహాయం తీసుకోబడింది. కాబట్టి వారందరికీ కృతజ్ఞతలు చెప్పడం నా కర్తవ్యం. నేను మెటీరియల్ యొక్క ప్రామాణికతకు సంబంధించి సమగ్ర జాగ్రత్తలు తీసుకున్నాను. అయితే, దానిలో ఏదైనా లోపిస్తే, తప్పు నాదే. వివేకం గల పాఠకులకు నా ప్రగాఢ క్షమాపణలు.

--భవన్ సింగ్ రాణా

కంటెంట్లు

1. ప్రారంభ జీవితం

ప్రపంచంలోని ప్రతి జీవి పుట్టి మరణిస్తుంది. ఈ చక్రం కొనసాగింది మరియు ఎప్పటికీ కొనసాగుతుంది. అసంఖ్యాకమైన వ్యక్తులు ఈ ప్రపంచంలోకి వచ్చారు మరియు దూరంగా ఉన్నారు, కానీ ఈ రోజు వారి పేర్లు ఎవరికీ తెలియదు. కానీ కొంతమంది వ్యక్తులు తమ సమాజం మరియు దేశం యొక్క హృదయాలు మరియు మనస్సుల నుండి ఎప్పటికీ దూరంగా ఉండరు, వారు భౌతికంగా అక్కడ లేనప్పటికీ. వారి ఉదాత్తమైన పనులు వారి పేరును చిరస్థాయిగా నిలిపాయి. అలాంటి పేరు భగత్ సింగ్, ఆయనను భారతీయులు యుగయుగాలకు మరచిపోలేరు.

జననం మరియు బాల్యం

భగత్ సింగ్ 27 సెప్టెంబర్, 1907న జిల్లాలోని బంగా గ్రామంలో జన్మించాడు. లాయల్‌పూర్, పంజాబ్ (ఇప్పుడు ఈ ప్రదేశం పాకిస్తాన్‌లో ఉంది). అతను పుట్టిన సమయంలో, అతని తండ్రి సర్దార్ కిషన్ సింగ్ భారతదేశ స్వాతంత్ర్య పోరాటంలో పాల్గొన్నందుకు లాహోర్ సెంట్రల్ జైలులో ఉన్నారు. సర్దార్ కిషన్ సింగ్‌కు ఇద్దరు తమ్ముళ్లు ఉన్నారు, సర్దార్ అజిత్ సింగ్ మరియు సర్దార్ స్వర్ణ సింగ్. ఈ సమయంలో, సర్దార్ అజిత్ సింగ్ మాండలే జైలు (బర్మా)లో ఉన్నారు మరియు సర్దార్ స్వర్ణ సింగ్ తన అన్న సర్దార్ కిషన్ సింగ్‌తో కలిసి జైలు శిక్ష అనుభవిస్తున్నాడు. ఆ విధంగా, భగత్ సింగ్ పుట్టిన సమయంలో, అతని తండ్రి మరియు అతని మేనమామలు ఇద్దరూ స్వాతంత్ర్యం కోసం వారి పోరాటంలో జైళ్లలో ఉన్నారు. ఇంట్లో, అతని తల్లి శ్రీమతి విద్యావతి, తాత అర్జున్ సింగ్ మరియు అమ్మమ్మ జై కౌర్ ఉన్నారు. బహుశా శిశువు భగత్ సింగ్ పుట్టడం అదృష్టమో, లేదా వారి మంచి సమయం ప్రారంభమైందో,

అతను పుట్టిన మూడవ రోజున, అతని తండ్రి సర్దార్ కిషన్ సింగ్ మరియు మేనమామ సర్దార్ స్వర్ణ సింగ్ బెయిల్‌పై జైలు నుండి విడుదలయ్యారు మరియు ఈ సమయంలో అతని ఇతర మామ సర్దార్ అజిత్ సింగ్ కూడా విడుదలయ్యారు. కాబట్టి, అతను పుట్టిన వెంటనే అతని ఇంటిలో ఆనందం వెల్లివిరిసింది మరియు అతని జన్మ అదృష్టంగా ప్రశంసించబడింది. అతని అమ్మమ్మ ఈ అదృష్టవంతుడు బిడ్డకు భాగోన్‌వాలా అని పేరు పెట్టింది, అంటే అదృష్టవంతుడు. దీని ఆధారంగా అతన్ని భగత్ సింగ్ అని పిలవడం ప్రారంభించారు.

భగత్ సింగ్ తన తల్లిదండ్రులకు రెండవ సంతానం. సర్దార్ కిషన్ సింగ్ పెద్ద కొడుకు పేరు జగత్ సింగ్, అతను ఐదవ తరగతి చదువుతున్నప్పుడు పదకొండేళ్ల చిన్న వయస్సులో మరణించాడు. కాబట్టి, చాలా చిన్న వయస్సులోనే అతని మొదటి కుమారుడు మరణించినందున, భగత్ సింగ్ అతని తల్లిదండ్రులకు మొదటి బిడ్డగా పరిగణించబడ్డాడు. భగత్ సింగ్‌తో పాటు, అతని తండ్రి సర్దార్ కిషన్ సింగ్‌కు మరో నలుగురు కుమారులు మరియు ముగ్గురు కుమార్తెలు ఉన్నారు. మొత్తంగా, అతనికి ఆరుగురు కుమారులు మరియు ముగ్గురు కుమార్తెలు ఉన్నారు, వీరి పేర్లు కాలక్రమానుసారం: జగత్ సింగ్, భగత్ సింగ్, కుల్బీర్ సింగ్, కుల్తార్ సింగ్, రాజేంద్ర సింగ్, రణవీర్ సింగ్, బీబీ అమర్ కౌర్, బీబీ ప్రకాష్ కౌర్ (సుమిత్ర) మరియు బీబీ శకుంతల. భగత్ సింగ్ తన కుటుంబం నుండి వచ్చిన వారసత్వం ద్వారా దేశభక్తిని ప్రారంభించాడు. అతని తాత సర్దార్ అర్జున్ సింగ్ బ్రిటిష్ ప్రభుత్వానికి బలమైన ప్రత్యర్థి. ఆంగ్లేయులకు వ్యతిరేకంగా ఒక మాట మాట్లాడడం మరణానికి ఆహ్వానం పలికిన కాలం అది. ఆ రోజుల్లో ప్రజలు ఆంగ్లేయులను ప్రశంసించడం తమ కర్తవ్యంగా భావించారు, ఎందుకంటే దాని నుండి అన్ని ప్రయోజనాలు ప్రవహించాయి. కాబట్టి, సర్దార్ అర్జున్ సింగ్-సర్దార్ ఇద్దరు సోదరులుబహదూర్ సింగ్ మరియు సర్దార్ దిల్ బాగ్ సింగ్ ఆంగ్లేయులను మభ్యపెట్టడం తమ మతంగా భావించారు, అయితే సర్దార్ అర్జున్ సింగ్ ఆంగ్లేయులను అసహ్యించుకున్నారు.

అందువల్ల, అతని సోదరులిద్దరూ అతన్ని మూర్ఖుడిగా భావించారు. సర్దార్ అర్జున్ సింగ్‌కు ముగ్గురు కుమారులు-సర్దార్ కిషన్ సింగ్, సర్దార్ అజిత్ సింగ్ మరియు సర్దార్ స్వర్ణ సింగ్. ముగ్గురు సోదరులు తమ తండ్రిలాగే నిర్భయ మరియు దేశభక్తి కలిగి ఉన్నారు.

భారత స్వాతంత్ర్యం కోసం బ్రిటిష్ వారికి వ్యతిరేకంగా జరిగిన ఉద్యమాలలో పాల్గొన్నందుకు భగత్ సింగ్ తండ్రి సర్దార్ కిషన్ సింగ్‌పై ప్రభుత్వం 42 కేసులు పెట్టింది. అతని జీవితకాలంలో అతనికి రెండున్నర సంవత్సరాల జైలు శిక్ష విధించబడింది మరియు రెండు సంవత్సరాలు గృహనిర్బంధంలో ఉన్నాడు. బ్రిటిష్ ప్రభుత్వం సర్దార్ అజిత్ సింగ్‌కు భయపడి చచ్చిపోయింది. అతన్ని బర్మా రాజధాని రంగూన్‌కు పంపారు. 1907 జూన్‌లో బ్రిటిష్ వారికి వ్యతిరేకంగా జరిగిన ఉద్యమాలలో పాల్గొన్నందుకు భారతదేశానికి చాలా దూరంగా ఉన్నారు. భగత్ సింగ్ పుట్టిన సమయంలో ఆయన అక్కడ ఖైదు చేయబడ్డారు. కొన్ని నెలల తర్వాత, అక్కడి నుండి విడుదలైన తర్వాత,

అతను ఇరాన్, టర్కీ మరియు ఆస్ట్రియా మీదుగా జర్మనీ చేరుకున్నాడు. మొదటి ప్రపంచ యుద్ధంలో జర్మనీ ఓటమి తర్వాత అక్కడి నుంచి బ్రెజిల్ వెళ్లాడు. 1946లో మధ్యంతర ప్రభుత్వం ఏర్పడిన తర్వాత జవహర్ లాల్ నెహ్రూ కృషి వల్ల ఆయన మళ్లీ భారతదేశానికి వచ్చారు.

భగత్ సింగ్ చిన్న మేనమామ స్వర్ణ సింగ్ కూడా అతని తండ్రి మరియు ఇద్దరు అన్నల వలె స్వాతంత్ర్య సమరయోధుడు. అన్నయ్య కిషన్ సింగ్ 'భారత్ సొసైటీ'ని స్థాపించాడు. అందులో స్వర్ణ సింగ్ కూడా చేరారు. అతను దేశద్రోహ సంరక్షణలో శిక్ష అనుభవించాడు మరియు లాహోర్ సెంట్రల్ జైలులో ఉంచబడ్డాడు. ఇక్కడ అతను చాలా కష్టపడి పని చేయబడ్డాడు, ఇది అతనికి T.B. మరియు అతను 23 సంవత్సరాల వయస్సులో మరణించాడు.

భగత్ సింగ్ ఈ విధమైన కుటుంబంలో జన్మించినందున సహజంగా దేశభక్తి మరియు స్వాతంత్ర్యం గురించి పాఠాలు నేర్చుకోవడానికి వచ్చాడు. "రాబోయే సంఘటనలు ముందు నీడలు కమ్ముకున్నాయి"-ఈ మాట భగత్ సింగ్ విషయంలో నిజమైంది. అతని అలవాట్లు, అతని మాటలు మరియు అతని సంసారం చిన్నతనం నుండి అసాధారణంగా విచిత్రంగా ఉన్నాయి. అతనికి కేవలం మూడు సంవత్సరాల వయస్సు ఉన్నప్పుడు ఒక రోజు, అతని తండ్రి సర్దార్ కిషన్ సింగ్ భగత్ సింగ్‌తో కలిసి తన స్నేహితుడు శ్రీ నంద్ కిషోర్ మెహతా పొలాలకు వెళ్లాడు.బాల భగత్ సింగ్ మట్టి దిబ్బలపై చిన్న చిన్న గడ్డిని అంటించాడు. అతని కార్యకలాపాలను గమనిస్తున్న భగత్ సింగ్ మరియు మెహతా మధ్య జరిగిన సంభాషణ గమనించదగినది:

మెహతా: "నీ పేరు ఏమిటి?"

భగత్ సింగ్: "భగత్ సింగ్."

మెహతా: "నువ్వేమి చేస్తున్నావు "

భగత్ సింగ్: "నేను తుపాకీలను విత్తాను."

మెహతా (ఆశ్చర్యంతో): "తుపాకులు?"

భగత్ సింగ్: "అవును, తుపాకులు."

మెహతా: "ఇది ఎందుకు, నా బిడ్డ?"

భగత్ సింగ్: "నా దేశానికి స్వాతంత్ర్యం పొందేందుకు."

మెహతా: "మీ మతం ఏమిటి?"

భగత్ సింగ్: "దేశానికి సేవ చేయడానికి."అదేవిధంగా, అతని మామ అజిత్ సింగ్ బహిష్కరణ సంఘటన భగత్ సింగ్‌పై చెరగని ముద్ర వేసింది. అతని భార్య నిరంతరం ఏడ్చింది ఆమె భర్త నుండి విడిపోయింది. ఆమె ఏడుపు చూసి భగత్ సింగ్ చెప్పేవాడు. "ఏడవకు ఆంటీ.. నేను పెద్దయ్యాక డ్రైవ్ చేస్తాను ఆంగ్లేయులు దేశం నుండి వెళ్లి, మామయ్యను ఇంటికి తిరిగి తీసుకువస్తారు." అతను కేవలం ఐదు సంవత్సరాల వయస్సులో ఉన్నప్పుడు, అతను తన సహచరులను విభజించాడు.

రెండు సమూహాలుగా మరియు ఒకదానిపై మరొకటి దాడి చేస్తుంది. భగత్‌సింగ్‌లో చిన్నతనం నుండే దేశభక్తి అనే భావం ఉప్పొంగిందని ఇదంతా స్పష్టం చేస్తోంది. శ్రీ నంద్ కిషోర్ మెహతా స్వయంగా దేశభక్తుడు. పైన పేర్కొన్న భగత్ సింగ్‌తో మాట్లాడిన తరువాత, అతను సర్దార్ కిషన్ సింగ్‌తో ఇలా అన్నాడు, "సోదరా, మీరు చాలా అదృష్టవంతులు, మీ ఇంట్లో ఒక గొప్ప ఆత్మ జన్మించింది, ఈ బిడ్డ పేరు తెచ్చుకోవాలని మరియు ప్రపంచ ప్రసిద్ధి చెందాలని నేను ఆశీర్వదిస్తున్నాను. ఆయన పేరు ఈ దేశ చరిత్రలో చిరస్థాయిగా నిలిచిపోతుంది. నిజానికి, కాలక్రమేణా శ్రీ మెహతా యొక్క సూచన నిజమైంది.

చదువు

నాలుగు-ఐదు సంవత్సరాల వయస్సులో భగత్ సింగ్ జిల్లాలో చేరారు. బంగా గ్రామంలోని బోర్డ్ యొక్క ప్రాథమిక పాఠశాల. అన్నయ్యతో కలిసి స్కూల్ కి వెళ్లేవాడు. స్కూల్లో తన స్నేహితులందరికీ నచ్చేవాడు. విద్యార్థులందరూ అతనితో స్నేహం చేయాలనుకున్నారు. భగత్ సింగ్ స్వయంగా ఇతర విద్యార్థులను కూడా తన స్నేహితులుగా చేసుకున్నాడు. అతని స్నేహితులు అతన్ని ఎంతగా ప్రేమిస్తున్నారో చాలా సందర్భాలలో వారు అతనిని తమ భుజాలపై వేసుకుని ఇంటికి దింపేవారు. అయితే భగత్ సింగ్‌కు చిన్నప్పటి నుంచి వింత అలవాట్లు ఉండేవి. పిల్లలు ఆడుకోవడమో, చదవడమో ఇష్టపడే వయసులో అతని మనసు వింతగా ఆలోచించి సంచరించింది. స్కూల్‌లోని చిన్న గదుల్లో కూర్చుని విసుగు చెందాడు. అతను తన తరగతిని విడిచిపెట్టి, నడక కోసం బహిరంగ మైదానాలకు వెళ్లేవాడు. ఉవ్వెత్తున ఎగిసిపడే నదులు, ట్విటర్ పక్షులు మరియు నెమ్మదిగా వీచే గాలి అతని హృదయాన్ని గెలుచుకుంది. భగత్ సింగ్ తరగతి నుండి అదృశ్యమయ్యాడని అన్నయ్య జగత్ సింగ్

గమనించినప్పుడు, అతను ఓపెన్ గ్రౌండ్‌లో కూర్చున్నాడని కనుగొనడానికి మాత్రమే వెళ్లాడు. జగత్ సింగ్, "మీరు ఇక్కడ ఏమి చేస్తున్నారు? గురూజీ క్లాసులో బోధిస్తున్నాడు. రండి, వెళ్దాం, లేవండి." నవ్వుతూ, బాల భగత్ సింగ్, "నాకు ఇక్కడ కూర్చోవడం ఇష్టం." "నీవు ఇక్కడ ఏమి చేస్తావు?" "ఏమీ లేదు, నేను నిశ్శబ్దంగా నేలను చూస్తున్నాను." "గ్రౌండ్? గ్రౌండ్ లో ఏముంది చూడడానికి?" "ఏమీ లేదు భయ్యా, నాకూ ఇలా ఫ్రీగా ఉండాలనుంది

తన తమ్ముడి మాటలకు జగత్‌సింగ్‌కు తల, తోక పట్టడం లేదు. విసుగు చెంది, అతను ఇలా అంటాడు, "ఇదంతా చేయాల్సి వస్తే, స్కూల్‌లో ఎందుకు చేర్పించారు? నువ్వు వ్యవసాయం చేసి వుండాలి. నువ్వు చదువుకోకుంటే టీచర్ కొడతాడు". "నన్ను ఎందుకు కొట్టాలి?" "నువ్వు గుణపాఠం నేర్చుకోనప్పుడు, నిన్ను కొట్టడం ఖాయం." "అయితే భయ్యా, పాఠం పుస్తకాల్లో ఉంది. నేను నేర్చుకుంటాను." భగత్ సింగ్, నిజానికి, పదునైన తెలివితేటలు కలిగిన పిల్లవాడు, అతను తన ఇతర సహవిద్యార్థుల కంటే నిర్భయ, ధైర్యం మరియు బాహాటంగా మాట్లాడేవాడు. అయితే ఇంతలోనే ఒక్కసారిగా విషాదం చోటుచేసుకుంది. అతని దగ్గర చదువుకున్న అన్న జగత్ సింగ్ చనిపోయాడు. అతనికి అప్పుడే పదకొండేళ్లు. ఈ ఘటన భగత్ సింగ్‌కు పెద్ద షాక్ ఇచ్చింది.

దీని తర్వాత సర్దార్ కిషన్ సింగ్ లాహోర్ సమీపంలోని నవకోట్‌కు మారారు. అతనికి అక్కడ కొంత భూమి, ఆస్తులు ఉన్నాయి. భగత్ సింగ్ కూడా తన ప్రాథమిక విద్యను పూర్తి చేశాడు. సిక్కులు సాధారణంగా తమ పిల్లలను ఖల్సా పాఠశాలల్లో చేర్పించే సంప్రదాయాన్ని కలిగి ఉన్నారు. కానీ ఈ పాఠశాలకు ఆంగ్లం వైపు మొగ్గు ఎక్కువ. ఇక్కడి ఉపాధ్యాయులు మరియు యాజమాన్యం ఇతరుల కంటే ఆంగ్లేయులను ఎక్కువగా గౌరవించేవారు. సర్దార్ కిషన్ సింగ్ కి ఇది అస్సలు నచ్చలేదు. అతను నిజమైన దేశభక్తుడు మరియు స్వాతంత్ర్య సమరయోధుడు. భగత్ సింగ్‌ను పాఠశాలలో చేర్పించాలని అనుకున్నాడు

అక్కడ బానిసత్వపు నీడ కూడా కనిపించలేదు. అందుకే అతన్ని డివిలో చేర్పించాలని నిర్ణయించుకున్నాడు. స్కూల్, లాహోర్. డి.ఎ.వి. పాఠశాల జాతీయవాద ఆలోచనలో మునిగిపోయింది. సర్దార్ కిషన్ సింగ్ భగత్ సింగ్‌ను ఈ పాఠశాలలో చేర్పించినందుకు అతని సమాజం వ్యతిరేకించింది, కానీ అతను దానిని అస్సలు పట్టించుకోలేదు. ఈ సంఘటన 1916-17కి సంబంధించినది. ఈ పాఠశాలలో భగత్ సింగ్ ఇంగ్లీషు మరియు

ఉర్దూ వంటి ఇతర సబ్జెక్టులతో పాటు సంస్కృతాన్ని కూడా అభ్యసించాడు. ఆయనకు సంస్కృతం అంటే చాలా ఇష్టం. 1918 జులై 22న తాతకు రాసిన ఉత్తరాల ద్వారా సంస్కృతం పట్ల ఆయనకున్న ప్రేమ మనకు తెలిసొచ్చింది. పరీక్షా ఫలితాలు, సంస్కృతం, ఆంగ్లంలో 150కి 110, 68 వచ్చిన మార్కుల గురించి రాశారు.

1919లో ఈ సమయంలో, రౌలెట్ చట్టానికి వ్యతిరేకంగా భారతదేశం అంతటా ప్రదర్శనలు జరిగాయి. అలాంటి ఒక ప్రదర్శన అమృత్‌సర్‌లోని జలియన్‌వాలా బాగ్‌లో జరిగింది, దీనికి వేలాది మంది ప్రజలు హాజరయ్యారు. ఈ నిరాయుధులను జనరల్ డయ్యర్ చంపేశాడు. జలియన్ వాలాబాగ్ కండ్ తమ దేశం పట్ల శ్రద్ధ వహించే భారతీయుల దేశభక్తి సంకల్పాన్ని బలపరిచింది. భగత్ సింగ్ దేశభక్తి గల కుటుంబంలోని మూడవ తరానికి చెందినవాడు. కాబట్టి, అతను ఈ కండ్ బారిన పడకుండా ఉండడం ఎలా సాధ్యమైంది? ఈ కండ్ గురించిన వార్త విన్న అతను లాహోర్ నుండి అమృత్‌సర్‌కు చేరుకుని తమ దేశ ప్రేమ కోసం ప్రాణాలర్పించిన ప్రజలకు నివాళులర్పించాడు. భగత్ సింగ్ దృష్టిలో జలియన్ వాలాబాగ్ పవిత్ర ప్రదేశంగా మార్చబడింది. ఇది చూసి అతను ఒక్కసారిగా ఉలిక్కిపడ్డాడు. నమ్మశక్యం కాని సంయమనంతో అతను స్వరపరిచాడు.

బాగ్ మొత్తం రక్తపు నదులతో తడిసి ముద్దయింది. "ఈ భూమి పేరు మీద ప్రమాణం చేయండి, భారత మాత పేరుతో ప్రమాణం చేయండి, ఈ రక్తం వృధా కాకుండా ఉండనివ్వండి. మీరు త్యాగం చేయాలి, మీ స్వంత జీవితాన్ని కూడా త్యాగం చేయాలి" అని భూమి అతనికి చెబుతున్నట్లు అనిపించింది. . ఆంగ్లేయుల ఈ దౌర్జన్యానికి అడ్డుకట్ట వేయాలి...." మరియు భగత్ సింగ్ రక్తంతో తడిసిన మట్టిని ఒక పిడికెడు తీసుకొని తనను తాను త్యాగం చేయడానికి ప్రతిజ్ఞ చేశాడు. అతను ఈ మట్టిని ఒక సీసాలో ఉంచాడు. తన దేశాన్ని, దేశ ప్రజలను అవమానించినందుకు ప్రతీకారం తీర్చుకోవాల్సి వచ్చిందని ఈ నేల గుర్తు చేస్తూనే ఉంది.

మహాత్మా గాంధీ 1920లో సహాయ నిరాకరణ ఉద్యమాన్ని ప్రారంభించారు. ఈ ఉద్యమం ద్వారా ప్రభుత్వ న్యాయస్థానాలు, పదవులు, హోదాలు మరియు సేవల నుండి తమను తాము విడదీయాలని ఆయన తన దేశ ప్రజలను కోరారు. విద్యార్థులను పాఠశాలలు, కళాశాలలు వదిలి వెళ్లాలని కోరారు. పర్యవసానంగా, భగత్ సింగ్ 1921లో పాఠశాలను విడిచిపెట్టాడు. అతను D.A.V.లో తొమ్మిదో తరగతి విద్యార్థి. పాఠశాల. సహాయ నిరాకరణ ఉద్యమం ప్రభావంతో ప్రముఖ నగరాల్లో అనేక పాఠశాలలు మరియు

కళాశాలలు స్థాపించబడ్డాయి. ఈ కాలంలో దేశంలో అనేక విశ్వవిద్యాలయాలు మరియు విద్యాపీఠాలు (అభ్యాస స్థానాలు) కూడా స్థాపించబడ్డాయి. గుజరాత్ విద్యాపీఠ్, బీహార్ విద్యాపీఠ్, పంజాబ్, కాశీ విద్యాపీఠ్, బెంగాల్ రాష్ట్రీయ విశ్వవిద్యాలయ, తిలక్ మహారాష్ట్ర విద్యాపీఠ్, పంజాబ్ ఝూన్సీ విద్యాపీఠ్, రాష్ట్రీయ ముస్లిం విద్యాలయం, అలీఘర్ మొదలైనవి ఈ కాలంలో స్థాపించబడిన విశ్వవిద్యాలయాలలో ఉన్నాయి. లాలా లజపతిరాయ్ లాహోర్‌లో నేషనల్ కాలేజీని స్థాపించారు. ఈ కళాశాల అనుబంధంగా ఉంది కాశీ విద్యాపీఠానికి. అనేక మంది విద్యార్థులు, సహాయ నిరాకరణ ఉద్యమంలో పాల్గొని, ఈ కళాశాలలో ప్రవేశం పొందారు. భగత్ సింగ్ కూడా ఈ కాలేజీలో అడ్మిషన్ తీసుకున్నాడు.

D.A.V నుండి హైస్కూల్‌లో ఉత్తీర్ణత సాధించిన తర్వాత భగత్ సింగ్ లాహోర్‌లోని నేషనల్ కాలేజీలో అడ్మిషన్ తీసుకున్నట్లు చాలా పుస్తకాలు పేర్కొన్నాయి. పాఠశాల, కానీ ఈ ప్రకటన సరైనది కాదు. మరోవైపు, నిజం ఏమిటంటే, అతను డి.ఎ.వి. మహాత్మా గాంధీ పిలుపు మేరకు అతను తొమ్మిదో తరగతి విద్యార్థి. అతను నేషనల్ కాలేజీలో ప్రవేశానికి రెండు నెలల సమయం అనుమతించబడ్డాడు మరియు ఆ తర్వాత అతను పరీక్ష రాయవలసి వచ్చింది. ఆ పరీక్షలో ఉత్తీర్ణులయ్యాకే నేషనల్ కాలేజీలో అడ్మిషన్ పొందాడు.

విప్లవకారులతో పరిచయం

నేషనల్ కాలేజీలో తన దేశభక్తి భావాలను పెంపొందించుకోవడానికి మరియు పెంపొందించడానికి అతనికి మంచి అవకాశం లభించింది. ఈ కళాశాల స్వయం పాలన సాధించడానికి కష్టపడి పనిచేసే కార్యకర్తలను సిద్ధం చేయాలనే లక్ష్యంతో స్థాపించబడింది, అయితే ప్రభుత్వ కళాశాలలు మరియు ఇతర విద్యార్థుల లక్ష్యం పరీక్షలలో ఉత్తీర్ణత సాధించిన తర్వాత ప్రభుత్వ సేవల్లోకి రావడమే. అవును, గాంధీ ఆశ్రమాల్లో లాగా ఇక్కడ నియమాలు కఠినంగా లేవు. విద్యార్థులందరూ సాధారణంగా సాధారణ దుస్తులు ధరించేవారు. ఖాదీ (చేతితో తయారు చేసిన వస్త్రం) వైపు కొంచెం మొగ్గు చూపడంలో సందేహం లేదు, అయితే మెషిన్ మేడ్ దుస్తులను ధరించే విద్యార్థులు కూడా ఉన్నారు. అతి తక్కువ బట్టలతో కొనసాగడం, తన చేతులతో అన్ని పనులు చేయడం, కాల్చని కూరగాయలను ఆహారంలో తినడం మంచిదని భావించేవారు. గాంధీ ఆశ్రమంలో లాగా ఉదయం ప్రార్థన మరియు సాయంత్రం ధ్యానం

చేయాలనే నియమం లేదు. కాబట్టి, భగత్ సింగ్ ఈ కళాశాల పర్యావరణాన్ని ఆకర్షణీయంగా భావించాడు.

అతను ఈ కళాశాలలో యశ్ పాల్, భగవతి చరణ్, సుఖ్ దేవ్, రామ్ కిషన్, తీర్థ్ రామ్ మరియు ఝుండా సింగ్ వంటి విప్లవకారులతో పరిచయం కలిగి ఉన్నాడు. అతను తన జీవితంలో చాలా కాలం పాటు భగవతి చరణ్ మరియు సుఖ్ దేవ్‌తో పరిచయం కలిగి ఉన్నాడు. ఈ కళాశాలలో సాధారణ బోధనతో పాటు భాయ్ పరమానంద్ మరియు లాలా లజపత్ రాయ్ ఉపన్యాసాలు కూడా ఉండేవి. ఈ ఉపన్యాసాలు విద్యార్థులకు దేశభక్తి, జాతీయత మొదలైనవాటిపై అవగాహన కల్పించాయి. ప్రొఫెసర్ జై చంద్ విద్యాలంకర్ ఈ కళాశాలలో చరిత్ర అధ్యాపకులు. విద్యార్థులు ఆయనను ఎంతగానో ఆకట్టుకున్నారు.

ముఖ్యంగా ప్రొఫెసర్ జై చంద్ విద్యాలంకర్ భగత్ సింగ్‌ను ఇష్టపడ్డాడు. విప్లవకారుల గురించి భగత్‌సింగ్‌కు వివరంగా చెప్పేవాడు. అతను చాలా మంది విప్లవకారులతో పరిచయం కలిగి ఉన్నాడు. అతని ఆలోచనలు భగత్ సింగ్‌ను ఎక్కువగా ప్రభావితం చేశాయి. నిజానికి ఆయన భగత్ సింగ్ రాజకీయ గురువు.

ఉల్లాసంగా మరియు నాటీ విద్యార్థి రూపంలో

భగత్ సింగ్ తన చదువుకు గరిష్ట శక్తిని వెచ్చించాడు. చరిత్ర, రాజకీయాల పట్ల ఆయనకు ప్రత్యేక అభిమానం. అతను తన ఉపాధ్యాయులు మరియు స్నేహితులతో ఈ విషయాలను వివరంగా చర్చించాడు. అతను ఉల్లాసంగా మరియు అల్లరిగా ఉండే విద్యార్థి. అతను లాహోర్‌లోని నేషనల్ కాలేజీ విద్యార్థిగా ఉన్నప్పుడు, ప్రొఫెసర్ సోంధీ అతనికి భారతీయ చరిత్రను బోధించారు. ప్రొఫెసర్. సోంధీకి ఒక ప్రత్యేక లక్షణం ఉంది- అతను ఉపన్యాసాలు ఇస్తున్నప్పుడు కూడా నిద్రపోయాడు. తరగతిలోని కొంటె విద్యార్థులు ప్రొఫెసర్ యొక్క ఈ లక్షణం వైపు ఆకర్షితులయ్యారు.

వారిలో భగత్ సింగ్ ఒకరు. విద్యార్థులు ఈ ప్రొఫెసర్‌తో కలవరపెట్టడం మరియు అర్థంలేని విధంగా మాట్లాడటం ద్వారా ఒక విచిత్రమైన ఆనందాన్ని పొందారు. ఒకసారి ప్రొఫెసర్ సోంధీ అశోక చక్రవర్తి గురించి బోధిస్తున్నాడు. కానీ అతని స్వభావం ప్రకారం అతను బోధన మధ్యలో నిద్రపోవడం ప్రారంభించాడు. భగత్ సింగ్, సుఖ్ దేవ్ మరియు యశ్ పాల్ అతని ఉపన్యాసం వినడంపై ఏకాగ్రత పెట్టలేకపోయారు. వాళ్ళు క్లాస్ నుండి వెళ్ళిపోవాలనుకున్నారు, కానీ వారి ముందు ఉన్న ప్రొఫెసర్‌తో అది సాధ్యం కాలేదు.

భగత్ సింగ్ లేచి నిలబడి, "అయ్యా, ఆంగ్లేయులు యాచకులుగా భారతదేశానికి వచ్చారు, కానీ తరువాత వారు ఇక్కడ పాలకులు అయ్యారు, ఇది నిజమేనా?" ప్రొఫెసర్ అశోకుని న్యాయ ప్రేమ గురించి మాట్లాడుతున్నాడు.

అసందర్భమైన ఈ ప్రశ్నకి చిరాకుపడి, "నేను అడిగాను నా ఆలోచనల ప్రవాహానికి భంగం కలిగించకూడదని మీరు చాలాసార్లు చెప్పారు. కానీ మీరు వినరు..." ప్రొఫెసర్ సమాధానం చెప్పకముందే సుఖ్ దేవ్ లేచి నిలబడి అన్నాడు. "సార్, ఈ భగత్ సింగ్ పూర్తి మూర్ఖుడు. మీరు షాజహాన్ పరిపాలనా కాలం గురించి బోధిస్తున్నారు మరియు అతను తీసుకువచ్చాడు ఆంగ్లేయులు."

"వాట్ యు మెన్ బై షాజహాన్? నేను షాజహాన్ పేరు కూడా చెప్పానా?" అని అరిచారు ప్రొ.సోంధీ. ఇప్పుడు యశ్ పాల్ వంతు వచ్చింది. అతను తన సీటులోంచి లేచి, "సార్, మీరు బోధిస్తున్నారని ఇద్దరికీ చెబుతున్నాను మొహమ్మద్ యొక్క పిచ్చి.

తుగ్లక్, కానీ వారు నన్ను విశ్వసించలేదు." ప్రొఫెసర్ వెంటనే అరిచాడు, "మీరందరూ పనికిరాని సహచరులు. నేను నీకు బోధించలేను." ఇలా చెప్పి క్లాస్ నుంచి వెళ్లిపోయాడు.విద్యార్థులు పగలబడి నవ్వుతూ క్లాస్ నుంచి పారిపోయారు.

ఇది చాలా తరచుగా జరిగేది. ప్రొఫెసర్ సోంధీ క్లాసులో విద్యార్థులకు బోర్ అనిపించినప్పుడల్లా భగత్ సింగ్ మొదలైనవారు ఈ విధంగా డిస్టర్బ్ చేసారు. ప్రొఫెసర్ క్లాస్ నుండి వెళ్లిపోతాడు మరియు విద్యార్థులు తమ దారి తాము చేసుకున్నారు. అదేవిధంగా, ప్రొఫెసర్ మెహతా కూడా ఈ విద్యార్థులకు వినోద సాధనంగా ఉండేవారు. ప్రొఫెసర్. హిందీ పదాలను విచిత్రంగా ఉచ్చరించాడు. అతను విద్యార్థులను ఏదో ఒక పదానికి సమానమైన హిందీని అడిగినప్పుడు, విద్యార్థులు అతనికి స్వచ్ఛమైన పంజాబీ పదాన్ని అందించారు. దీనిపై ఇతర విద్యార్థులు పగలబడి నవ్వుతారు మరియు ప్రొఫెసర్ మెహతా తన తెలివితేటలతో కలవరపడ్డాడు. అప్పుడు భగత్ సింగ్ సహచరుడు ఝుండా సింగ్ వైపు చూపిస్తూ, "క్లాస్ నుండి బయటకు వెళ్లు" అని చెప్పేవాడు. తరువాత యశ్ పాల్, సుఖ్ దేవ్, భగత్ సింగ్ మరియు ఒకరిద్దరు విద్యార్థులకు ఇలాంటి ఆదేశాలు ఒక్కొక్కటిగా వినిపించాయి.

విద్యార్థి జీవితంలో ఇతర కార్యకలాపాలు

చదువుతో పాటు జాతీయ సమస్యల పట్ల భగత్ సింగ్ మొగ్గు పెరిగింది. అతను అన్ని రకాల కొత్త సంఘటనలకు ఎల్లప్పుడూ సజీవంగా ఉన్నాడు మరియు వాటి కోసం

చురుకుగా పనిచేశాడు. మేము f గురించి తెలుసుకుంటాము నవంబర్ 14, 1921న అతను తన దాదాజీకి వ్రాసిన లేఖ నుండి అది ఈ లేఖలో తన దాదాజీకి ఇలా వ్రాశాడు, “రైల్వే ఉద్యోగి ప్లాన్ చేస్తున్నారు . ఈ రోజుల్లో సమ్మె వచ్చే వారం తర్వాత ఇది ప్రారంభమవుతుందని ఆశిస్తున్నాను.”

అతను దేశభక్తి పాటలు పాడటం, ఉత్తేజకరమైన నాటకాలలో పాల్గొనడం మరియు ఈ రకమైన ఇతర సామాజిక మరియు జాతీయ కార్యక్రమాలలో తీవ్ర ఆసక్తిని కనబరిచాడు. అతను నేషనల్ నైట్ క్లబ్‌లో క్రియాశీల సభ్యుడు. ఈ క్లబ్ ఒకప్పుడు చంద్ర గుప్త చక్రవర్తికి సంబంధించిన నాటకాన్ని ప్రదర్శించింది. ఈ డ్రామాలో శశి గుప్తా పాత్రను భగత్ సింగ్ పోషించాడు. అతని పాత్రకు చుట్టుపక్కల ప్రశంసలు అందాయి. అతని విజయవంతమైన మరియు చక్కటి పనితీరుకు అభినందనలు తెలుపుతూ, “భగత్ సింగ్ భవిష్యత్తులో శశి గుప్తాను ఖచ్చితంగా నిరూపిస్తాడు” అని భాయ్ పర్మానంద్ అన్నారు. ఈ క్లబ్ ఇతర నాటకాలను ప్రదర్శించింది . “రాణా ప్రతాప్” మరియు “మహాభారత్” గా. ఈ నాటకాలన్నింటిలో భగత్ సింగ్ ముఖ్యమైన పాత్రలు పోషించాడు. ఈ నాటకాలను ప్రదర్శించడం యొక్క ప్రధాన లక్ష్యం దేశభక్తి మరియు జాతీయవాద భావాలను వ్యాప్తి చేయడం ప్రజా, మరియు బ్రిటిష్ వారికి వ్యతిరేకంగా వాయిస్ పెంచడానికి. దీంతో ప్రభుత్వం ఈ క్లబ్‌ను నిషేధించింది.

పెళ్లి కోసం భగత్ సింగ్ పై ఒత్తిడి

భగత్ సింగ్ బి.ఎ విద్యార్థి అయిన వెంటనే. అతని తల్లిదండ్రులు పెళ్లి కోసం ఒత్తిడి చేయడం ప్రారంభించారు. భగత్‌సింగ్ అమ్మమ్మకి ఆయనంటే చాలా ఇష్టం. ఆమె తన మనవడి కోడలు (పటోహు) ముఖం చూడగలిగేలా భగత్ సింగ్‌ను పెళ్లి చేసుకోవాలని కోరుకుంది. భగత్ సింగ్ ఇంట్లో ఆసక్తికరం ఏమీ కనిపించలేదని అతని తండ్రి కూడా గమనిస్తున్నాడు. ఒకసారి కాంగ్రెస్ కార్యకర్తల సమావేశం జరిగింది. అందులో పాల్గొనేందుకు భగత్ సింగ్ వెళ్లాడు. అర్ధరాత్రి ఇంటికి తిరిగి వచ్చాడు. పరీక్షలు దగ్గర పడ్డాయి, కానీ భగత్ సింగ్ వాటిని పట్టించుకోలేదు. తండ్రి సర్దార్ కిషన్ సింగ్ ఆగ్రహం వ్యక్తం చేశారు. రాత్రి 11.00 గంటలకు తిరిగొచ్చిన భగత్ సింగ్‌పై విరుచుకుపడ్డాడు.. "ఈ సమయంలో ఇంటికి రావడంలో అర్థం ఏమిటి? మీకు చదువుకోవడం ఇష్టం లేకపోతే ఇంట్లో కూర్చోండి. ఇలా సమయం మరియు డబ్బు వృధా చేయడం వల్ల ప్రయోజనం ఏమిటి?" దేశభక్తితో నిండిన భగత్ సింగ్, "చదువులకు అన్ని సమయాలు ఉన్నాయి.

అయితే దేశం పట్ల కూడా కొంత కర్తవ్యం ఉంటుంది" అని బదులిచ్చారు. "నాకు నీ ఉపన్యాసం వినడం ఇష్టం లేదు. సరిగ్గా చదువుకో లేదా వదిలెయ్. ఇలాంటివి అస్సలు సహించలేను." ఎలాంటి సమాధానం చెప్పకుండానే భగత్ సింగ్ తన చదువుకు అంకితమయ్యాడు. అప్పుడప్పుడు తన తండ్రితో వాగ్వాదాలు జరిగేవి. కాబట్టి భగత్ సింగ్‌ను తిరిగి ట్రాక్‌లోకి తీసుకురావడానికి మరియు అతని అమ్మమ్మ ఒత్తిడితో, అతని తండ్రి భగత్ సింగ్‌ను వివాహం చేసుకోవాలని నిర్ణయించుకున్నాడు. జాట్‌లలో ఒక సామెత ఉంది.. అబ్బాయి దారి తప్పితే కాళ్లు చేతులు కట్టి పెళ్లి చేయాలి. కాబట్టి, సర్గోధాలోని మన్వాలా గ్రామ నివాసి సర్దార్ తేజా సింగ్ సోదరితో భగత్ సింగ్ నిశ్చితార్థం నిశ్చయమైంది. భగత్ సింగ్ తన నిశ్చితార్థం గురించి తెలుసుకున్నప్పుడు, అతను తన తండ్రికి ఒక లేఖ రాశాడు. ఇది ఇలా ఉంటుంది: "గౌరవనీయమైన తండ్రీ, ఇది పెళ్లి చేసుకునే సమయం కాదు. నా దేశం నన్ను పిలుస్తోంది.

నా హృదయం మరియు ఆత్మతో దేశానికి సేవ చేస్తానని ప్రతిజ్ఞ చేసాను. అదీకాక ఇది మాకు కొత్తేమీ కాదు. మా కుటుంబం మొత్తం దేశభక్తి భావాలతో నిండి ఉంది. మేనమామ స్వర్ణ సింగ్ 1910లో జైలులో తన స్వర్గ నివాసానికి బయలుదేరాడు, నేను పుట్టిన రెండు లేదా మూడు సంవత్సరాల తర్వాత. మేనమామ అజిత్ సింగ్ విదేశాల్లో ప్రవాస జీవితాన్ని గడుపుతున్నారు. మీరు జైళ్లలో కూడా తీవ్ర అసౌకర్యానికి గురయ్యారు. నేను మీ పాదముద్రలను మాత్రమే అనుసరిస్తున్నాను మరియు దీన్ని చేయడానికి ధైర్యం చూపిస్తున్నాను. దయచేసి నన్ను బాండ్లలో కట్టవద్దు. నా లక్ష్యం విజయవంతం అయ్యేలా నన్ను ఆశీర్వదించండి.

భగత్ సింగ్ రాసిన ఈ లేఖ మొత్తం కుటుంబాన్ని ఉలిక్కిపడేలా చేసింది. ఒక వైపు కుటుంబంలోని పెద్ద సభ్యురాలు, అతని అమ్మమ్మ తన మనవడిని ఎలాగైనా పెళ్లి చేయాలని కోరుకుంది. కానీ మనవడికి పూర్తిగా భిన్నమైన ఆలోచనలు ఉన్నాయి. అమ్మమ్మ మరియు మనవడు యొక్క ఈ విరుద్ధమైన ఆలోచనలు సర్దార్ కిషన్ సింగ్‌ను విపరీతమైన మరియు కలవరపెట్టే పరిస్థితిలో ఉంచాయి. చివరగా, చాలా ఆలోచించిన తర్వాత, అతను తన కొడుకుకు ఇలా వ్రాశాడు: "ప్రియమైన భగత్ సింగ్, మేము మీ వివాహం నిశ్చయించుకున్నాము, మేము అమ్మాయిని చూశాము మరియు ఆమె కుటుంబాన్ని ఇష్టపడుతున్నాము, మీరు మరియు నేను ముసలి దాదిమా యొక్క భావాలను గౌరవించాలి. కాబట్టి ఈ వివాహానికి ఎటువంటి ఆటంకాలు సృష్టించవద్దని మరియు పొందవద్దని నేను మిమ్మల్ని ఆదేశిస్తున్నాను. ఆనందంతో

సిద్ధంగా ఉంది." ఈ లేఖ భగత్ సింగ్‌ను నిరాశపరిచింది. అతను మొత్తం సమస్యను తీవ్రంగా ఆలోచించాడు మరియు తరువాత బయలుదేరాలని నిర్ణయించుకున్నాడు . అతను తన తండ్రికి వ్రాసాడు: "గౌరవనీయమైన తండ్రి, మీ ఉత్తరం చదివి ఆశ్చర్యపోయాను. మీలాంటి దేశభక్తి, ధైర్యవంతులు సాధారణ సమస్యలతో నిరుత్సాహపడినట్లయితే, ఇక సామాన్యుల పరిస్థితి ఏంటి? మీరు అమ్మమ్మ గురించి ఆందోళన చెందుతున్నారు. కోట్లాది మంది తల్లి-భారత్ మాత యొక్క బాధలు మరియు బాధల గురించి మీరు ఎప్పుడైనా ఆలోచించారా? ఆమె బాధలను తగ్గించడానికి మేము ప్రతిదీ అంగీకరించాలి. ఇక్కడే ఉండిపోతే పెళ్లికి బలవంతం చేస్తానని నాకు తెలుసు. కాబట్టి, నేను వేరే ప్రదేశానికి వెళ్తున్నాను.". ఈ ఉత్తరప్రత్యుత్తరాలకి ముందు, భగత్ సింగ్ ఇంట్లో ఉన్నప్పుడు అప్పుడు వధువు వైపు నుండి ప్రజలు అతనిని చూడటానికి వచ్చారు. అతిథులతో అతని ప్రవర్తన మధురంగానూ, మర్యాదగానూ ఉండేది.

వారిని చూసేందుకు లాహోర్‌కు వెళ్లాడు. తిరిగి వచ్చిన తరువాత, అతను తన తండ్రితో వివాహం చేసుకోనని స్పష్టంగా చెప్పాడు. "కానీ ఎందుకు?" అని తండ్రిని అడిగాడు. భగత్ సింగ్ అన్నాడు, "నేను నాకు మద్దతు ఇవ్వడం ప్రారంభించే వరకు వివాహం వాంఛనీయం కాదు." తండ్రి కిషన్ సింగ్ తీవ్ర ఆగ్రహం వ్యక్తం చేశారు: "నీకు మరింత తెలుసని చూపించడానికి ప్రయత్నిస్తున్నావు. పెళ్లి చేసుకొని నీ కాళ్ళ మీద ఉండేందుకు ప్రయత్నించు, నేను దీనికి నో చెప్పడం లేదు.

పెళ్లయ్యాక పెద్ద ఇబ్బంది పడతావా, చెప్పు?" మార్గం కనిపించకపోవడంతో భగత్ సింగ్, "నేను ప్రస్తుతం పెళ్లికి చాలా చిన్నవాడిని." "ఇతర సమస్యల కోసం, మీరు పెద్దవారిలా మాట్లాడతారు మీ వివాహం చిన్న వయస్సులో ఉంది. ముందుకు సాగండి, పెళ్లి చేసుకోండి. మీ భార్యను పిలవండి మీకు ఆమె అవసరం అని మీరు అనుకున్నప్పుడు మాత్రమే ఇంటికి వెళ్లండి." మళ్లీ ప్రతిష్టంభన ఎదురైనప్పుడు, భగత్ సింగ్ అన్నాడు, "నేను పెళ్లి చేసుకుంటే, నేను చదువుకున్న అమ్మాయిని పెళ్లి చేసుకుంటాను." తన వివాహం నిశ్చయించిన అమ్మాయి చదువుకున్నది కాదని అతనికి తెలుసు. అమ్మాయి.కానీ అప్పుడు కూడా తన కుటుంబ సభ్యుల నిర్ణయాన్ని మార్చుకోవడంలో విజయం సాధించలేకపోయాడు.

చివరికి బీఏ చదువు పూర్తి కాకుండానే నిస్సహాయంగా కాలేజీ నుంచి పారిపోవాల్సి వచ్చింది.

భగత్ సింగ్ పై ప్రభావం

భగత్ సింగ్ కుటుంబం జాతీయవాదమని, దేశ స్వాతంత్ర్యాన్ని ఇష్టపడుతుందని ఇంతకు ముందు రాశారు. ఒక వ్యక్తి యొక్క స్వంత కుటుంబం అతని మొదటి పాఠశాల. భగత్ సింగ్ పాత్ర నిర్మాణంలో మొదటి ప్రభావం అతని కుటుంబం. అతని కుటుంబంలో, అతని మామ సర్దార్ అజిత్ సింగ్ అతన్ని ఎక్కువగా ప్రభావితం చేశాడు. అతని మేనమామ సర్దార్ అజిత్ సింగ్ తర్వాత, అమరవీరుడు కర్తార్ సింగ్ సరభాపై ప్రభావం చూపింది. 1914-15లో కెనడా మరియు USA నుండి తిరిగి వచ్చిన పంజాబ్ రైతులు గదర్ (తిరుగుబాటు) అనే ఉద్యమాన్ని ప్రారంభించారు. ఈ ఉద్యమ సమయంలో అతను కర్తార్ సింగ్ సరభా, రాస్ బిహారీ బోస్ మొదలైన వారితో పరిచయం కలిగి ఉన్నాడు. వారు చందా వసూలు చేయడానికి లేదా సర్దార్‌తో కొన్ని సమస్యలను చర్చించడానికి బంగాకు వచ్చేవారు.

కిషన్ సింగ్ 1915లో లాహోర్ కుట్ర కేసుకు సంబంధించి కర్తార్ సింగ్ సారభాను అరెస్టు చేశారు. కోర్టు అతని గురించి ఇలా గమనించింది: "సందేహం లేదు, అతను యువకుడే. కానీ అతను ఖచ్చితంగా అత్యంత ప్రమాదకరమైనవాడు. తిరుగుబాటుదారుల మధ్య. అతను దయకు అర్హుడు కాదు, కాబట్టి అతనిపై దయ చూపకూడదు." శరభకు 1916లో కేవలం 20 సంవత్సరాల వయస్సులో ఉరిశిక్ష విధించబడింది. నవ్వుతూ, అతను ఉరి ఉరిని ముద్దాడాడు మరియు ఆత్మబలిదానం చేసుకున్నాడు.

భగత్ సింగ్ అయినప్పటికీ ఆ సమయంలో ఒక పిల్లవాడు, అతను ప్రభావితం కాకుండా ఉండలేకపోయాడు.తొమ్మిదేళ్ల (పిల్లవాడు) భగత్ సింగ్ ఈ సాహసోపేత త్యాగానికి తీవ్రంగా ప్రభావితమయ్యాడు. భగత్ సింగ్‌ను అరెస్టు చేసినప్పుడు, శరభ యొక్క ఫోటో వాస్తవం నుండి దీనిని సౌకర్యవంతంగా అంచనా వేయవచ్చు. అతను ఎప్పుడూ తన దగ్గరే ఉంచుకున్నది అతని వ్యక్తి వద్ద కనుగొనబడింది. ఇంట్లో, అప్పుడప్పుడు అతను తన తల్లికి శరభ ఫోటోను చూపిస్తూ, "ప్రియమైన మా! ఇది నా గురువు (గురువు), నా సోదరుడు మరియు నా సహచరుడు." ఇంట్లో పని చేస్తున్నప్పుడు లేదా చుట్టూ తిరుగుతున్నప్పుడు, అతను తరచుగా శరభ యొక్క ప్రియమైన చతుష్టయాన్ని వణికించాడు: "సేవా దేశ్ ది జిదారియే బడి అంఖి గల్లన్ కర్ణియన్ ఫిర్ సుఖలియన్ సే జినాన్ దేశ్ సేవా విచ్ పెయిర్ పైయా ఉనన్లాఖ్ ముసిబతన్ ఝిలియా నా" (ఓ నా నిరాడంబరమైన ఆత్మ. దేశ సేవ గురించి మాట్లాడటం నిస్సందేహంగా చాలా

సౌకర్యవంతంగా ఉంటుంది, కానీ, ఆచరణలో, దేశ సేవ చాలా కష్టం. ఈ బాధ్యతను తమ భుజాలపై వేసుకోవాలని నిర్ణయించుకున్న వారు తమలో అసంఖ్యాకమైన బాధలను అనుభవించవలసి ఉంటుంది. జీవితాలు). భగత్ సింగ్ తన చిన్నతనంలో శ్రీ నంద్ కిషోర్ మెహతా, లాలా పుండి దాస్, సూఫీ అంబా ప్రసాద్, పంజాబ్ కేసరి (పంజాబ్ సింహం) లాలా లజపతిరాయ్ మరియు ఇతర రాజకీయ నాయకుల గురించి తెలుసుకున్నాడు. అవన్నీ అతనిని వివిధ చర్యలలో ప్రభావితం చేశాయి.

విద్యార్థి జీవితం మరియు సంరక్షణ

భగత్ సింగ్ విద్యార్థి జీవితంలో సాధారణ దుస్తులకు చిహ్నంగా నిలిచాడు. అతని బట్టలు చింపిరి మరియు బేసిగా ఉన్నాయి. అరిగిపోయిన, పాత బట్టలు కూడా అతనికి అభ్యంతరం లేదు. అప్పుడప్పుడు కాలేజీకి వచ్చేవాడు లుంగీ (అనధికారిక, సౌకర్యవంతమైన పంజాబ్ దుస్తులు). అతని స్నేహితుడు, శివ వర్మ, అతని డ్రెస్సింగ్ అలవాట్ల గురించి ఇలా వ్రాశాడు, "నేను అతనిని పుస్తకం తీసుకోకుండా దొరికిన ఒక్క సందర్భం కూడా నాకు గుర్తు లేదు, నేను అతనిని చిరిగిన బట్టలలో, దాదాపు గుడ్డలో చూశాను. కానీ అతను తన జేబులో కూడా పుస్తకాలు పెట్టుకున్నాడు. అప్పుడు."

2 . కాలేజీ తర్వాత

అతను కళాశాల నుండి పారిపోయిన తరువాత, భగత్ సింగ్ ప్రసిద్ధ విప్లవకారులతో పరిచయమయ్యాడు. సురేష్ చంద్ర భట్టాచార్య, బతుకేశ్వర్ దత్, అజయ్ ఘోష్ మరియు విజయ్ కుమార్ సిన్హా. వారందరూ బెంగాలీలు, మరియు వారి మధ్య ఒక సిక్కు యువకుడు నివసించినట్లయితే, అది C.I.D యొక్క అనుమానాన్ని పెంచుతుంది. కాబట్టి శ్రీ గణేష్ శంకర్ విద్యార్థి ప్రతాప్‌లో అతనికి కొంత పని దొరికాడు మరియు అతని నివాసానికి వేరే ప్రదేశంలో ఏర్పాట్లు చేశాడు. ప్రతాప్‌లో ఉద్యోగం రాకముందు, భగత్ సింగ్ కొన్ని రోజులు వార్తాపత్రికలు అమ్మడం ద్వారా తన ఖర్చులను తీర్చుకున్నాడు.

కాన్పూర్‌లో ఈ కాలంలో, అతను బతుకేశ్వర్ దత్ నుండి బెంగాలీ నేర్చుకున్నాడు మరియు కార్ల్ మార్క్స్‌ను అభ్యసించాడు. ఆ తర్వాత 'హిందుస్థాన్ రిపబ్లికన్ అసోసియేషన్'లో చేరారు. సాయుధ విప్లవం ద్వారా దేశంలో ప్రజాస్వామ్య స్థాపన ఈ సంఘం లక్ష్యం. భగత్ సింగ్ ఉత్తరప్రదేశ్ మరియు పంజాబ్‌లోని విప్లవాత్మక ఆలోచనలు కలిగిన యువకులతో తన పరిచయాలను పెంచుకున్నాడు మరియు వారిని 'హిందూస్థాన్ రిపబ్లికన్ అసోసియేషన్‌లో చేరడానికి ప్రోత్సహించాడు. ఇప్పుడు అతను పూర్తిగా ఈ పార్టీకి చెందిన వ్యక్తి, మరియు పార్టీ పని అతని ఏకైక పని. పార్టీ సాయుధ విప్లవానికి సిద్ధంగా ఉంది, కానీ అది పెద్ద సమస్యను ఎదుర్కొంది. దాని దగ్గర డబ్బు ఉండేది కాదు. వారు దోపిడీకి పాల్పడాలని కూడా భావించారు. డకాయిటీకి సంబంధించిన ప్రధాన విషయం ఏమిటంటే అది ఒక వ్యక్తి ఇంట్లోనే జరగాలి. ప్రభుత్వ ఖజానాను కొల్లగొట్టేందుకు ఆ పార్టీకి తగిన మార్గాలు లేవు. ఒక వ్యక్తి ఇంటిలో జరిగిన దొంగతనం ప్రజల సానుభూతిని కోల్పోయేలా చేసిందనే కారణంతో వారు ఈ ఆలోచనను వాయిదా వేయవలసి వచ్చింది.

విప్లవం యొక్క ప్రచారం క్రమ పద్ధతిలో కొనసాగింది. ఒకసారి, దసరా పండుగ సందర్భంగా ప్రతాప్ ప్రెస్‌లో విప్లవ సాహిత్యాన్ని ప్రకటన రూపంలో ముద్రించారు. దాని పంపిణీ కోసం భగత్ సింగ్ తన ఐదుగురు సహచరులతో కలిసి బయలుదేరాడు. ప్రతాప్‌గఢ్‌లోని జాతరకు చేరుకున్నారు. అందమైన దుస్తులు ధరించి వివిధ రకాల పాటలు పాడారు. ఒక చోట పెద్ద సంఖ్యలో జనం ఉన్నారు. భగత్ సింగ్ మరియు అతని

సహచరులు "నా దేశ ప్రజలారా, లేవండి" అని రాసి ఉన్న ప్రకటనను పంపిణీ చేయడం ప్రారంభించారు. సాధారణ దుస్తుల్లో పోలీసులు జనం మధ్యలో నిలబడ్డారు. ఈ ప్రకటన చూసిన వెంటనే వారు భగత్ సింగ్ సహచరులపై దాడి చేసి ఇద్దరిని పట్టుకుని అరెస్టు చేశారు. అది చూసిన భగత్ సింగ్ కాగితాలన్నీ విసిరికొట్టి, గుంపులో ఉన్న వ్యక్తులతో, "ఎదురుగా ఉన్న కాంగ్రెసోళ్లు పోస్టర్లు పంచుతున్నారు. ఇది విన్న ఇద్దరు పోలీసులు అరెస్టయిన యువకులకు రక్షణగా నిలబడ్డారు, మిగిలిన వారు భగత్ సింగ్ సూచించిన దిశలో పరుగెత్తారు.

ఈ పోలీసులు కనిపించకుండా పోయిన వెంటనే, భగత్ సింగ్ మరియు అతని సహచరులు అరెస్టయిన ఇద్దరు సహచరులకు రక్షణగా ఉన్న ఇద్దరు పోలీసులపై దాడి చేశారు. వారు తమ సహచరులను విడిపించి, వెంటనే వారి మడమలను తీసుకున్నారు. పోలీసులు, మరికొందరు వారిని అనుసరించేందుకు ప్రయత్నించారు. కానీ భగత్ సింగ్ గాలిలోకి మూడు రౌండ్లు కాల్పులు జరపడంతో అనుచరులు భయపడి వెనుదిరిగారు. ఒకసారి ఆయన కాన్పూర్‌లో ఉన్న సమయంలో ఢిల్లీలో అల్లర్లు జరిగాయి. అప్పుడు భగత్ సింగ్ ప్రతాప్ ప్రతినిధిగా ఢిల్లీకి పంపబడ్డాడు.

భగత్ సింగ్ ఈ పనిని సమర్థతతో మరియు చిత్తశుద్ధితో నిర్వహించారు. పైన పేర్కొన్న హ్యాండ్-బిల్లు పంపిణీ సంఘటన తర్వాత, అతను కాన్పూర్‌లో ఉండడం ఇబ్బందిని కలిగిస్తుంది. పర్యవసానంగా, అతను కాన్పూర్‌లో ఉన్న దాదాపు రెండు నెలల తర్వాత, విద్యార్థిజీ అతన్ని అలీఘర్ జిల్లా షాదీపూర్ గ్రామానికి నేషనల్ స్కూల్ హెడ్‌మాస్టర్‌గా పంపాడు. భగత్ సింగ్ యొక్క యోగ్యతతో ప్రోత్సహించబడిన పాఠశాల చాలా తక్కువ సమయంలో రాణించటం ప్రారంభించింది. విద్యార్థులు మరియు ఉపాధ్యాయులు అతని నైపుణ్యం మరియు కృషికి ముగ్ధులయ్యారు. ఈ సంవత్సరం, అంటే 1924, భారీ వరదల సమయంలో కాన్పూర్‌లో సహాయక చర్యల్లో ఆయన చాలా చురుకైన పాత్ర పోషించారు. ఇక్కడ అతను గొప్ప విప్లవకారుడు చంద్ర శేఖర్ ఆజాద్‌ను కలిశాడు. ఈ ఇద్దరు వ్యక్తుల సమావేశం భారతదేశ చరిత్రలో ఒక ముఖ్యమైన సంఘటన. ఇద్దరూ ఒకరినొకరు ఆకట్టుకున్నారు.

వారిద్దరూ తమ విప్లవకారుడిని బలపరచడానికి ఒకరినొకరు వెతుకుతున్నట్లు అనిపించింది .సంస్థ గంగా, యమునా ప్రవాహాల కలయికలా, వారు భారతదేశ విప్లవకారుల చరిత్రలో ముందుకు సాగారు. వారిద్దరూ చెల్లాచెదురుగా ఉన్న

విప్లవకారులను ఏకం చేయడం, జనరల్ డయ్యర్‌ను తొలగించడం మరియు కాండ్‌లోని దోషులను విడుదల చేయడం గురించి మాట్లాడారు.

కాన్పూర్ నుండి ఇంటికి

ఇక్కడ భగత్ సింగ్ భారతదేశ స్వాతంత్ర్య చరిత్రను సృష్టిస్తున్నాడు, అక్కడ అతని ఇంటిలో అందరూ అతని గురించి ఆందోళన చెందారు. షాక్‌కి గురై అతని అమ్మమ్మ అస్వస్థతకు గురైంది. ఆమె భగత్ సింగ్‌ని చూడాలని తహతహలాడుతోంది. ఆమె తనను తాను తిట్టుకుంటూ, భగత్ సింగ్‌ను పెళ్లి చేసుకోవాలని ఎందుకు పట్టుబట్టిందని తనను తాను ప్రశ్నించుకుంది, దాని కోసం అతను ఇంటిని విడిచిపెట్టాడు. అందరూ నిస్సహాయులయ్యారు. ఏం చేయాలో ఎవరికీ తెలియలేదు. ఈ ప్రక్కన భగత్ సింగ్ తన స్నేహితుడు జక్షక నివాసి రామ్ చంద్రకి ఒక లేఖ రాశాడు. తన అడ్రస్ ఎవరికీ ఇవ్వకూడదన్న కచ్చితమైన సూచనతో లేఖలో తన చిరునామా కూడా ఇచ్చాడు. కుటుంబం ఎదుర్కొంటున్న సమస్య రామ్‌చంద్రకు తెలుసు.

ఆ లేఖ గురించి జై దేవ్ గుప్తాకు చెప్పగా, చిరునామాను మాత్రం వెల్లడించలేదు. నిరంతర అభ్యర్థనలపై, రామ్ చంద్ర చిరునామా చెప్పలేదు, కానీ అతను అతనిని (జై దేవ్) ఆ చిరునామాకు తీసుకెళ్లడానికి అంగీకరించాడు. తండ్రి సర్దార్ కిషన్ వందేమాతరం పేపర్‌లో "భగత్ సింగ్ ఎక్కడున్నా ఇంటికి రా. మీ అమ్మమ్మకి తీవ్ర అనారోగ్యం" అని చెప్పించాడు. కానీ భగత్ సింగ్ తిరిగి రాలేదు.

రామ్ చంద్ర మరియు జై దేవ్ గుప్తా అతనిని వెనక్కి తీసుకెళ్లడానికి కాన్పూర్ చేరుకున్నారు. లేఖలో శ్రీ విద్యార్థి అడ్రస్ ఉంది. ఇద్దరూ విద్యార్థిని కలిశారు. విద్యార్థిజీ వారిని షాదీపూర్ వెళ్లమని ఆదేశించారు. భగత్ సింగ్ దూరం నుండి వాళ్ళు రావడం చూశాడు. దాంతో అతను అక్కడి నుంచి జారుకున్నాడు. ఫలితంగా వారిద్దరూ విద్యార్థిజీ వద్దకు నిరాశతో తిరిగి వచ్చారు. భగత్ సింగ్‌ను ఇంటికి పంపిస్తానని విద్యార్థిజీ వారికి హామీ ఇచ్చారు. తర్వాత ఇద్దరూ తిరిగొచ్చారు. సర్దార్ కిషన్ సింగ్ ప్రముఖ ఉర్దూ కవి మౌలానా హస్రత్ అలీని కలిశారు. మౌలానా అలీకి విద్యార్థిజీ తెలుసు. అతను విద్యార్థిజీకి ఒక లేఖ రాశాడు, అతను ఇంటికి తిరిగి వస్తే భగత్ సింగ్ కుటుంబంలో ఎవరూ అతనిని పెళ్లి కోసం ఒత్తిడి చేయరని ప్రస్తావిస్తూ. భగత్ సింగ్‌కు కూడా ఇదే లేఖ వచ్చింది. తర్వాత ఇంటికి తిరిగొచ్చాడు. అతని అమ్మమ్మ నిజంగా అనారోగ్యంతో ఉంది. అతను తిరిగి రావడంతో, అతని కుటుంబం మొత్తం ఆనందం తిరిగి వచ్చింది. అతను

భక్తితో తన అమ్మమ్మకు సేవ చేశాడు. మందులు, ఆహారం సక్రమంగా నిర్వహించే బాధ్యతను తనపై వేసుకున్నాడు. కొద్దిరోజుల్లో ఆమె పూర్తిగా కోలుకుంది. కానీ భగత్ సింగ్ తన అమ్మమ్మ కోలుకోవడంతో కాన్పూర్‌కు తిరిగి రాలేకపోయాడు, ఎందుకంటే ఆమె తిరిగి ఉండవలసిందిగా ఆమె పట్టుబట్టింది. అప్పుడప్పుడు అమ్మమ్మ దగ్గర ఉండేవాడు, కొన్నిసార్లు లాహోర్ వెళ్లాడు.

కొన్నిసార్లు లాహోర్‌లో చాలా రోజులు ఉండేవాడు. భారతదేశ స్వాతంత్ర్యం కోసం ఉత్తర భారతదేశంలో ప్రణాళికలు రచిస్తున్న విప్లవకారులతో అతను సంప్రదింపులు జరిపాడు. అంతేకాకుండా పంజాబ్‌లోని గ్రామాల్లో తిరగడం ప్రారంభించాడు. ఇది అతని సమాజంలోని అనేక మండుతున్న సమస్యలను ఎదుర్కొనే అవకాశాన్ని అందించింది

అకాలీ ఉద్యమం మరియు భగత్ సింగ్

పెళ్లి విషయానికొస్తే, అతను ఇప్పుడు పూర్తిగా స్వేచ్ఛగా ఉన్నాడు. 1925లో ఒక సంఘటన అతని జీవితాన్ని పూర్తిగా మార్చివేసింది. ఈ సంఘటన అకాలీ ఉద్యమానికి నాంది. గురుద్వారాల వార్షిక ఆదాయం కోట్లాది రూపాయలకు చేరుకుంది, అయితే ఈ డబ్బును గురుద్వారాలోని మహంతులు తమ వ్యక్తిగత ఖర్చుల కోసం ఉపయోగించారు. మతపరమైన స్థలాల్లో ఇచ్చే డబ్బు దుర్వినియోగం కావడం పట్ల సమాజం ఆందోళన చెందింది. ఈ సొమ్మును సమాజం, దేశ ప్రయోజనాల కోసం వినియోగించాలన్నారు. ఈ అవినీతికి వ్యతిరేకంగా సిక్కులు ఉద్యమం ప్రారంభించారు. వారు గురునానక్ మహరాజ్ జన్మస్థలమైన నంకనాను జట్టలలో (సమూహాలుగా) చేరుకోవడం ప్రారంభించారు.

నభా రాష్ట్ర పాలకుడు మహారాజా రిపుదామన్ సింగ్ కూడా ఈ పోరులో దూకాడు. ఇది ఒక సామాజిక విప్లవం, రాజకీయాలతో రిమోట్ లింకులు కూడా లేవు. అయితే ప్రభుత్వం ఆందోళనతో పాటు ఆగ్రహం కూడా వ్యక్తం చేసింది. మహారాజా రిపుదామన్ సింగ్‌ను అతని సీటు నుండి తొలగించి, డెహ్రా డూన్‌లో గృహనిర్బంధంలో ఉంచారు. ఈ ఉద్యమం రోజురోజుకు తీవ్రరూపం దాల్చింది. ప్రభుత్వం కూడా బలవంతంగా అణిచివేసేందుకు కంకణం కట్టుకుంది. ఇప్పుడు ఈ జట్టలు (గూప్‌లు) నన్‌కానా సాహెట్‌కి చెందిన జైటన్ వైపు వెళ్తున్నాయి. ఈ జట్టలు (సమూహం) ఎక్కడ నుండి వెళ్లినా లేదా చేరుకున్నా ప్రజలు ఈ సమూహాలను స్వాగతించారు. అదేవిధంగా, ఒక జట్ట (సమూహం) బంగా గ్రామం గుండా వెళ్లాలి. సర్దార్ కిషన్ సింగ్‌ను స్వాగతించమని

అడిగారు, కానీ అనుకోకుండా అలా తన ఇన్సూరెన్స్ పని నిమిత్తం బొంబాయికి వెళ్ళవలసి వచ్చింది. కాబట్టి అతను ఈ బాధ్యతను భగత్ సింగ్‌కు అప్పగించాడు. ప్రభుత్వ ఉద్యోగులు మరియు బ్రిటిష్ ప్రభుత్వానికి విధేయులైన సిక్కులు ఈ ఉద్యమాన్ని వ్యతిరేకించారు. సర్దార్ కిషన్ సింగ్ యొక్క బంధువు సోదరుడైన దిల్ బాగ్ సింగ్ ఆంగ్లేయుల పట్ల మక్కువ చూపాడు. గ్రామంలో జాతాకు స్వాగతం పలకడం ఇష్టం లేదన్నారు. భగత్ సింగ్‌ను తీవ్రంగా వ్యతిరేకించాడు. అంతే కాదు గ్రామంలోని బావులు, డబ్బాల వద్ద ఉన్న తాళ్లన్నీ ధ్వంసం కావడంతో జట్లకు తాగునీరు కూడా అందకుండా చూశాడు. పాల కొరత ఏర్పడేందుకు గ్రామంలోని పశువులన్నిటినీ తరిమికొట్టడం వల్ల జట్లలకు పాలు కూడా అందడం లేదు. దిల్ బాగ్ సింగ్ మనుషులు పోలీసులలాగా అన్ని చోట్లా పదవులు చేపట్టారు. జాతా గ్రామానికి చేరుకుంది.

ఈ జాతాలో భగత్ సింగ్ తన మొదటి రాజకీయ ప్రసంగాన్ని చేశాడు, ఇందులో అతను ఐర్లాండ్ చరిత్ర మరియు బెంగాల్ విప్లవకారుల గురించి ప్రస్తావించడంతో పాటు భారతదేశ ప్రస్తుత స్థితి గురించి మాట్లాడాడు. జట్టులోని వాలంటీర్లు అందరూ భగత్ సింగ్‌ను మెచ్చుకున్నారు మరియు మొదట షెడ్యూల్ చేసిన విధంగా ఒక రోజు కాకుండా మూడు రోజులు జట్ట ఉంచారు. బ్రిటీషర్లకు విధేయులుగా ఉన్నవారిలో ఒక్కరు కూడా చేరలేదు. తీవ్ర అవమానాన్ని భరించేందుకు దిల్ బాగ్ సింగ్‌కు ఒక ఆప్షన్ మాత్రమే మిగిలిపోయింది. అంతా ప్రశాంతంగా గడిచిపోయింది. భగత్ సింగ్‌కు వ్యతిరేకంగా ప్రభుత్వం ఏమీ చేయలేకపోయింది.

ఏ కేసు లేకపోవడంతో అతనిపై, పోలీసులు అతనిపై తప్పుడు కేసు పెట్టి అతని పేరు మీద వారెంట్ జారీ చేశారు. భగత్ సింగ్ లాహోర్ చేరుకున్నాడు. అక్కడ ప్రొ.చంద్రను కలిశారు. ప్రొ.చంద్ర ఆయనకు పరిచయ లేఖ ఇచ్చారు. ఢిల్లీ వెళ్లి వీర్ అర్జున్ కి కరస్పాండెంట్ గా పని చేయడం మొదలుపెట్టాడు. అతను నకిలీ పేరుతో (బల్వంత్ సింగ్) ఈ పేపర్ కోసం పనిచేస్తున్నాడు. అకాలీ ఉద్యమం వెనక్కి తీసుకోబడినప్పుడు, అతను లాహోర్‌కు తిరిగి వచ్చాడు.

ఇతర రాజకీయ మరియు సామాజిక కార్యకలాపాలు

అతను లాహోర్‌కు తిరిగి వచ్చిన తర్వాత కూడా ఉత్తరప్రదేశ్‌లోని విప్లవకారులతో తన సంబంధాన్ని కొనసాగించాడు. 'హిందుస్తాన్ రిపబ్లికన్ అసోసియేషన్' సభ్యులు కోయిటీకి పాల్పడ్డారు. పార్టీ కోసం డబ్బు సేకరించేందుకు 1925 ఆగస్టు 1న హర్దోయ్

నుండి లక్నోకు రైలు బయలుదేరింది. ఈ సంఘటనను భారతదేశ చరిత్రలో కాకోరి కాండ్ అని పిలుస్తారు. కొన్ని ఈ కేసులో విప్లవకారులను అరెస్టు చేశారు. వారిని జైలు నుంచి విడుదల చేసేందుకు పథకం రచించారు. భగత్ సింగ్ నవంబర్, 1925లో ప్రణాళికలో పాల్గొనడానికి కాన్పూర్ వెళ్ళాడు, కాని రహస్యం బయటకు రావడంతో ప్రణాళికను అమలు చేయలేకపోయాడు. ఇదే విధమైన ప్రణాళిక జనవరి-ఫిబ్రవరి, 1926లో కూడా రూపొందించబడింది. ఈ ప్రణాళికలో భగత్ సింగ్ పాల్గొన్నారు, కానీ ఇది కూడా విజయవంతం కాలేదు. లాహోర్‌లో అతను సోహన్ సింగ్ జోరా స్థాపించిన 'కీర్తి కిసాన్ పార్టీ'తో అనుబంధం కలిగి ఉన్నాడు. ఈ పార్టీకి చెందిన కీర్తి పత్రికలో ఆయన కథనాలు ప్రచురితమయ్యాయి.

'నౌజవాన్ భారత్ సభ' స్థాపన

లాహోర్‌లో భగత్ సింగ్ తన స్నేహితులను మరియు భావసారూప్యత గల రాజకీయ కార్యకర్తలను సేకరించి తన లక్ష్యాలను సాధించడానికి ఒక సంస్థను ఏర్పాటు చేయడం గురించి చర్చించాడు. వివరంగా చర్చించిన తర్వాత, అతను 1926లో 'నౌజవాన్ భారత్ సభ'ను స్థాపించాడు. వాస్తవానికి భగత్ సింగ్ దాని వ్యవస్థాపకుడు అయినప్పటికీ, రామ్ కృష్ణ బి.ఎ. దాని అధ్యక్షుడిగా నియమించబడ్డాడు మరియు భగత్ సింగ్ దాని కార్యదర్శి అయ్యాడు. ఈ సంస్థ యొక్క ప్రధాన లక్ష్యాలు భారతీయ సంస్కృతి వ్యాప్తి, స్వదేశీకి ప్రోత్సాహం, భారతీయ భాషల అభివృద్ధి,

సాధారణ జీవితం కోసం విద్య, శారీరక ఆరోగ్య అవగాహన మరియు సమకాలీన సామాజిక అంశాలపై చర్చలు. 1930లో అప్పటి భారత ప్రభుత్వ హోం మంత్రిత్వ శాఖ ఈ కార్యక్రమాలను మెచ్చుకుంది. ఈ సంస్థ కీర్తి కిసాన్ పార్టీ' మరియు 'హిందుస్థాన్ రిపబ్లికన్ అసోసియేషన్'తో కూడా టచ్‌లో ఉంది. ఇది ఒక లౌకిక సంస్థ. ఈ సంస్థలో సభ్యత్వం పొందే ముందు ప్రతి ఒక్కరూ తమ కులం, మతాల ప్రయోజనాల కంటే దేశ ప్రయోజనాలే ఉన్నతంగా పరిగణిస్తానని ప్రమాణం చేయాలని పిలుపునిచ్చారు. ఈ సంస్థ పంజాబ్‌లోని లాహోర్, అమృతసర్, జలంధర్, లూధియానా, మోంట్‌గోమెరీ, మొరిండా, ముల్తాన్, అటాక్, సర్గోధా మరియు సియాల్‌కోట్ వంటి వివిధ జిల్లాల్లో తన శాఖలను కలిగి ఉంది. ఈ సంస్థలోని ముఖ్యమైన సభ్యులలో రామ్ కిషన్, శార్దూల్ సింగ్, కవీశ్వర్, భగవతి చరన్ వోహ్రా, కేదార్ నాథ్ సెహగల్, మీర్ అబ్దుల్ మజీద్, డాక్టర్ సత్య పాల్, సైఫుద్దీన్ కిచ్లు, పిండి దాస్ మరియు కవి లాల్ చంద్ ఫలక్ ఉన్నారు.

క్రింది దాని లక్ష్యాలు:

(A) కార్మికుల పూర్తి స్వతంత్ర గణతంత్ర ఏర్పాటు మరియు భారతదేశ రైతులు.

(B) ఏర్పడటానికి యువతలో దేశం పట్ల ప్రేమను పెంపొందించడం భారతదేశం యొక్క యునైటెడ్ రిపబ్లిక్.

(C) మతతత్వం లేని అన్ని సామాజిక, ఆర్థిక మరియు పారిశ్రామిక ఉద్యమాలకు సానుభూతి మరియు మద్దతును అందించడం; మరియు ఆదర్శ రైతులు మరియు శ్రామికుల ఉద్యమాలకు మద్దతు అందించడం, స్వతంత్ర గణతంత్ర రాజ్య లక్ష్యాన్ని సాధించేందుకు వారిని చేరువ చేయడం.

(D) కార్మికులు మరియు రైతులను సంఘటితం చేయడం. ఈ సంస్థ కార్ల్ మార్క్స్ సోషలిస్టు సూత్రాలపై ఆధారపడి ఉందని స్పష్టంగా తెలుస్తుంది. బహుశా, వారు 1917 నాటి గొప్ప రష్యన్ విప్లవం నుండి దీని కోసం ప్రేరణ పొందారు. హిందూస్థాన్ రిపబ్లికన్ అసోసియేషన్ సభ్యులు ఈ సంస్థలోని సమర్థులైన సభ్యుల నుండి ఎంపిక చేయబడ్డారు. హిందుస్థాన్ రిపబ్లికన్ అసోసియేషన్' తర్వాత 'హిందుస్థాన్ సమాజ్ వాదీ రిపబ్లికన్ అసోసియేషన్'గా పిలువబడింది.

లాహోర్ స్టూడెంట్స్ యూనియస్

1928లో భగత్ సింగ్ విద్యార్థి సంఘాన్ని ఏర్పాటు చేశారు. ఈ యూనియన్ 'నౌజవాన్ భారత్ సభ' విద్యార్థుల సభ్యుల శాఖ. ఇది విప్లవ సభ్యుల నియామక కేంద్రంగా పనిచేయడానికి ఏర్పడింది. 'సభ'లో కూడా ఎక్కువగా విద్యార్థులను నియమించారు. కర్తార్ సింగ్ సారభాను ఉరితీసిన జ్ఞాపకార్థం 'సభ' అమరవీరుల దినోత్సవాన్ని జరుపుకుంది, అలాగే 1925 ఆగస్టు 9న కాకోరి కాండ్‌లోని అమరవీరుల జ్ఞాపకార్థం- రామ్ ప్రసాద్ బిస్మిల్, అష్ఫాఖుల్లా ఖాన్, రోషన్ సింగ్ లాహిరి మరియు ఇతరులు. భగత్ సింగ్ రామ్ ప్రసాద్ బిస్మిల్ యొక్క హత్తుకునే కథను వివరించాడు. ప్రజలలో అంటరానితనం, కులతత్వం మరియు ఆహార పద్ధతుల్లో భిన్నత్వం అనే సంకుచిత ఆలోచనలను రూపుమాపడానికి 'సభ' హిందువులు, ముస్లింలు మరియు అట్టడుగు కులాల ప్రజల ఉమ్మడి భోజన విందులను నిర్వహించింది. ఫజల్, మన్సూర్ ఇలాహి వంటి ముస్లిం సభ్యులు ముస్లిం సమాజం యొక్క చెడు పద్ధతులను అందిస్తూ మరియు విమర్శిస్తూ అనేక వ్యాసాలు రాశారు. హిందూ సమాజంలోని కులతత్వాన్ని ప్రిన్సిపాల్ ఛబిల్ దాస్ తీవ్రంగా విమర్శించారు. బహిరంగ సభలతో పాటు 'సభ' రహస్య

సమావేశాలు కూడా జరిగాయి. అతి త్వరలో ప్రభుత్వానికి 'సభ' ద్వారా రహస్య కార్యకలాపాలు మరియు చేతి బిల్లుల పంపిణీ గురించి తెలిసింది. ఇది 1930లో చట్టవిరుద్ధంగా ప్రకటించబడింది. కాకోరీ ఖండానికి చెందిన ఇద్దరు విప్లవకారులు, జోగేష్ చంద్ర ఛటర్జీ మరియు S.L. సన్యాల్ కాన్పూర్ జైల్లో ఉన్నారు. భగత్ వారిని జైలు నుంచి విముక్తి చేసేందుకు సింగ్ తన శాయశక్తులా ప్రయత్నించాడు కానీ విజయం సాధించలేకపోయాడు. ఈ వైఫల్యం కారణంగా అతను బాధపడ్డాడు, కానీ అతను ఓటమిని అంగీకరించలేదు. ఎప్పటిలాగే యాక్టివ్‌గా ఉన్నాడు.

అరెస్టు

ప్రభుత్వం భగత్ సింగ్ యొక్క ప్రతి కార్యకలాపాన్ని నిశితంగా గమనిస్తోంది, అయితే అతనిని అరెస్టు చేయడానికి (అతనికి వ్యతిరేకంగా) ఎటువంటి తీవ్రమైన కారణం కనిపించలేదు. 1927లో దసరా రోజున ఆ కారణం వచ్చింది. ఆ సమయంలో భగత్ సింగ్ తిల్లీ బాగ్ నుండి తిరిగి వస్తున్నాడు. ఈ తోటలో లెక్కలేనన్ని రకాల సీతాకోకచిలుకలు ఉన్నాయి. భగత్ సింగ్ ప్రత్యేకంగా ఎర్రటి రెక్కలు ఉన్న సీతాకోకచిలుకను ఇష్టపడ్డాడు. ఈ సీతాకోకచిలుక నిమ్మ మరియు నారింజ చెట్ల చుట్టూ తిరుగుతూ భగత్ సింగ్‌కు మత్తును కలిగించింది.

అతను ఈ తోట నుండి తిరిగి వస్తుండగా, దసరా ప్రేక్షకులపై ఎవరో బాంబు విసిరారు. ఈ ఘటనలో 12 మంది మృతి చెందగా, 56 మంది గాయపడ్డారు. భగత్ సింగ్ అల్లర్లను ప్రోత్సహించాడని ఆరోపిస్తూ పోలీసులు అరెస్టు చేశారు, అయితే విప్లవకారులు అలాంటి చర్యలను పూర్తిగా వ్యతిరేకించారు. నిజమే, బాంబు విసిరింది చన్నాడిన్ అనే వ్యక్తి, అతను పోలీసు. ఆ తర్వాత పాముకాటుతో చనిపోయాడు. మొత్తం కండ్ (ఎపిసోడ్) పోలీసుల ఉదాహరణలో రూపొందించబడింది. పోలీసులు భగత్ సింగ్‌ను అరెస్టు చేయాలని, దర్యాప్తు చేసి విప్లవకారుల గురించి మరింత తెలుసుకోవాలని భావించారు కకోరి కాండ్‌తో అనుసంధానించబడింది. అతనిపై కేసు నమోదు చేయకుండా ఒక నెల పాటు లాహోర్ జైలులో ఉంచారు మరియు తరువాత అతన్ని వస్తాల్ జైలుకు పంపారు. అతనిపై తప్పుడు కేసు బనాయించి సాక్ష్యాలు సేకరించేందుకు పోలీసులు ఎంతగానో ప్రయత్నించినా ఫలితం లేకపోయింది. చివరికి అరవై వేల రూపాయల పూచీకత్తుపై విడుదలయ్యాడు. దీని తరువాత, అతనిపై కేసు పెట్టబడలేదు లేదా అతని బెయిల్ రద్దు చేయలేదు. అప్పుడు భగత్ సింగ్ తన ష్యూరిటీలను తనపై కేసు పెట్టమని లేదా అతని

బెయిల్ రద్దు చేయమని ప్రభుత్వాన్ని కోరాలని కోరారు. కాబట్టి, 1928లో అతని బెయిల్ రద్దు చేయబడింది. భగత్ సింగ్ బెయిల్ కాలంలో తన రాజకీయ కార్యకలాపాలను రహస్య రూపంలో కూడా కొనసాగించాడు. బెయిల్ తర్వాత, అతను బహిరంగంగా తిరగడానికి స్వేచ్ఛగా ఉన్నాడు. ఆ రోజుల్లో కొంతమంది ఆంగ్లేయులు వేటకు వెళుతుండగా సర్దార్ కిషన్ సింగ్ పొలానికి వచ్చారు. భగత్ సింగ్ కార్యకలాపాలు పరిశీలనలో ఉన్నాయనే విషయం వారి ద్వారా తెలిసింది . అతను జాతీయవాద కుటుంబానికి చెందిన కుమారుడని మరియు లాహోర్‌లో కొన్ని రాజకీయ కార్యకలాపాలు నిర్వహిస్తున్నాడని.

సర్దార్ కిషన్ సింగ్ ప్రభుత్వం దృష్టిని మరల్చేందుకు అతని కోసం డెయిరీ ఫామ్‌ను తెరిచాడు. మనం డైరీ ఫామ్‌లో భిన్నమైన భగత్ సింగ్‌ని చూస్తాము. అతను తెల్లవారుజామున 4.00 గంటలకు లేచి, తన గేదెలకు పాలు పోసి, సూర్యోదయానికి ముందే పాలను టోంగాలో వేసి లాహోర్‌కు బయలుదేరాడు మరియు సమర్థవంతమైన వ్యాపారవేత్త వలె తన లావాదేవీలను నిర్వహించాడు. కొన్ని రోజులలో, సేవకుడు లేనప్పుడు, అతను గేదె పేడను కూడా తీసివేసాడు. బెయిల్ వచ్చిన వెంటనే అతని దృష్టి డెయిరీపై మళ్లింది. వినియోగదారులకు సకాలంలో పాలు అందకపోవడంతో చివరకు డెయిరీని మూసివేయాల్సి వచ్చింది. ఇవి రెండు విపరీతమైన పాత్రలు మరియు పోల్స్ వేరుగా ఉన్నాయి. ఒకవైపు భారతమాత నిజాయితీ గల విప్లవ కుమారుడు, మరోవైపు పాల వ్యాపారి. అతని బెయిల్ కాలంలో, అతని డెయిరీ రాత్రిపూట ఈ విధమైన రాజకీయ కార్యకలాపాలకు కేంద్రంగా మారింది.

విప్లవకారుల ఢిల్లీ సమావేశం

పార్టీ పునర్వ్యవస్థీకరణ కోసం 1928 జులైలో దేశవ్యాప్తంగా ఉన్న విప్లవకారులు సమావేశం నిర్వహించాలని నిర్ణయించుకున్నారు. కాబట్టి, ఈ సమావేశం 1928 ఆగస్టు లేదా సెప్టెంబర్‌లో ఫిరోజ్ షా కోట శిథిలాలలో జరిగింది. (తేదీల గురించి, వివిధ పుస్తకాలు వేర్వేరు సంస్కరణలను అందిస్తాయి.

కొన్ని పుస్తకాలలో ఈ సమావేశం సెప్టెంబర్, 1928లో జరిగినట్లు మాత్రమే వ్రాయబడింది. మరికొందరు సెప్టెంబర్ 8 మరియు 9 తేదీలను తేదీగా పేర్కొన్నారు. ఇతర పుస్తకాల ప్రకారం ఇది ఆగస్టు 8న జరిగింది. పోలీసు రికార్డుల ప్రకారం 1928 ఆగస్టు 8న కోట్ల ఫిరోజ్ షాలో సమావేశం జరిగింది.) ఈ సమావేశానికి ఉత్తరప్రదేశ్,

పంజాబ్, రాజస్థాన్ మరియు బీహార్ నాలుగు రాష్ట్రాల విప్లవకారులు హాజరయ్యారు. భగత్ సింగ్, సుఖ్ దేవ్, యశ్ పాల్, రాజ్ గురు, మహావీర్ సింగ్, విజయ్ కుమార్ సిన్హా, సురేంద్ర పాండే, భగవతీ చరణ్, బ్రహ్మ దత్, జతీంద్ర నాథ్ దాస్, శార్దూల్ సింగ్ మరియు మోహన్ సింగ్ జోష్ వంటి సుప్రసిద్ధ విప్లవకారులు హాజరయ్యారు. మొత్తం అరవై మంది విప్లవకారులు ఐదుగురు స్త్రీలతో సహా హాజరయ్యారు. భగత్ సింగ్ సమావేశానికి కార్యదర్శి. రాత్రి సమావేశం జరిగింది. చంద్ర శేఖర్ ఆజాద్ ఈ సమావేశానికి పూనుకోలేకపోయారు. భగత్ సింగ్ మరియు శివ వర్మ ఇప్పటికే అతనిని కలిశారు. సమావేశంలో మెజారిటీ తీసుకున్న నిర్ణయానికి అనుగుణంగా నడుచుకుంటానని ఆయన వారికి హామీ ఇచ్చారు.

బెంగాలీ విప్లవకారులను ఆహ్వానించేందుకు శివవర్మ వెళ్లాడు ఈ సమావేశానికి కానీ వారి వైఖరి సహకరించలేదు. వారు కొన్ని షరతులతో హాజరు కావాలన్నారు. అన్ని రాష్ట్రాల విప్లవకారులు అనుశీలన్ పార్టీ నాయకుడి ఆధ్వర్యంలో పని చేయాలన్నది వారి మొదటి షరతు. వారి రెండవ షరతు ప్రకారం, సభ్యులు తమ కార్యకలాపాలను కొత్త సభ్యులను చేర్చుకోవడానికి మరియు డబ్బు వసూలు చేయడానికి మాత్రమే పరిమితం చేయాలి. కానీ విప్లవకారుల ఈ కొత్త సంస్థ పార్టీలో వ్యక్తిగత నియంతృత్వాన్ని పూర్తిగా వ్యతిరేకించింది. కాబట్టి అటువంటి నియంతృత్వ నాయకులను ప్రస్తుత సమావేశానికి దూరంగా ఉంచారు. విప్లవం తర్వాత దేశం సోషలిస్టు సూత్రాలను అనుసరించాలని ఈ సమావేశంలో నిర్ణయించారు.

భగత్ సింగ్ సూచన మేరకు 'హిందుస్థాన్ రిపబ్లికన్ అసోసియేషన్' పేరు 'హిందూస్థాన్ సోషలిస్ట్ రిపబ్లికన్ అసోసియేషన్'గా మార్చబడింది. దాని కింద 'హిందుస్థాన్ సోషలిస్ట్ రిపబ్లికన్ అసోసియేషన్ ఆర్మీ' అనే సెల్ కూడా సృష్టించబడింది. చంద్ర శేఖర్ ఆజాద్ కమాండర్-ఇన్-చీఫ్గా ఎంపికయ్యారు. అఖిల భారత కేంద్ర కార్యవర్గాన్ని ఏర్పాటు చేశారు. వివిధ ప్రావిన్సుల విప్లవకారులతో సన్నిహితంగా ఉండటానికి ఒక అంతర్-ప్రాంతీయ కమిటీని కూడా ఏర్పాటు చేశారు. దీని బాధ్యతను భగత్ సింగ్ మరియు విజయ్ కుమార్ సిన్హాలకు అప్పగించారు. పంజాబ్‌కు కోఆర్డినేటర్‌గా సుఖ్ దేవ్, యునైటెడ్ ప్రావిన్స్ (ఉత్తరప్రదేశ్)కు శివ్ వర్మ, రాజస్థాన్‌కు కుందన్ లాల్, బీహార్‌కు ఫణీంద్ర నాథ్‌లు నియమితులయ్యారు. నిధులు మరియు ఆయుధాలు కేంద్ర కార్యనిర్వాహక కమిటీ అధికారం క్రింద ఉంచబడ్డాయి. ఆయుధాలను అవసరమైన ప్రావిన్స్‌కు పంపాలని మరియు ఉద్యోగం ముగిసిన తర్వాత వాటిని తిరిగి కేంద్ర

కార్యనిర్వాహక కమిటీకి పంపాలని నిర్ణయించారు. అదనంగా, ఈ క్రింది నిర్ణయాలు తీసుకోబడ్డాయి:

(A) సైమన్ కమిషన్ సమగ్రంగా మరియు విస్తృతంగా బహిష్కరించబడుతుంది మరియు అతనిని తీసుకువెళుతున్న రైలుపై బాంబు దాడి చేయబడుతుంది.

(B) బాంబులను అసెంబ్లింగ్ చేయడంలో నిపుణుడిని గుర్తించాలి మరియు పార్టీ సభ్యులకు బాంబులు తయారు చేయడంలో అతని ద్వారా శిక్షణ ఇవ్వాలి.

(C) కలకత్తాలో బాంబులను అసెంబ్లింగ్ చేసే ఫ్యాక్టరీలు స్థాపించబడతాయి, సహరాన్‌పూర్, ఆగ్రా మరియు లాహోర్.

(D) కాకోరీ కాండ్‌కు సంబంధించిన రహస్యాన్ని బయటపెట్టిన వ్యక్తి చంపబడతాడు మరియు యోగేష్ చంద్ర ఛటర్జీ జైలు నుంచి విముక్తి పొందారు.

(E) డకాయిటీలు డబ్బు వసూలు చేయడానికి కట్టుబడి ఉంటాయి.

అంతవరకూ సాధ్యమైన ప్రభుత్వ ఖజానాలు లూటీ చేయబడతాయి. ఈ సమావేశం తర్వాత పార్టీ ప్రధాన కార్యాలయాన్ని ఆగ్రా నుంచి ఝాన్సీకి మార్చారు. కాకోరి కాండ్ తర్వాత కూడా కార్యాలయం ఇక్కడే ఉంది. ఈ సమావేశం తర్వాత భగత్ సింగ్ తన సహచరులతో కలిసి భటిండా మీదుగా పంజాబ్‌కు బయలుదేరాడు. సాధారణ దుస్తులలో ఉన్న పోలీసులు విప్లవకారుల కోసం వివిధ ప్రాంతాల్లో వెతుకుతున్నారు. ఢిల్లీలో పంజాబ్ పోలీస్ కానిస్టేబుళ్ల డ్రెస్ వేసుకున్నారు. అతని సహచరుడు ఒకడు ముందు, మరొకడు అతని వెనుక నడుచుకుంటూ వెళ్తున్నాడు. భటిండా వెళ్లే రైలులో కూర్చున్నారు. రైలు బయలుదేరడానికి ఇంకా పది నిమిషాల సమయం ఉంది. ఇంతలో ఒక S.H.O. వచ్చి అడిగారు:

"మీరు ఎక్కడికి వెళుతున్నారు?"

"ఫిరోజ్‌పూర్" అని భగత్ సింగ్ బదులిచ్చాడు.

"ఏ పోలీస్ స్టేషన్?" "నిహాల్ సింగ్ వాలా."

"మీ బెల్ట్ నంబర్ ఎంత?"

"చూడండి, 2340501." "రైల్వే పాస్?"

"నీ పేరు?"

"నా సహోద్యోగి దానిని మార్చడానికి వెళ్ళాడు."

"కర్తార్ సింగ్"

"మీరు ఇక్కడికి దేనికి వచ్చారు?"

"ఖైదీలను ఇక్కడ వదలడానికి." S.H.O. భగత్ సింగ్ ప్రకటనను విశ్వసించలేదు. పంజాబ్ పోలీసు పాస్ మారుస్తున్నారా అని ఆరా తీయడానికి టికెట్ విండో దగ్గరకు వెళ్లాడు. ఇంకేముంది S.H.O. భగత్ సింగ్ టాయిలెట్‌లోకి వెళ్లి, సాధువు దుస్తులు మార్చుకుని, ఒక చేతిలో గీతతో మరో కంపార్ట్‌మెంట్‌కి మారాడు. రైలు కదలడం ప్రారంభించింది. తదుపరి స్టేషన్‌లో రైలు ఆగినప్పుడు, అదే S.H.O. ప్రతి కంపార్ట్‌మెంట్‌ను చాలా జాగ్రత్తగా పరిశీలించారు. కానీ అతను భగత్ సింగ్‌ను గుర్తించలేకపోయాడు. అతను భటిండా హీల్ మరియు హృదయపూర్వకంగా తిరిగి రావడం అదృష్టవంతుడు.

3 . సైమన్ కమిషన్ బహిష్కరణ మరియు లాలా లజపత్ రాయ్ మరణం

పరిపాలనా సంస్కరణలకు సంబంధించి 1919 నుండి వర్తించే వివిధ చట్టాలను పరిశీలించడానికి ఇంగ్లాండ్ నుండి భారతదేశానికి ఒక కమిషన్ వస్తోంది. కాబట్టి, 8 నవంబర్, 1927న వైస్రాయ్ లార్డ్ సైమన్ అధ్యక్షతన ఏడుగురు సభ్యుల కమిషన్ భారతదేశాన్ని సందర్శిస్తుందని మరియు ఇక్కడ పరిపాలనలో పురోగతిని పునరుద్ధరిస్తూ బ్రిటిష్ ప్రభుత్వానికి నివేదిస్తానని ప్రకటించారు. భారతదేశం 1924 నుండి మతపరమైన మంటల్లో కాలిపోతోంది. కాంగ్రెస్ పార్టీ కలకత్తా సెషన్‌లో దీనిని బహిష్కరించాలని ఇప్పటికే నిర్ణయించుకుంది.

ఈ కమీషన్ ఫిబ్రవరి 1928లో బొంబాయికి చేరుకుంది. ఆ రోజు దేశవ్యాప్త సమ్మె జరిగింది మరియు 'సైమన్, గో బ్యాక్' అంటూ నినాదాలు చేశారు. ఈ ప్రదర్శనలతో బ్రిటిష్ ప్రభుత్వం అవాక్కయింది. సైమన్ కమిషన్‌కు వ్యతిరేకంగా ఢిల్లీ మరియు మద్రాసులో కూడా ప్రదర్శనలు, నినాదాలు మరియు నల్లజెండాల ప్రదర్శన ద్వారా నిరసనలు జరిగాయి. పోలీసుల కాల్పుల్లో మద్రాసులో ముగ్గురు ప్రదర్శనకారులు మరణించారు. కలకత్తాలో కూడా భారీ ప్రదర్శనలు జరిగాయి. ఈ కమిషన్‌లో భారతీయులెవరూ సభ్యులుగా లేరు. దీంతో దాదాపు అన్ని రాజకీయ పార్టీలు నిరసనల్లో పాల్గొన్నాయి. ఒక రకంగా చెప్పాలంటే దేశం మొత్తం ఈ కమిషన్‌కు వ్యతిరేకంగా నిరసన వ్యక్తం చేసింది.

లాహోర్‌లో కమిషన్ బహిష్కరణ

కమీషన్‌పై బాంబు విసిరేందుకు విప్లవకారులు ఢిల్లీ కన్వెన్షన్‌లో ముందే ప్లాన్ చేసుకున్నారు. అయితే పార్టీకి డబ్బు కొరత ఏర్పడింది. ఇంతలో, గోరఖ్‌పూర్‌లోని పోస్టాఫీసులో సేవకుడు కైలాష్ పతి వెయ్యి ఎనిమిది వందల రూపాయలతో పారిపోయాడు. అతను ఈ డబ్బును పార్టీ కేంద్ర కార్యవర్గానికి ఇచ్చాడు. ఈ చిన్న రాజధానితో పార్టీ సత్తా చాటుతోంది. బాంబు పేలుళ్ల పథకం విజయవంతం కాలేదు. పార్టీ లాహోర్ శాఖ వివిధ రాజకీయ పార్టీలతో సమన్వయం చేసుకుని భారీ స్థాయిలో నిర్వహించాలని ఆదేశించారు . సైమన్ కమిషన్‌కు వ్యతిరేకంగా ప్రదర్శన. సైమన్ కమిషన్ 30 అక్టోబర్, 1928న లాహోర్ చేరుకుంది. లాలా లజపతిరాయ్ అన్ని

రాజకీయ పార్టీల సంయుక్త ఊరేగింపుకు నాయకత్వం వహించారు. భగత్ సింగ్ స్వయంగా లాలాజీ దగ్గరికి వచ్చి, తన పార్టీ యువకులను ముందు ఉంచడానికి అతని అనుమతి పొందాడు. తిరుగుబాటుదారులు అతని చుట్టూ ఏదో ఒక వలయంలా ఏర్పడ్డారు. ఓ యువకుడు ఎండ నుంచి రక్షించేందుకు గొడుగు పట్టుకున్నాడు. ప్రజలు నల్లజెండాలు పట్టుకుని, 'సైమన్, గో బ్యాక్' 'ఇంక్విలాబ్ జిందాబాద్' (విప్లవం చిరకాలం జీవించండి) అంటూ నినాదాలు చేస్తూ ముందుకు సాగారు. ఒకవైపు జనం పెద్దఎత్తున ఎగిసిపడుతున్న అలలతో అట్టడుగు సముద్రంలా ముందుకు సాగుతుండగా, మరోవైపు ప్రభుత్వం దానిని ప్రతిష్టాత్మకంగా మార్చుకుంది. ఎవరూ వెనక్కి తగ్గడానికి సిద్ధంగా లేరు.

లాలాజీ మరియు అతని మరణంపై లాఠీ ఛార్జ్

ఇంతలో లాహోర్ పోలీసు సూపరింటెండెంట్ మిస్టర్ స్కాట్ తన సహచరులతో అక్కడికి వచ్చారు. విపరీతమైన జనసమూహాన్ని చూసిన అతను అంచనా వేసి, పరిస్థితిని శత్రుత్వం మరియు అగౌరవంగా మారకుండా కాపాడటానికి ప్రదర్శనకారులను అక్కడి నుండి తొలగించడం అవసరమని నిర్ణయించుకున్నాడు. కాబట్టి అతను తన నమ్మకమైన డిప్యూటీ సూపరింటెండెంట్ మిస్టర్ సాండర్స్‌కి ఈ పనిని అప్పగించాడు. ముందుగా గుంపును చెదరగొట్టేందుకు పోలీసులు స్వల్ప లాఠీచార్జికి పాల్పడ్డారు, అయితే ఇది యువకులపై ప్రభావం చూపలేదు.

దీని తర్వాత సాండర్స్ ఆకలితో ఉన్న తోడేలులా గుంపుపైకి దూసుకెళ్లాడు. మొదట అతను లాలా లజపతిరాయ్ గొడుగును కొట్టాడు. అతని రెండవ దెబ్బ అతని భుజాలపై, మూడవది అతని తలపై పడింది. అప్పుడు స్కాట్ స్వయంగా లాలాజీని కనికరం లేకుండా కొట్టడం ప్రారంభించాడు. అతని తలపై బలమైన గాయం తగిలి రక్తంలో తడిసి ముద్దయింది. ఇంకా చాలా మంది వ్యక్తులు గాయపడ్డారు. భగత్ సింగ్ ఇదంతా తన కళ్లతో చూస్తున్నాడు. అతని కోపానికి అవధులు లేవు, కానీ లాలాజీ సూచనతో అతను మౌనంగా ఉన్నాడు. యువకులు వెళ్లేందుకు సిద్ధంగా లేరు. అయితే పోలీసుల అమానవీయ మరియు అనాగరిక ప్రవర్తనకు నిరసనగా ప్రదర్శనను నిలిపివేయాలని లాలాజీ వారిని ఆదేశించారు. ఆయన ఆదేశాల మేరకు యువకులు వరుసలో పడాల్సి వచ్చింది.

కమిషన్‌కు నిరసనగా ఆ సాయంత్రం లాహోర్‌లోని మోరీ గేట్‌లో సమావేశం జరిగింది. ఈ సమావేశంలో డిప్యూటీ సూపరింటెండెంట్ ఆఫ్ పోలీస్ నీల్ కూడా పాల్గొన్నారు. పోలీసుల తీరును ఖండిస్తూ, గాయపడిన లాలాజీ తన ప్రసంగం చేస్తూ, "నిరాయుధులైన ప్రజలపై ఇంత క్రూరంగా దాడి చేసే ప్రభుత్వాన్ని నాగరిక ప్రభుత్వం అని పిలవలేము, మరియు అలాంటి ప్రభుత్వం కొనసాగదు. నేను ఈ రోజు ప్రకటిస్తున్నాను, పోలీసులు చేసిన దెబ్బ. ఈ ప్రభుత్వం నాపై కొట్టిన దానిని ఏదో ఒక రోజు పూర్తి చేస్తుంది. నాపై కురిపించిన లాఠీలు భారతదేశంలోని బ్రిటిష్ పరిపాలన యొక్క శవపేటికకు చివరి మేకుగా మారతాయి."

వెంటనే లాలాజీని ఆసుపత్రికి తరలించారు. ఈ సంఘటన జరిగిన పద్దెనిమిది రోజుల తర్వాత 1928 నవంబర్ 17న మరణించాడు. భగత్ సింగ్ దృష్టిలో లాలాజీ మరణం దేశం మొత్తానికి అవమానంగా ఉంది మరియు అతని అభిప్రాయం ప్రకారం దానికి ప్రతీకారం ఒక్క విధంగా మాత్రమే ఉంటుంది: "రక్తం కోసం రక్తం." బ్రిటీష్ పార్లమెంట్ దిగువ సభ అయిన హౌస్ ఆఫ్ కామన్స్‌లో ఈ అంశాన్ని లేవనెత్తారు. సభలో ఒక సభ్యుడు, కల్నల్ వెడ్జ్‌వుడ్, ఈ విషయంలో ప్రభుత్వం తన వైఖరిని స్పష్టం చేయాలని కోరారు, అయితే ఈ మరణానికి ప్రభుత్వం బాధ్యత వహించలేదు.

లాలా లజపత్ రాయ్ మరణం ఆ సందర్భంలో తగిలిన గాయాల వల్లనే అని నిరూపించడానికి ఎలాంటి ఆధారాలు తీసుకురాలేదు" అని ప్రభుత్వం ఒక కుంటి సాకుతో బయటపడింది. లాలా లజపత్ బంధువుల ముందు న్యాయ విచారణ మరియు బహిరంగ క్షమాపణ డిమాండ్ రాయ్ కూడా తిరస్కరించారు.ఇదంతా బ్రిటిష్ ప్రభుత్వ నిజ స్వరూపాన్ని బట్టబయలు చేసింది.

ది మర్డర్ ఆఫ్ సాండర్స్

లాలా లజపతిరాయ్ మరణానికి ప్రతీకారంగా 'హిందూస్థాన్ సోషలిస్ట్ రిపబ్లికన్ ఆర్మీ' 1928 డిసెంబర్ 10వ తేదీన రాత్రి సమావేశాన్ని నిర్వహించింది. భగత్ సింగ్, చంద్ర శేఖర్ ఆజాద్, మహావీర్ సింగ్, సుఖ్ దేవ్, రాజ్ గురు, జై గోపాల్, కిషోరి లాల్ మరియు దుర్గా దేవి సమావేశంలో పాల్గొన్నారు. భగత్ సింగ్ దేశం యొక్క దయనీయ పరిస్థితిని వివరిస్తూ, "దేశమంతటా ఉద్రిక్తత ఉంది, బెంగాల్‌లో పార్టీ గణనీయమైన పని చేసింది. వారు కొంతమంది అధికారులను తొలగించారు. వారు కొంతమంది అధికారులను తొలగించారు. ఆంగ్లేయులు భయపడ్డారు. ఫలితంగా వారు తమను పంపడం

ప్రారంభించారు. బ్రిటన్‌కు కుటుంబాలు రాబోయే కాంగ్రెస్ సెషన్‌లో దత్తతకు సమర్పించబడుతుంది, కానీ అతను ఏదైనా చేయగలడో లేదో నాకు ఖచ్చితంగా తెలియదు. మరోవైపు యువకుల రక్తం మరుగుతోంది.

ఈ సమావేశానికి చంద్రశేఖర్ ఆజాద్ అధ్యక్షత వహించారు. సభ్యులను ఉద్దేశించి ఆయన మాట్లాడుతూ, "మిత్రులారా, మేము బ్రిటిష్ సామ్రాజ్యానికి వ్యతిరేకంగా స్వాతంత్ర్య పోరాటం చేస్తున్నాము, శత్రు సైన్యం, దాని ఆయుధాలు మరియు ఇతర యుద్ధ సామగ్రి అపరిమితంగా ఉంటాయి, దానితో పోల్చితే మాకు త్యాగం మరియు ప్రజాభిప్రాయం మాత్రమే ఉంది. ఇవే మా ఆయుధాలు మరియు ఇవే మా బలం." భగత్ సింగ్ మళ్లీ మాట్లాడాడు, "స్కాట్ మాత్రమే కాదు, మనం కూడా చేయాల్సి ఉంటుంది. మరికొంతమంది ఆంగ్లేయులకు మరణశిక్ష విధించింది. గవర్నర్ ఉండరు జీవించడానికి అనుమతించబడింది

ఒక భారతీయుడి హత్యకు ప్రతీకారం తీర్చుకుంటారు పది మంది ఆంగ్లేయులను చంపడం. అప్పుడు మాత్రమే శత్రువు నేర్చుకుంటాడు పాఠం." దుర్గాదేవి స్కాట్‌ని చంపమని సూచించింది. దీనిపై భగత్ సింగ్ మొదటగా "అతను నా చేత చంపబడాలి" అని ప్రతిపాదించాడు. దీని తర్వాత రాజ్ గురు, సుఖ్ దేవ్, జై గోపాల్ మరియు దుర్గా దేవి ఈ పని చేయడానికి తమను తాము సమర్పించుకున్నారు. చంద్ర శేఖర్ ఆజాద్ దుర్గాదేవితో మాట్లాడుతూ, "మహిళలు ఈ కార్యక్రమంలో పాల్గొనకూడదు, అలాంటి పని వారికి అప్పగించబడదు. విప్లవకారులను బయటకు తీసుకెళ్లడానికి వారి సహాయం తీసుకుంటారు."

కాబట్టి, భగత్ సింగ్, రాజ్ గురు, సుఖ్ దేవ్, ఆజాద్ మరియు జై గోపాల్‌లకు ఈ పని అప్పగించబడింది. జై గోపాల్ స్కాట్ కదలికలు, అతని మార్గాలు మరియు అతని కార్యకలాపాలను తెలుసుకోవడానికి అతనిపై నిఘా ఉంచాలని కోరారు. తదుపరి సమావేశం 15 డిసెంబర్, 1928న జరిగింది. జై గోపాల్ స్కాట్ యొక్క అన్ని కదలికలు మరియు కార్యకలాపాల గురించి నివేదించారు. అప్పుడు స్కాట్ హత్యకు ఒక ప్రణాళిక రూపొందించబడింది. ఒక్కొక్కరికి ఒక్కో పని అప్పగించారు. జై గోపాల్ తన కార్యాలయం వెలుపల నిలబడి, రుమాలు ఊపుతూ బయటకు వస్తున్నట్లు సూచించేవారు. రాజ్ గురు మరియు భగత్ సింగ్ ఈ సూచనపై చిత్రీకరించనున్నారు.

ఆజాద్ మరియు సుఖ్ దేవ్‌ల పని ఏమిటంటే, స్కాట్‌ను కాల్చి చంపిన తర్వాత భగత్ సింగ్ మరియు రాజ్ గురు పారిపోతున్నప్పుడు, ఎవరూ గమనించలేదు లేదా వారిని

అనుసరించలేదు. ఆజాద్ మరియు సుఖ్ దేవ్ ఈ కళలో నిష్ణాతులు. ఇది శత్రువును కాల్చిన తర్వాత తల నేలకు వంగి ఉండేలా చేస్తుంది. 1928 డిసెంబర్ 17వ తేదీన జై గోపాల్‌ని మధ్యాహ్నానికి పంపారు స్కాట్ కోసం పోలీసు కార్యాలయం. స్కాట్ యొక్క ప్రతి కార్యాచరణ కింద ఉంది జై గోపాల్ స్కానర్. ఇతర అసోసియేట్‌లు కూడా తమ వంతుగా ఉద్యోగం చేయడానికి బయలుదేరారు. స్కాట్ కార్యాలయం పంజాబ్ సివిల్ సెక్రటేరియట్‌లో ఉంది. జై గోపాల్ బహుశా స్కాట్‌ని చూడలేదు. అతను సాండర్స్‌ని స్కాట్‌గా తప్పుగా భావించాడు. అందరూ అతని పోస్ట్ వద్ద సిద్ధంగా ఉన్నారు. జై గోపాల్ తన సైకిల్ చెడిపోయినట్లుగా పోలీసు కాంపౌండ్ దగ్గర సైకిల్‌తో పొజిషన్ అయ్యాడు. సైకిల్‌ను ఉంచడానికి రెండవ కారణం ఏమిటంటే, మొదటి షాట్ తప్పిపోయినట్లయితే, స్కాట్‌ను సైకిల్‌పై అనుసరించి మళ్లీ కాల్చాలి.

భగత్ సింగ్ మరియు రాజ్ గురు గేటుకు కొంత దూరంలో నిలబడి ఉన్నారు. ఆజాద్ డి.ఎ.వి. కాలేజ్ కాంపౌండ్, ఆఫీసుకి ఎదురుగా. భగత్ సింగ్ మరియు రాజ్ గురు కూడా అక్కడ నుండి షూటింగ్ ముగించుకొని హాస్టల్ కి వెళ్ళవలసి ఉంది. ఆజాద్ ఒక మౌసర్ పిస్టల్‌ని తీసుకువెళ్లాడు, అది రైఫిల్ వంటి ఛాతీకి ఎదురుగా ఉంచడం ద్వారా సాధారణ పిస్టల్ కంటే ఎక్కువ దూరం ప్రయాణించేలా చేసింది. అతను తన జేబులో కాట్రిడ్జ్‌లతో నిండిన రెండు పత్రికలను పెట్టుకున్నాడు.

పొరపాటున జై గోపాల్ సాండర్స్‌ని స్కాట్‌గా తీసుకున్నారని ఇదివరకే వివరించబడింది. సాండర్స్ కార్యాలయం నుంచి బయటకు రాగానే జై గోపాల్ సైగ చేశాడు. సాండర్స్ నెమ్మదిగా మరియు నెమ్మదిగా గేట్ వైపు కదులుతుండగా, రాజ్ గురు అతని మెడపై ఉక్కుపాదంతో కాల్చాడు. సాండర్స్ తక్కువ అరుపుతో తన మోటైక్‌తో పాటు కింద పడిపోయాడు. వెంటనే భగత్ సింగ్ తలలోకి నాలుగు-ఐదు బుల్లెట్లు ఎక్కించగా, ఇద్దరూ కాలేజీ కాంపౌండ్ వైపు పరుగులు తీశారు.

ఒక పోలీసు కానిస్టేబుల్ మొత్తం సంఘటనను చూస్తున్నాడు కానీ అతను ఏమీ చెప్పడానికి లేదా చేసే ధైర్యం చేయలేడు. భగత్ సింగ్ మరియు రాజ్ గురు పరుగు ప్రారంభించినప్పుడు, అతను అరిచాడు. అతని అరుపులు విని, ఒక ట్రాఫిక్ ఇన్‌స్పెక్టర్ మరియు ఇద్దరు కానిస్టేబుళ్లు భగత్ సింగ్ మరియు రాజ్ గురు వద్దకు పరిగెత్తారు. భగత్ సింగ్ తిరగబడి కాల్పులు జరిపాడు. ఫెర్న్ తనను తాను రక్షించుకోవడానికి బాతు తప్పి పడిపోయింది. బుల్లెట్ అతనికి తగలలేదు. మరో ఇద్దరు కానిస్టేబుళ్లు కూడా అవాక్కయ్యారు. కదలండి అన్నాడు ఆజాద్. భగత్ సింగ్ మరియు రాజ్ గురు

ముందుకు సాగారు. ఆజాద్ దారికి అడ్డుగా నిలబడ్డాడు. ఒక కానిస్టేబుల్ భగత్ సింగ్ వెంట పరుగెత్తాడు. ఆజాద్ అతన్ని హెచ్చరించాడు, "శ్రద్ధ, వెనక్కి వెళ్ళు." ఇద్దరు కానిస్టేబుళ్లు ఆగినా చందన్ సింగ్ ఆగలేదు. ఆజాద్ ఒక్క బుల్లెట్‌తో అతడిని ముగించాడు. ముగ్గురు సహచరులు కాలేజీ హాస్టల్‌లోకి వెళ్లారు. తర్వాత కాసేపు అక్కడే ఉండి వెనుక డోర్ నుంచి వెళ్లిపోయారు. పంజాబ్ ప్రభుత్వం టెలిగ్రాఫ్ ద్వారా భారత ప్రభుత్వ హోం మంత్రిత్వ శాఖకు తెలియజేసింది:

"ఈరోజు మధ్యాహ్నం 2.00 గంటలకు ఇద్దరు యువకులు అసిస్టెంట్ సూపరింటెండెంట్ ఆఫ్ పోలీస్, సాండర్స్‌పై కాల్పులు జరిపారని మరియు అతను మరణించాడని విచారంతో తెలియజేయబడింది. తక్షణమే. యువకులిద్దరూ డీఏవీ ద్వారా తప్పించుకున్నారు. కళాశాల మార్గం. వెనువెంటనే వెతుకులాట ప్రారంభించినా ఇప్పటివరకు ఎవరినీ అరెస్టు చేయలేకపోయారు. వారిని వెంబడించిన మున్షీ (గుమస్తా) కూడా చంపబడ్డాడు. ఈ సమాచారం తర్వాత వివరణాత్మక నివేదికను పంపారు. ఈ సంఘటన జరిగిన మరుసటి రోజు పింక్ కలర్‌లో ఉన్న పోస్టర్‌లను ప్రతిచోటా గోడలపై అతికించారు, దానిపై ఎరుపు సిరాతో ఈ క్రింది సందేశం వ్రాయబడింది:

"*హిందుస్తాన్ సమాజ్ వాది గణతంత్ర సేన నోటీసు అధికారులు జాగ్రత్త*"

J.P. సాండర్స్ హత్య ద్వారా లజపతిరాయ్ హత్యకు ప్రతీకారం తీర్చుకున్నారు. ఈ ఆలోచన ఒక విషాదాన్ని మిగిల్చింది, "ఈ దేశంలోని ముప్పై కోట్ల మంది ప్రజల గౌరవనీయమైన నాయకుడిపై ఒక సాధారణ అధికారి చేతులు దాడి చేసి చంపడం. ఇది జాతికి అవమానం మరియు భారతదేశ యువకులకు మరియు ప్రజలకు సవాలు. నేడు ప్రపంచం భారతదేశంలోని ప్రజానీకం నిర్జీవంగా లేరని చూశారు.భారతీయుల రక్తం ఇంకా గడ్డకట్టలేదు, వారు తమ దేశ రక్షణ కోసం తమ ప్రాణాలను పణంగా పెడతారు. ఈ సాక్ష్యం ఈ దేశ నాయకులు ఖండించిన మరియు తిరస్కరిస్తున్న యువకులచే అందించబడింది. " సాండర్స్ హత్య భగత్ సింగ్‌ను ప్రముఖ నాయకుడిని చేసింది, ఒకా దేశం మొత్తానికి ప్రియమైన వ్యక్తి. భగత్ సింగ్ పై ప్రశంసల వర్షం కురిపించారు ఈ మహత్తర కార్యానికి, పండిట్ జవహర్‌లాల్ నెహ్రూ తన రచనలో రాశారు

స్వీయచరిత్ర: "భగత్ సింగ్ ఒక చిహ్నంగా మారాడు. సాండర్స్ హత్యను మరచిపోయారు, కానీ సంకేతాలు అలాగే ఉండిపోయాయి మరియు కొన్ని నెలల్లో పంజాబ్‌లోని ప్రతి గ్రామం మరియు నగరం మరియు ఉత్తర భారతదేశంలోని చాలా

భాగం అతని పేరుతో ప్రతిధ్వనించాయి. దీని గురించి చాలా పాటలు వ్రాయబడ్డాయి. అతను మరియు ఈ విధంగా అతను పొందిన ప్రజాదరణ అద్భుతమైనది."

లాహోర్ నుండి ఎస్కేప్

D.A.V హాస్టల్ నుండి బయటకు వెళ్ళే ముందు. కళాశాల, భగత్ సింగ్ తన జుట్టును కత్తిరించి, గడ్డం గీసుకున్నాడు మరియు తన బట్టలు కూడా మార్చుకున్నాడు. అతను తన స్నేహితుడి నుండి ఒక ప్యాంటు మరియు టోపీని అరువుగా తీసుకున్నాడు. "ఇప్పుడు ఎక్కడికి వెళతావు?" అని అడిగాడు స్నేహితుడు. "దుర్గా భాభి ఇంటికి" అని భగత్ సింగ్ బదులిచ్చారు.

"దాని తరువాత?"

"లాహోర్‌ని విడిచిపెట్టడం గురించి నేను ఆమెతో మాట్లాడతాను."

"మరి అప్పుడు?"

"ఎక్కడికి, నేను ఎక్కడికి వెళ్ళగలను."

"ఏదో ఆలోచించాలి, ఏంటి?"

"చెప్పలేను. నేను అడవిలోనో లేక కొండలోనో ఉంటాను."

"ఖర్చులకు డబ్బు?"

"నా దగ్గర రెండు వందల రూపాయలు ఉన్నాయి." "నా వంద రూపాయలు తీసుకో. నేను ఇంటి నుండి తెచ్చుకుంటాను. మీకు కావాలి బయట డబ్బు." "సరే. నాకు ఇవ్వు." ఆ తర్వాత భగత్ సింగ్ అక్కడి నుంచి వెళ్లిపోయాడు. అతను డ్రెస్ మార్చుకున్నప్పటికీ, ఫెర్న్‌పై కాల్పులు జరపడం కొంతమంది కానిస్టేబుళ్లు చూశారని అతనికి తెలుసు. ఎవరైనా గుర్తించగలరని ఎవరికి తెలుసు. చివరగా, భగత్ సింగ్ మరియు సుఖ్ దేవ్ ఒక కొత్త ప్రణాళికతో దుర్గా భాభి (ప్రసిద్ధ విప్లవకారుడు భగవతి చరణ్ వోహ్రా భార్య శ్రీమతి దుర్గా దేవి) ఇంటికి చేరుకున్నారు. దుర్గాభాభి, కంపెనీలో ఒక ఉపాధ్యాయుడి వద్ద సంస్కృతం చదువుతోంది ఇరుగుపొరుగు మహిళ. సుఖ్ దేవ్ ఆమెను పక్కకు పిలిచి, "నువ్వు వెళ్ళడానికి బయటకు రాగలవా

ఎక్కడా?" "ఎక్కడ?.......ఏం పని?" అని అడిగాడు భాభి. "ఈ ఘటనలో ప్రమేయం ఉన్న వ్యక్తిని లాహోర్ నుంచి బయటకు తీసుకెళ్లాలి. మీరు అతని మేడమ్‌గా అతనితో పాటు వెళ్లాలి. పరిగణించండి. ఫైరింగ్ ఉంది . అది కూడా సాధ్యమే" అన్నాడు సుఖ్ దేవ్,

ఆమె ముఖంలోకి జాగ్రత్తగా చూస్తూ. "ఎవరు మనిషి? అలాగే. నేను వెళ్తాను." "ఆ మనిషి ఈ రాత్రికి ఇక్కడే ఉంటాడు.... ఈ చదువులు ఆపండి."

"అలాగే."

కొద్దిసేపటికి టోపీ, ఓవర్‌కోటు వేసుకున్న పొడవాటి వ్యక్తి ఒక సేవకుడితో కలిసి అక్కడికి వచ్చాడు. అతన్ని కూర్చోబెట్టిన తర్వాత దుర్గా భాభి సుఖ్ దేవ్ వైపు చూసింది, ఆ వ్యక్తి ఎవరో తెలుసుకోవాలనుకుంది. అప్పుడు సుఖ్ దేవ్ స్వయంగా, "మీరు ఈ వ్యక్తిని గుర్తించారా?" ఇప్పుడు భాభి ఆ వ్యక్తిని జాగ్రత్తగా చూసి, "భగత్...... భగత్ సింగ్ మరియు సుఖ్ దేవ్ పగలబడి నవ్వారు. వారు ఉదయం 5.00 గంటలకు కలకత్తా మెయిల్ ద్వారా బయలుదేరాలని నిర్ణయించారు. భగత్ సింగ్ ఫాభి మూడేళ్ల పాపను మోసిన సాహబ్ భాభి మూడేళ్ల కొడుకు శచి (శ్రీ శచీంద్ర కుమార్ వోహ్రా)ని తన ఒడిలో పెట్టుకున్న సాహెబ్ భగత్ సింగ్. అతను తన ముఖాన్ని సగం టోపీతో కప్పి, అవతలి వైపు నుండి తన ముఖాన్ని కప్పుకునేలా శచీని తీసుకుపోయాడు.

అతని ఓవర్ కోట్ కాలర్ పైకి లేచింది. అతను తన జేబులో లోడ్ చేసిన పిస్టల్‌ని పట్టుకున్నాడు. రాజ్ గురు సేవకుడి వేషంలో అతనితో పాటు వచ్చారు. అతని వద్ద కూడా పిస్టల్ ఉంది, అతని వెనుకకు కట్టి ఉంది. భాభి కూడా మేడం మేకప్‌లో ఉన్నాడు. అందరూ టాంగాలో లాహోర్ స్టేషన్ చేరుకున్నారు. ప్లాట్ ఫాంపై పోలీసులు తిరుగుతున్నారు. భగత్ సింగ్ ఫస్ట్ క్లాస్ టిక్కెట్లు కొని రైలు ఎక్కాడు. అతడిని ఎవరూ అనుమానించలేదు. రైలు బయలుదేరింది. ఈ విధంగా బ్రిటీషర్లను మోసం చేస్తూ కలకత్తా చేరుకున్నాడు.

సాండర్స్ హత్యకు కారణమైన విప్లవకారుల కోసం దేశం మొత్తం పోలీసులు వెతుకుతున్నారు. ఈ రోజుల్లో కలకత్తాలో కాంగ్రెస్ సమావేశాలు జరుగుతున్నాయి. ధైర్యశాలి భగత్ సింగ్ కూడా ఈ సమావేశానికి దొంగచాటుగా హాజరయ్యారు. పోలీసులు అతనిపై చేయి చేసుకోలేకపోయారు. కానీ కాంగ్రెస్ సమావేశాల సమయంలో కలకత్తాలో భగత్ సింగ్ కనిపించాడని రహస్య ఏజెంట్లు హోం శాఖకు సమాచారం అందించారు.

భగత్ సింగ్ కలకత్తా వెళ్ళడానికి వెళ్ళిన అదే రైలులో ఆజాద్ కూడా అదే రోజు లాహోర్ నుండి బయలుదేరాడని ఇక్కడ ప్రస్తావించడం సరికాదు. అతను తన సహచరులను మధుర పాండాలుగా మార్చాడు మరియు అతనే వారికి గురువు అయ్యాడు, గీత కాపీని ఒక చేతిలో పట్టుకుని, దానిపై రాముడి పేర్లను ముద్రించిన షీట్‌లో చుట్టాడు.

4 . అసెంబ్లీ బాంబ్ కాండ్ (ఈవెంట్)

కలకత్తాలో భగత్ సింగ్‌కు అతుల్ గంగూలీ, ప్రొఫెసర్ జ్యోతి ఘోష్, ఫణీంద్ర నాథ్ ఘోష్ మరియు జె.ఎన్. దాస్ అక్కడ తన పార్టీ కార్యాలయాన్ని కూడా ప్రారంభించారు. ఈ కార్యక్రమాలన్నీ రాత్రిపూట జరిగాయి, అతను పగటిపూట నిద్రపోయాడు. ఇక్కడ అతను ఢిల్లీ, ఆగ్రా మరియు కాన్పూర్ కేంద్రాలకు బాంబులు తయారు చేయడానికి జతీంద్ర నాథ్ దాస్‌ను ఒప్పించాడు. ఈ పనిని మొదట కలకత్తాలో కన్వల్ నాథ్ తివారీ ఇంట్లో గన్‌పౌడర్ తయారు చేయడం ద్వారా ప్రారంభించారు. కొన్ని రోజులు కలకత్తాలో అజ్ఞాతంలో నివసించిన తరువాత, అతను బెంగాల్ మరియు యునైటెడ్ ప్రావిన్సెస్‌లోని విప్లవకారుల ప్రాంతాలలో తిరగడం ప్రారంభించాడు.

దీని తరువాత అతను తన కలకత్తా సహచరుల సహాయంతో ఆగ్రాలో బాంబులను తయారు చేయడానికి ఒక కర్మాగారాన్ని స్థాపించాడు. వివిధ రాష్ట్రాల విప్లవకారులు ఇక్కడికి వచ్చి గన్‌పౌడర్ ఎలా తయారు చేయాలో నేర్చుకున్నారు. ఒక నెల శిక్షణ తర్వాత వారు తమ రాష్ట్రాలకు తిరిగి వెళ్లారు. తర్వాత అక్కడ అలాంటి ఫ్యాక్టరీలు స్థాపించి బాంబుల తయారీ ప్రారంభించారు. సుఖ్ దేవ్ మరియు శివ వర్మ వరుసగా లాహోర్ మరియు సహరన్‌పూర్‌లలో బాంబుల తయారీకి కర్మాగారాలను స్థాపించారు. బాంబులను పరీక్షించేందుకు ఝాన్సీ సమీపంలోని అడవిని గుర్తించారు. ఇక్కడ భగత్ సింగ్ కూడా ఉన్నాడు.

భగత్ సింగ్ ఆగ్రాలోని హీంగ్ మండి మరియు నమక్ మండిలో రెండు ఇళ్లను అద్దెకు తీసుకున్నాడు. ఈ ఇళ్లలో బాంబుల తయారీ ఫ్యాక్టరీలు ఏర్పాటు చేయడంతోపాటు పార్టీ సమావేశాలు కూడా ఇక్కడే జరిగాయి. హిందుస్థాన్ సమాజ్ వాదీ గణతంత్ర సేన కేంద్ర కార్యవర్గ సమావేశం ఒకటి ఇక్కడ హీంగ్ మండి హౌస్‌లో జరిగింది మరియు 'ప్రజా భద్రత బిల్లు' మరియు 'పారిశ్రామిక వివాదాల బిల్లు'పై చర్చించారు. భగత్ సింగ్ తన ఆలోచనలను అందజేస్తూ, "ఏం లేదు బ్రిటిష్ సామ్రాజ్యవాదంలో న్యాయం కోసం స్థానం. బానిసలను దోచుకోవడం, చితక్కొట్టడం, చంపడం లాంటివి చేయాలనుకుంటున్నారు. ఈ రెండు మాత్రమే కాదు, మరిన్ని అణచివేత బిల్లులు ముందుకు సాగుతున్నాయి, మరియు ప్రజలు ఒక మాట అనకముందే కాల్చి చంపబడతారు. తర్వాత ఏం జరుగుతుందో చూద్దాం." తారా చంద్ సమస్య పరిష్కారం గురించి అడిగారు. త్యాగం

చేస్తేనే భారతీయ, బ్రిటీష్ సభ్యుల కళ్లు తెరిపిస్తామని భగత్‌సింగ్ అన్నారు. "ఎలా చేస్తారు?" అని చంద్ర శేఖర్ ఆజాద్ అడగడంపై భగత్ సింగ్ సెంట్రల్ అసెంబ్లీలో బాంబు పేల్చాలని సూచించారు. ఈ సూచనపై తీవ్రంగా చర్చించారు. చివరికి అది అంగీకరించబడింది. దీని కోసం, కింది కార్యాచరణ ప్రణాళిక రూపొందించబడింది: అసెంబ్లీలో ప్రవేశానికి పాస్‌లు ఏర్పాటు చేసి, లోపలికి వచ్చాక, బాంబు పేలుడు తర్వాత అక్కడ బిల్లులు మరియు చర్యలకు నిరసనగా తీవ్ర ఆగ్రహం వ్యక్తం చేయాలి మరియు వీటిని (బిల్లులు మరియు చట్టాలు) తిరస్కరించడాన్ని కూడా తెలియజేయాలి. బాంబులు విసిరే సమయంలో ఎవరూ చనిపోకుండా జాగ్రత్తలు తీసుకోవాలి. 'ఇంక్విలాబ్ జిందాబాద్' నినాదాలు లేవండి మరియు సభ్యులకు మా అభిప్రాయాన్ని అర్థం చేసుకోవడానికి హ్యాండ్‌బిల్స్ పంపిణీ చేయాలి. తర్వాత కోర్టులో మా ఆలోచనలను తెలియజేయాలి.

బాంబు పేలుడు తర్వాత పారిపోవాలనే ఆలోచనను భగత్ సింగ్ వ్యతిరేకించాడు. పేలుడు తర్వాత జరిగిన కేసు విప్లవకారుల లక్ష్యాలు ఏమిటో భారత యువకులకు క్లీన్‌గా మారుస్తుందని భగత్ సింగ్ అభిప్రాయపడ్డారు. ఈ ప్రణాళిక ఉన్నప్పుడు చేసింది, ఈ పని తనకు అప్పగించాలని భగత్ సింగ్ పట్టుబట్టారు. భగత్ సింగ్ అప్పటికే సాండర్స్ హత్యలో పాల్గొన్నందున చంద్ర శేఖర్ ఆజాద్ దానిని వ్యతిరేకించారు. పట్టుబడితే ఉరి తీయడం అతనికి ఖాయం. అయితే, సవివరమైన చర్చల తర్వాత కేంద్ర కార్యవర్గం ఈ పనికి అత్యంత పూర్తి వ్యక్తి భగత్ సింగ్ అని నిర్ధారణకు వచ్చింది. బలవంతం మీద చంద్ర శేఖర్ అందుకు అంగీకరించాల్సి వచ్చింది. బతుకేశ్వర్ దత్తా భగత్ సింగ్ సహాయకుడిగా ఎంపికయ్యాడు. ప్రణాళికను ఖరారు చేసిన తర్వాత, భగత్ సింగ్ మార్చి మరియు ఏప్రిల్, 1929లో ఆగ్రా మరియు ఢిల్లీ మధ్య చాలాసార్లు తిరిగాడు. ఢిల్లీలో అతను 151 రోషన్ అరా మాన్షన్, బజార్ సీతారాం మరియు కుచా ఘాసి రామ్‌లోని బంటా ఆశ్రమంలో ఉన్నాడు. ఏప్రిల్ 8వ తేదీ ఉదయం భగత్ సింగ్ మరియు బతుకేశ్వర్ దత్ తమను తాము పొందారు

ఢిల్లీలోని కాశ్మీరీ గేట్ వద్ద రామ్ నాథ్ ఫోటోగ్రాఫర్ ఫోటో తీశారు. అదే ఫోటో ఏప్రిల్ 12న లాహోర్‌లోని 'వందేమాతరం', ఏప్రిల్ 18న 'ది హిందూస్తాన్ టైమ్స్' మరియు ఏప్రిల్ 20న ది పయనీర్‌లో ముద్రించబడింది. బాంబు పేలుడుకు రెండు రోజుల ముందు, భగత్ సింగ్ మరియు బతుకేశ్వర్ దత్ అసెంబ్లీ హాల్‌కి వెళ్లి లోపల సీటింగ్ ఏర్పాట్లను చూసి తదనుగుణంగా తమ ప్రణాళికను చక్కదిద్దారు. వారిద్దరూ ఏప్రిల్ 6వ తేదీన, ఈవెంట్‌కు

రెండు రోజుల ముందు, ప్రాథమిక పరిశీలన కోసం అసెంబ్లీ హాలులోకి వెళ్లారని ఢిల్లీ పోలీసు సూపరింటెండెంట్ తన నివేదికలో రాశారు.

8 ఏప్రిల్, 1929, ఈవెంట్ రోజున, ఇద్దరూ అసెంబ్లీలో నామినేటెడ్ సభ్యుని సిఫార్సుపై జారీ చేసిన పాస్‌లపై నిర్ణీత సమయంలో అసెంబ్లీలోకి ప్రవేశించారు. నామినేటెడ్ సభ్యుని సిఫార్సు కారణంగా ఎవరూ వారిని అనుమానించలేదు. చాలా మంది సభ్యులు సమర్పించిన బిల్లులను వ్యతిరేకించినా లేదా వాటిని తిరస్కరించినా, ఇంత జరిగినా ప్రభుత్వం వాటిని అమలు చేసేందుకు మొగ్గు చూపింది. ఆ రోజున వైస్రాయ్ అధికారాల ప్రకారం వాటిని అమలు చేయాలనే ప్రకటన కోసం వేచి ఉంది. అందుకే, ఆ రోజు అసెంబ్లీకి సందర్శకుల రద్దీ చాలా ఎక్కువ. బిల్లులను వ్యతిరేకిస్తున్న సభ్యుల స్పందనలను వినేందుకు అనేక వార్తాపత్రికల కరస్పాండెంట్లు కూడా వచ్చారు.

భగత్ సింగ్ మరియు బతుకేశ్వర్ దత్ క్యూలో నిలబడి, వారి వంతు రాగానే లోపలికి వెళ్లారు. వీరిని అరెస్ట్ చేసిన సార్జెంట్ టెర్రీ తెలిపిన వివరాల ప్రకారం.. ఇద్దరూ ఖాకీ నిక్కర్లు వేసుకున్నారు. భగత్ సింగ్ నీలిరంగు కోటు, బతుకేశ్వర్ దత్ లేత నీలం రంగు కోటు ధరించారు. ఇతర సాక్షుల ప్రకారం భగత్ సింగ్ టోపీ పెట్టుకున్నాడు. ఇద్దరూ సులభంగా సందర్శకుల గ్యాలరీకి చేరుకుని కూర్చున్నారు. గ్యాలరీ వెంటనే సందర్శకులతో నిండిపోయింది. ప్రభుత్వానికి మద్దతు ఇస్తున్న కొందరు సభ్యులు రెండు బిల్లుల ఆమోదం తప్పనిసరి అని చెప్పడం ప్రారంభించారు. రష్యా చేత తప్పుదోవ పట్టించిన భారతదేశంలోని చదువుకోని యువత కమ్యూనిస్టులుగా మారి బ్రిటిష్ వారిపై తిరుగుబాటుకు పూనుకున్నారని అన్నారు.

ప్రభుత్వ దోపిడిల మాటలు విన్న భగత్ సింగ్ మరియు బతుకేశ్వర్ దత్ ఒకరి మొహాలు ఒకరు చూసుకుని నవ్వుకున్నారు. ఆ తర్వాత బిల్లును ప్రకటించారు. స్పీకర్ తన నిర్ణయాన్ని ప్రకటించేందుకు తన సీటు నుంచి లేవగానే భగత్ సింగ్ తన సీటు నుంచి లేచారు. అసెంబ్లీ స్పీకర్ బెంచ్ వెనుక బాంబు విసిరాడు. శ్రీ విఠల్ భాయ్ పటేల్ మరియు మోతీ లాల్ నెహ్రూ అతని దగ్గర కూర్చున్నారు. ఆ ప్రభావంపై పూర్తి జాగ్రత్తలు తీసుకున్నారు ఎవరూ గాయపడలేదని. దీంతో సభ్యులంతా ఒక్కసారిగా షాక్‌కు గురయ్యారు. ఇంతలో రెండో బాంబు కూడా విసిరారు. స్పీకర్ షుస్టర్ అతను చాలా భయాందోళనకు గురయ్యాడు, అతను కలవరపడి తన టేబుల్ వెనుక దాక్కున్నాడు. అతన్ని ఇంకా భయపెట్టడానికి, భగత్ సింగ్ గాలిలో రెండు కాల్పులు జరిపాడు.

పండిట్ మోతిలాల్ నెహ్రూ, విఠల్ భాయ్ పటేల్, మదన్ మోహన్ మాలవీయ మరియు మహమ్మద్ అలీ జిన్నా నిశ్శబ్దంగా తమ స్థానాల్లో కూర్చున్నారు, కాని ఇతర సభ్యులు పరుగు తీశారు. కొందరు గ్యాలరీలో అదృశ్యమైతే, మరికొందరు బాత్‌రూమ్‌లలో దాక్కున్నారు. కొద్దిసేపటికే సందర్శకుల గ్యాలరీ ఖాళీ అయిపోయింది. వారిద్దరూ "ఇంక్విలాబ్ జిందాబాద్", సామ్రాజ్యవాద్ కా నాష్ హో, (సామ్రాజ్యవాదంతో దిగజారండి) అంటూ నినాదాలు చేశారు. హాలు మొత్తం పొగతో నిండిపోయింది. ఈ సమయంలో బతుకేశ్వర్ దత్ హాలులో హ్యాండ్‌బిల్స్ వర్షం కురిపించాడు. వారు వాటిని సామాన్యుల చేతుల్లో పెట్టడానికి ఇష్టపడలేదు, కానీ పేలుడు జరిగిన వెంటనే ఒక కరస్పాండెంట్ తనకు తానుగా ఒకదాన్ని భద్రపరచుకోగలిగాడు. అదే రోజు సాయంత్రం అతని వార్తాపత్రిక దానిని ప్రచురించింది.

ఇది రాసింది: 'హిందూస్థాన్ సమాజ్‌వాదీ గంతంత్ర సేన "చెవిటివారు వినడానికి మీరు మీ గొంతుకను పెంచాలి. ఫ్రాన్స్‌లోని అరాచక అమరవీరుడు వెల్లోన్ యొక్క ఈ అమర పదాల నుండి మా స్టాండ్ యొక్క ఔచిత్యాన్ని మేము సమర్థించగలమా? "పరిపాలన సంస్కరణల పేరుతో గత పదేళ్లుగా బ్రిటిష్ ప్రభుత్వం మనపై మోపిన ఖండించదగిన అవమానకరమైన కథను మేము పునరావృతం చేయకూడదనుకుంటున్నాము. ఈ సభ ద్వారా భారతదేశ జాతీయ నాయకులకు జరిగిన అవమానాలను మేము ప్రస్తావించాల్సిన అవసరం లేదు. , దీనిని పార్లమెంట్ అని కూడా అంటారు.

"పరిపాలన సంస్కరణల పేరుతో సైమన్ కమిషన్ నుండి కొంత కాలం చెల్లిన ముక్కలను ఆశించేవారు ఉన్నారని మేము స్పష్టం చేయాలనుకుంటున్నాము, వారికి లభించే తాజా ఎముకల పంపిణీ కోసం గొడవ పడుతున్న వ్యక్తులు ఉన్నారు. ప్రస్తుతం ప్రభుత్వం ప్రజా భద్రత బిల్లు మరియు వాణిజ్య వివాదాల బిల్లు వంటి అణచివేత చట్టాలతో భారతీయ ప్రజలపై భారం మోపింది.అంతేకాకుండా, తదుపరి అసెంబ్లీ సమావేశానికి 'ప్రెస్ సెడిషన్ బిల్లు'ను రిజర్వ్ చేసింది. కార్మిక నాయకులు తమ పనిని బహిరంగంగా చేస్తున్నారు. వారి విచక్షణారహిత అరెస్టులు ప్రభుత్వ ఉద్దేశాలు ఏమిటో తేలిపోయింది. "ఈ అత్యంత రెచ్చగొట్టే పరిస్థితుల్లో 'హిందూస్థాన్ సమాజ్‌వాదీ గణతంత్ర సంఘ్' తన కర్తవ్యాన్ని తీవ్రంగా గ్రహించి, చట్టంతో అవమానకరమైన జోకులను అరికట్టడానికి ఈ చర్యను చేయవలసిందిగా తన సైన్యాన్ని ఆదేశించింది. గ్రహాంతర ప్రభుత్వం యొక్క దోపిడీ బ్యూరోక్రసీ ఏది ఎంచుకున్నా, దానిని ప్రజల ముందు దాని నగ్న రూపంలో బహిర్గతం చేయడం చాలా అవసరం.

ప్రజాప్రతినిధులు తమతమ ప్రాంతానికి వెళ్లి రాబోయే విప్లవానికి సిద్ధం కావాలి. 'భద్రతా బిల్లు', 'వాణిజ్య వివాదాల బిల్లు' మరియు దారుణ హత్యకు వ్యతిరేకంగా భారతీయ ప్రజల తరపున నిరసన తెలియజేస్తున్నామని ప్రభుత్వం గ్రహించాలి. లాలాజీ, మీరు వ్యక్తులను సులభంగా చంపవచ్చు, కానీ మీరు ఆలోచనలను చంపలేరు అని చరిత్ర అసంఖ్యాక సార్లు పునరావృతం చేసిన పాఠాన్ని నొక్కి చెప్పాలనుకుంటున్నాను, పెద్ద సామ్రాజ్యాలు నాశనం చేయబడ్డాయి; అయినప్పటికీ, ఆలోచనలు మనుగడలో ఉన్నాయి. ఫ్రాన్స్ యొక్క బ్రువాన్ మరియు రష్యా యొక్క జార్లు ఇక లేదు, అయితే విప్లవకారులు విజయం మరియు విజయంతో ముందుకు సాగుతున్నారు.

"మేము మానవ జీవితాన్ని పవిత్రంగా భావిస్తున్నాము. ప్రతి వ్యక్తి సంపూర్ణ శాంతి మరియు స్వేచ్ఛతో జీవించే ఉజ్వల భవిష్యత్తును మేము విశ్వసిస్తున్నాము. మానవ రక్తాన్ని చిందించే మా నిస్సహాయతకు మేము చింతిస్తున్నాము, అయితే విప్లవానికి మానవ త్యాగం అవసరం. ఇంక్విలాబ్ జిందాబాద్

Sd/- బాల్‌రాజ్ కమాండర్-ఇన్-చీఫ్"

చాలా పుస్తకాలు రెండో బాంబును విసిరినట్లు తన పుస్తకం షాబంద్‌లో దబలోటు దత్ డస్ట్ కమ్ డే సింగ్ డియోల్ పేర్కొన్నాయి. బతుకేశ్వర్ దత్ ద్వారా. కానీ గురు దేవ్ సింగ్ డియోల్ తన పుస్తకం షహీద్ భగత్ సింగ్‌లో వ్రాశారు, సాధారణంగా రెండవ బాంబు విసిరిన వ్యక్తి బి.కె. దత్, ఇది నిజం కాదు. భగత్ సింగ్ మరియు B.K.దత్ తరఫు న్యాయవాది అయిన ఆసిఫ్ అలీ, ఈవెంట్ సమయంలో అసెంబ్లీలో ఉన్నారు, "బతుకేశ్వర్ దత్ ఎటువంటి బాంబు వేయలేదని చాలా తక్కువ మందికి తెలుసు," కానీ వేదికపై ఈ కేసులో ఒక ప్రకటన చేయడంలో బతుకేశ్వర్ దత్ బాంబులలో ఒకటి తానే విసిరినట్లు చెప్పాలని పట్టుబట్టారు. దత్ ఎందుకు అలా చెప్పాడో ఈ క్రింది విషయాల నుండి స్పష్టమవుతుంది: అతను తన న్యాయవాది ఆసిఫ్ అలీతో ఇలా అన్నాడు: "భగత్ సింగ్ మరియు నేను చాలా కాలం పాటు కలిసి జీవించాము మరియు మీ రక్షణ ఉన్నప్పటికీ అతను ఖచ్చితంగా జీవితాన్ని పొందుతాడని నాకు పూర్తి నమ్మకం ఉంది.

జైలు శిక్ష. అనుకుందాం, వారు నన్ను నిర్దోషిగా విడిచిపెట్టారు - లేకుండా నేను ఏమి చేస్తాను అతన్ని? నేను అతనికి కంపల్సరీగా కంపెనీ ఇవ్వాలి". భగత్ సింగ్ మరియు బతుకేశ్వర్ దత్ కోరుకుంటే, వారు సౌకర్యవంతంగా అక్కడి నుండి పారిపోవచ్చు. కానీ భగత్ సింగ్ కోరిక ప్రకారం, పారిపోయి తమను తాము రక్షించుకోకూడదని అప్పటికే

నిర్ణయించుకున్నారు. కాబట్టి ఇద్దరూ నిలబడ్డారు. వారి స్థానాల్లో ఉండి నినాదాలు చేశారు.పొగ తగ్గడంతో పోలీసులు అసెంబ్లీ హాలులోకి ప్రవేశించారు.సార్జెంట్ టెర్రీ వారిని అడిగాడు, "మీరు ఇలా చేశారా?"
ఇద్దరూ అంగీకరించారు. ఇద్దరినీ అరెస్టు చేశారు. అరెస్టు సమయంలో భగత్ సింగ్ నుంచి ఆటోమేటిక్ పిస్టల్ స్వాధీనం చేసుకున్నారు. కొంతమంది పోలీసు అధికారుల ప్రకటనల ప్రకారం, భగత్ సింగ్ రెండు మూడుసార్లు కాల్పులు జరిపాడు మరియు అతని చేతిలో పిస్టల్ ఉంది మరియు ముందు చూపబడింది. భగత్ సింగ్ ఆటోమేటిక్ పిస్టల్ తీసి రెండు మూడుసార్లు కాల్చాడని, ఆపై పిస్టల్ జామ్ అయిందని ప్రభుత్వ సాక్షులు ఒకరు విచారణలో పేర్కొన్నారు. అయితే ఈ ప్రకటనలన్నీ పూర్తిగా అవాస్తవమన్నారు. వారిని అరెస్టు చేసిన సార్జెంట్ టెర్రీ యొక్క ప్రకటన నుండి నిజం తగినంతగా వెల్లడైంది, "నేను భగత్ సింగ్ నుండి పిస్టల్ స్వాధీనం చేసుకున్నప్పుడు అది నా వైపు చూపలేదు. కానీ అది అతని చేతిలో ఉంది. అతను దానితో ఆడుకుంటున్నాడు.
అతని చేయి క్రిందికి ఉంది. " సీనియర్ సూపరింటెండెంట్ ఆఫ్ పోలీస్ కూడా పిస్టల్‌తో కాల్పులు జరిపినట్లు అంగీకరించారు. ఈ విషయంలో వివరణాత్మక లేదా ప్రామాణికమైన ఆధారాలు లేవు.
విప్లవకారులిద్దరినీ పోలీసు వాహనంలో చాందినీ చౌక్‌కు తీసుకువెళుతున్నప్పుడు, ఆ సమయంలో భగవతి చరణ్ వోహ్రా, అతని భార్య దుర్గా దేవి (దుర్గా భాభి) మరియు పాప శచి కూడా టాంగాలో వారి దగ్గరికి వెళ్లారు. ఆ పిల్లవాడు వెంటనే భగత్ సింగ్‌ని గుర్తించి, ""పొడవైన అంకుల్!" అని అరిచాడు కానీ అతని తల్లి అతని పెదవులపై చెయ్యి వేసి, అతనిని నిశ్శబ్దం చేసింది. ఈ ఘటనతో అసెంబ్లీ సమావేశాలు నిలిచిపోయాయి. ఈ వార్త దేశమంతటా వ్యాపించింది. అన్ని వార్తాపత్రికలు మొదటి పేజీలో బోల్డ్ అక్షరాలతో ప్రచురించాయి.
పోలీస్‌స్టేషన్‌లో వాంగ్మూలం ఇవ్వాలని కోరగా.. పోలీసుల ఎదుట ఎలాంటి వాంగ్మూలం ఇవ్వడానికి నిరాకరించారని, తమ వద్ద ఉన్నదంతా కోర్టు ముందు చెబుతామని చెప్పారు. చెప్పటానికి. 16న పాత సెక్రటేరియట్ పోలీస్ స్టేషన్‌కు తరలించారు. ఈ సంఘటనకు సంబంధించిన సమాచారం త్వరలో లండన్‌కు టెలిగ్రాఫికల్‌గా పంపబడింది ప్రభుత్వం ద్వారా. "ఈరోజు ఉదయం అసెంబ్లీ "వాణిజ్య వివాదాల బిల్లు" తీసుకుంది. చర్చ కోసం. చివరికి స్పీకర్ తన నిర్ణయాన్ని ప్రకటిస్తారని అంతా భావించారు. బిల్లుపై విభజనకు పిలుపునిచ్చిన వెంటనే, స్పీకర్ తన నిర్ణయాన్ని ప్రకటించబోతున్నప్పుడు,

సందర్శకుల గ్యాలరీ నుండి ఒక వ్యక్తి ఉద్దేశపూర్వకంగా ట్రెజరీ బెంచీలపై రెండు బాంబులు విసిరాడు. మిస్టర్ బి.జి తప్ప పేలుడు వల్ల కాస్త అశాంతికి లోనైన దలాల్, ఎవరికీ పెద్ద గాయం కాలేదు. దీంతో సభలో గందరగోళం నెలకొంది.దీంతో స్పీకర్ సభను గురువారానికి వాయిదా వేశారు. గ్యాలరీలో ఇద్దరు వ్యక్తులను అరెస్టు చేశారు.

మరో టెలిగ్రామ్ కూడా పంపబడింది. అందులో ఇలా ఉంది: "అరెస్టయిన ఇద్దరు వ్యక్తులు లాహోర్‌కు చెందిన భగత్ సింగ్ పరారీలో ఉన్నాడు మరియు పోలీసులు అతని కోసం వెతుకుతున్నారు మరియు బెంగాలీ బతుకేశ్వర్ దత్. రెండు బాంబులు భగత్ సింగ్ విసిరినవే అని చెబుతారు. మొదటిది ముందు ట్రెజరీ బెంచీల దగ్గర, రెండవది వెనుక ట్రెజరీ బెంచీల దగ్గర పడింది. బాంబులు విసిరిన తర్వాత భగత్ సింగ్ తన ఆటోమేటిక్ పిస్టల్ నుండి రెండుసార్లు కాల్పులు జరిపాడు, అది తరువాత జామ్ అయింది. 'ప్రజా భద్రత మరియు వాణిజ్య వివాద బిల్లు' వంటి అణచివేత చట్టాలను ప్రభుత్వం అమలు చేయడాన్ని మరియు కార్మిక నాయకులను విచక్షణారహితంగా అరెస్టు చేయడాన్ని వ్యతిరేకిస్తూ తమ కార్యాచరణ ఉందని ఆరోపిస్తూ ఇద్దరు వ్యక్తులు విప్లవాత్మక కరపత్రాలను సభలో విసిరారు. లేదా వారిని అరెస్టు చేయడంలో అడ్డంకిగా మారారు.సర్ బి.జి.దలాల్ తొడపై గాయమై ఆసుపత్రిలో ఉన్నారు.సర్ జార్జ్ చెస్టర్ మరియు ఇతర అధికారులకు స్వల్ప గాయాలయ్యాయి.బాంబుల వల్ల ఎటువంటి తీవ్ర నష్టం జరగలేదని గమనించాలి. సీట్లు తీవ్రంగా దెబ్బతిన్నప్పటికీ, సమీపంలోని గోడలు మరియు ఇంటి పైకప్పు కూడా దెబ్బతిన్నాయి." ఢిల్లీ కమిషనర్ హోం శాఖకు పంపిన నివేదిక ప్రకారం, కింది వ్యక్తులు గాయపడ్డారు:

1. గౌరవనీయులైన సర్ జార్జ్ చెస్టర్

2. సర్ భోధమంజీ దలాల్

3. శ్రీ ఎస్.ఎన్. రాయ్

4. Mr. P.R. రావు, కమీషనర్ ఫైనాన్స్ (రైల్వే). ఈ వ్యక్తులు బాంబుల వల్ల కాకుండా గాయపడ్డారు విరిగిన ఇటుకలు మరియు ఫర్నిచర్ ముక్కలు, నేల అంతటా నిండిపోయాయి.

విప్లవకారుల హాట్ ఛేజ్

అసెంబ్లీ బాంబు పేలుడు కేసులో వీరిద్దరిని అరెస్టు చేసిన తర్వాత, విప్లవకారుల వేటను పోలీసులు ప్రారంభించారు. 'హిందుస్థాన్ సమాజ్‌వాదీ గణతంత్ర సేన'కు చెందిన చాలా

మందిని పోలీసులు అరెస్టు చేశారు. సుఖ్ దేవ్ లాహోర్‌లోని కమ్మరులు తయారు చేయాల్సిన బాంబులలోని కొన్ని భాగాలను పార్శిల్ చేసాడు. గ్యాస్ మెషీన్లలో ఆ భాగాలను వాడుతున్నట్లు వారికి చెప్పినప్పటికీ, పోలీసులకు వాటి గురించి తెలిసింది. దీంతో సుఖ్ దేవ్ పోలీసుల దృష్టిలో పడ్డారు. అతనిపై నిఘా మొదలైంది. భగవతి చరణ్ లాహోర్‌లోని మెలౌండ్ రోడ్‌లో ఒక ఇంటిని అద్దెకు తీసుకున్నాడు, అక్కడ బాంబులను అసెంబుల్ చేసే ఫ్యాక్టరీని ఏర్పాటు చేశారు. దీన్ని కూడా పోలీసులు గుర్తించారు. కాబట్టి మార్చి 16 ఉదయం జరిగిన దాడిలో, పోలీసులు సుఖ్ దేవ్, జై గోపాల్ మరియు కిషోరి లాల్‌లను అక్కడికక్కడే అరెస్టు చేశారు. దీంతో పాటు లైవ్ బాంబ్, ఎనిమిది బాంబుల షెల్స్, బాంబుల తయారీకి సంబంధించిన కొన్ని మెటీరియల్, బాంబ్ తయారు చేసే రెసిపీ, వెబ్లీ స్కాట్ పిస్టల్, చిన్న ఆయుధాల రూల్ బుక్, బతుకేశ్వర్ దత్ ఫోటోను పోలీసులు స్వాధీనం చేసుకున్నారు. దీనితో పాటు, వారు ఢిల్లీలో ఉన్నతాధికారులను హెచ్చరించే పోస్టర్లు మరియు లేఖలను కనుగొన్నారు మరియు తమకు ఎలాంటి సహాయం చేయవద్దని ప్రజలకు విజ్ఞప్తి చేశారు. అందులో ఒక ఉత్తరం హిందూస్తాన్ టైమ్స్ సంపాదకుని ఉద్దేశించి, దానిని ప్రచురించమని అభ్యర్థనతో ఉంది. లేఖ ఇలా ఉంది:

"నిజమైన 'హిందూస్థాన్ గణతంత్ర సేన', దేవుడు మరియు సోవియట్ యూనియన్ మమ్మల్ని నడిపించాలి!"

ఆ లేఖలో యుద్ధం కోసం గులాం క్వాదిర్ సంతకాలు ఉన్నాయి

హిందూస్థాన్ గణతంత్ర సేన కార్యదర్శి. కింది పోస్టర్ 15 ఏప్రిల్, 1929న లాహోర్‌లోని లాహోర్ గేట్ వద్ద అతికించబడింది:

"రాయి చెవిటి కోసం!

ఏప్రిల్ 7న పోలీసుల అక్రమ కార్యకలాపాలు ఈ విషయంలో చర్యలు తీసుకోవాల్సి వచ్చింది. అందువల్ల, 'గణతంత్ర సంఘ్ సేన' కమాండర్ ఇన్-చీఫ్, సాండర్స్ లాగా లాహోర్ పోలీసు అధికారిని చంపాలని నిర్ణయం తీసుకున్నాడు. సైనికుల సంఖ్య 203 మరియు 182 వెంటనే చర్యలు తీసుకోవాలని ఆదేశించారు.

ఆదేశము ద్వారా

వ్యక్తిగత సహాయకుడు

కమాండర్-ఇన్-చీఫ్

హిందుస్థాన్ గణతంత్ర సేన."

సూరత్ నుంచి ఢిల్లీలోని సూపరింటెండెంట్ ఆఫ్ పోలీస్‌కు ఇదే లేఖ పంపారు. "మా సోవియట్ దేవుడు మమ్మల్ని నడిపిస్తాడు! మీరు మా సోదరులను అరెస్టు చేసారు. మీరు మనుషులను నాశనం చేయగలరని, కానీ ఆలోచనలను కాదు అని మేము పునరుద్ఘాటించాలనుకుంటున్నాము. మా ఉద్యమం చాలా మంది బలంతో మద్దతు ఇస్తుంది మరియు కొంతమంది కాదు. మా అసోసియేషన్‌లోని ఒక్క సభ్యుడిని కనుగొనమని నేను మిమ్మల్ని సవాలు చేస్తున్నాను. మా అసోసియేషన్‌కు 29 శాఖలు ఉన్నాయి. లాహోర్, ఢిల్లీ మరియు కలకత్తా మా ప్రధాన కేంద్రాలు. వాటితో పాటు పూనా, బెల్గాం మరియు పాట్నాలో మా శాఖలు ఉన్నాయి. ఈ మొత్తం సమాచారంతో మిమ్మల్ని సుసంపన్నం చేసిన తర్వాత, మా ఉద్యమాన్ని కనుగొనమని నేను మీకు మళ్లీ సవాలు చేస్తున్నాను.

ఈ నెల 27న ఢిల్లీలోనే మా అసోసియేషన్ మీటింగ్ పెట్టబోతోందని, అందులో అన్ని ప్రభుత్వ భవనాలు, కార్యాలయాలను ధ్వంసం చేసేందుకు ప్లాన్ చేస్తామన్నారు. కాబట్టి, సిద్ధంగా ఉండండి. ప్రభుత్వానికి గర్వంగా ఉంటే మా సవాలును స్వీకరించాలి. జాగ్రత్త! జాగ్రత్త! మా దేవుడు సోవియట్ మమ్మల్ని నడిపిస్తాడు!

కార్యదర్శి.
హిందుస్థాన్ సమాజ్ వాదీ గణతంత్ర సంఘ్,
సూరత్ బ్రాంచ్."

ఆంగ్లేయులకు విధేయులైన ప్రభుత్వ అధికారులు మరియు ఉన్నతాధికారులకు ఇలాంటి లేఖలు వచ్చాయి. పోలీసులు తన వద్ద ఉన్న అన్ని వనరులను ఉపయోగించినప్పటికీ, ఈ లేఖలు పంపిన వారిని గుర్తించలేకపోయారు. ఎట్టకేలకు పోలీసులు ఈ లేఖలను అమాయకులైన పాఠశాల పిల్లలు రాశారని, విప్లవకారులతో తమకు ఎలాంటి సంబంధం లేదని భావించి వదిలేశారు. భగత్ సింగ్ మరియు బతుకేశ్వర్ దత్‌లను సివిల్ లైన్స్ పోలీస్ స్టేషన్ నుండి ఢిల్లీ జైలుకు తీసుకువచ్చారు. పోలీసుల ఎదుట వాంగ్మూలం ఇచ్చేందుకు నిరాకరించారు.

భగత్ సింగ్ తండ్రి సర్దార్ కిషన్ సింగ్ ఏప్రిల్ మూడో వారంలో ఆయన్ను చూసేందుకు వచ్చినా ఆయన్ను చూసేందుకు అనుమతించలేదు. భగత్ సింగ్ రెండు కారణాల వల్ల ఈ కేసులో న్యాయవాదిని నిమగ్నం చేయడాన్ని వ్యతిరేకించాడు: (i) న్యాయవాదులు

స్వయంగా విప్లవకారుల కార్యకలాపాలను అభినందించలేదు మరియు (ii) న్యాయవాదిని నిమగ్నం చేయడం వల్ల ఎటువంటి ప్రయోజనం ఉండదని అతను పూర్తిగా నిశ్చయించుకున్నాడు. ప్రభుత్వం ఏమైనా చేస్తుందిఏ రకమైన ప్రదర్శనతో సంబంధం లేకుండా ఇష్టపడ్డారు. అందుకే, ఈ నేపథ్యంలో తన తండ్రికి ఓ లేఖ పంపాడు. లేఖ ఇలా ఉంది:

"గౌరవనీయమైన తండ్రి,

వందేమాతరం!

ఏప్రిల్ 22న మమ్మల్ని పోలీసు లాకప్ నుండి ఢిల్లీ జైలుకు తరలించినట్లు సమర్పించారు. మరియు మేము ఈ సమయంలో ఢిల్లీలో ఉన్నాము. మే 7న ఢిల్లీ జైలులో కేసు ప్రారంభం కానుంది. దాదాపు నెల రోజుల్లో డ్రామా మొత్తం పూర్తవుతుంది. పెద్దగా చింతించాల్సిన పనిలేదు. మీరు ఇక్కడికి వచ్చారని, లాయర్‌తో మాట్లాడారని, నన్ను కూడా చూడాలని ప్రయత్నించారని, అయితే అన్ని ఏర్పాట్లు కుదరలేదని తెలిసింది. నిన్నటికి నిన్న నాకు బట్టలు అందాయి. మీరు ఎప్పుడు వచ్చినా కలిసే అవకాశం ఉంటుందని ఆశిస్తున్నాను. న్యాయవాదులు మొదలైనవారు ప్రత్యేకంగా అవసరం లేదు. ముఖ్యమైనవి కానప్పటికీ ఒకటి రెండు విషయాలపై మీ అభిప్రాయాన్ని కోరుతున్నాను. అనవసరంగా ఇబ్బంది పడకండి. నన్ను చూడడానికి వస్తే ఒంటరిగా రండి, అమ్మని వెంట తీసుకురావద్దు. ఆమె అనవసరంగా ఏడుస్తుంది, అది నన్ను కూడా డిస్టర్బ్ చేస్తుంది. అయితే, నిన్ను చూడగానే ఇంట్లో అన్ని విషయాలు తెలుసుకుంటాను. వీలైతే, నెపోలియన్ వివరాలతో కూడిన గీతా రహస్యాన్ని తీసుకురండి జీవిత చరిత్ర, మీరు కుతుబ్‌లో పొందగలరు మరియు కొన్ని ఆంగ్ల నవలలు. బహుశా, కొన్ని నవలలు ద్వారకా దాస్ లైబ్రరీలో కూడా అందుబాటులో ఉండవచ్చు. ఏమైనా, మీరే చూడండి. గౌరవనీయులైన అమ్మ, భాభి, మాతాజీ (అమ్మమ్మ) మరియు ఆంటీకి దయచేసి నా వినయపూర్వకమైన నమస్కారాలను తెలియజేస్తున్నాను. రణవీర్ సింగ్ మరియు కుల్తార్ సింగ్‌లకు నమస్తే. దయతో బాపూజీ (తాత) పాదాలకు నా వినయపూర్వకమైన ప్రణామాలు తెలియజేస్తున్నాను. ఈ సమయంలో మేము పోలీసు లాకప్ మరియు జైలులో చాలా మంచి చికిత్స పొందుతున్నాము. ఏ రూపంలోనూ చింతించకండి. మీ చిరునామా నాకు తెలియదు, అందుకే ఈ చిరునామా (కాంగ్రెస్ కార్యాలయం)పై రాస్తున్నాను.

మీ విధేయతతో,

భగత్ సింగ్."

జైల్లో తన తండ్రిని కలవడం

సర్దార్ కిషన్ సింగ్ భగత్ సింగ్‌ను కలవడానికి దరఖాస్తు పంపాడు, కానీ అనుమతి మంజూరు కాలేదు. ఆ తర్వాత తన న్యాయవాది ఆసిఫ్ అలీ ద్వారా దరఖాస్తు చేసుకున్నారు. అప్పుడు అతను అనుమతి పొందాడు. ఆపై మే 3న

తండ్రి మరియు కొడుకు కలుసుకున్నారు. ఈ సందర్భంగా ఇద్దరి మధ్య జరిగిన సంభాషణ ఇలా ఉంది.

తండ్రి: నేను మే 1వ తేదీన లాహోర్‌కు తిరిగి వచ్చినప్పుడు, కేవలం పది-పదకొండు సంవత్సరాల వయస్సులో ఐదవ తరగతి చదువుతున్న మీ తమ్ముడిని పోలీసులు అరెస్టు చేశారని వార్తాపత్రిక ద్వారా తెలుసుకున్నాను. భగత్ సింగ్: అబ్బాయిని ఎందుకు అరెస్టు చేశారు?

తండ్రి: దురదృష్టవశాత్తు అతను నా కొడుకు మరియు మీ సోదరుడు. నన్ను అరెస్ట్ చేసే అవకాశం ఉంది. జై దేవ్ ఆరోగ్యం బాగోలేదు, సుఖ్ దేవ్...

భగత్ సింగ్: పోలీసులు పోకిరీలు. కాకోరీ కేసులో అమాయకులను ఉరితీశారు. సాండర్స్ హత్య కేసులో వాళ్లు నన్ను లాహోర్‌కు లాగుతారు. ప్రతి ఒక్కరూ ప్రభుత్వ సాక్షిగా మారారని చెప్పి నన్ను, దత్‌ను మోసం చేసేందుకు ప్రయత్నించారు. పితాజీ, దయచేసి నన్ను సమర్థించడం కోసం డబ్బు వృథా చేయకండి.

తండ్రి: ఇంట్లో ఆడవాళ్ళు నిన్ను చూడాలనుకుంటున్నారు. కానీ మీ సూచన మేరకు నేను వారిని నాతో తీసుకురాలేదు.

భగత్ సింగ్: మీరు దయతో లాహోర్‌కు వీలైనంత త్వరగా తిరిగి వచ్చి కర్తార్ సింగ్‌ని ఎందుకు అరెస్టు చేశారో తెలుసుకోండి. ఇంతలో మీటింగ్ టైం అయిపోయింది. కాబట్టి, జైలర్ వారిని మాట్లాడకుండా అడ్డుకున్నాడు మరియు సర్దార్ కిషన్ సింగ్ తిరిగి వెళ్ళాడు. సర్దార్ కిషన్ సింగ్ తన కుమారుడిని కలవడానికి అనుమతి ఇవ్వడంలో, కొన్ని ఆధారాలు పొందడం పోలీసుల గేమ్ ప్లాన్. మే 4 నాటి తన నివేదికలో పోలీసు అధికారి స్వయంగా ఈ విషయాన్ని అంగీకరించారు. ఈ సమావేశంలో ఆసిఫ్ అలీ మరియు జైలర్ కూడా ఉన్నారు. సర్దార్ కిషన్ సింగ్ తన వనరులతో ఈ కేసుపై పోరాడాలనుకున్నాడు. కానీ భగత్ సింగ్ తన రక్షణ కోసం ఈ కేసులో పోరాడాలని అనుకోలేదు. అక్కడే ఆసిఫ్ అలీ దగ్గర న్యాయ సహాయం తీసుకున్నాడు.

5 . కేసులో విచారణ

అసెంబ్లీ బాంబు పేలుడు కేసులో భగత్ సింగ్ మరియు బతుకేశ్వర్ దత్‌లపై న్యాయపోరాటం మొదలైంది. 1929 మే 7వ తేదీన జైలులోనే అదనపు మేజిస్ట్రేట్ మిస్టర్ పూల్ ముందు విచారణ జరిగింది. కొందరు ముఖ్యమైన కరస్పాండెంట్లు, నిందితుల బంధువులు, న్యాయవాదులు మినహా ఎవరినీ కోర్టులో అనుమతించలేదు. ఢిల్లీ గేట్ పోలీస్ స్టేషన్‌కు చెందిన సబ్-ఇన్‌స్పెక్టర్ షేక్ అబ్దుల్ రెహ్మాన్ జర్నలిస్టులను మరియు నిందితుల బంధువులను జాగ్రత్తగా శోధించారు. కట్టుదిట్టమైన భద్రతా ఏర్పాట్లు చేశారు. ది హిందూస్తాన్ టైమ్స్ ప్రత్యేక ప్రతినిధి ఈ భద్రతా ఏర్పాట్ల గురించి ఇలా వ్రాశారు: "రాజ్‌పూర్ రోడ్ నివాసం నుండి జైలుకు మరియు జైలుకు దారితీసే అన్ని మార్గాల్లో లాఠీలతో ఆయుధాలు కలిగిన పోలీసులను నియమించారు.

సాధారణ దుస్తులలో ఉన్న C.I.D. పురుషులు సైకిళ్లపై మరియు ప్రధాన రహదారులపై ప్రయాణించడం కనిపించింది. జైలు ప్రాంగణానికి పూర్తి భద్రత కల్పించారు. ట్రాఫిక్ ఇన్‌స్పెక్టర్ మిస్టర్. జాన్సన్‌తో పాటు అతని ముగ్గురు సార్జెంట్‌లను జైలు గేటు వద్ద నియమించారు, అయితే అంతర్గత భద్రతను అసిస్టెంట్ సూపరింటెండెంట్ ఆఫ్ పోలీస్ Mr. R.B. మాలిక్, శ్రీ. అలీ, డిప్యూటీ చూసుకున్నారు.

సూపరింటెండెంట్ శ్రీ దేవి దయాళ్, పండిట్ రామ్ మాధవ్ మరియు జైలర్." ప్రతివాదుల తరఫు న్యాయవాది శ్రీ ఆసిఫ్ అలీ మరియు ప్రభుత్వ న్యాయవాది శ్రీ R.B. సూరజ్ నారాయణ్. మేజిస్ట్రేట్ Mr. F.B. పూల్ ఉదయం 9.30 గంటలకు కోర్టుకు చేరుకున్నారు. కోర్టు గది కిక్కిరిసిపోయింది. అప్పటికి ప్రజలు, న్యాయవాదులు మరియు కరస్పాండెంట్లతో పాటు, శ్రీమతి ఆసిఫ్ అలీ, భగత్ సింగ్ తల్లి మరియు తండ్రి, మరియు అతని ఆంటీ అక్కడ ఉన్నారు. అంతేకాకుండా, ఇద్దరు ట్రైనీ మేజిస్ట్రేట్లు కూడా ఉన్నారు. భగత్ సింగ్ మరియు బతుకేశ్వర్ దత్‌లను ఉదయం 10.08 గంటలకు కోర్టుకు తీసుకువచ్చారు. భగత్ సింగ్ 'ఇంక్విలాబ్ జిందాబాద్' అని అరిచాడు బతుకేశ్వర్ దత్ 'నౌకర్ షాహీ ముర్దాబాద్' (అధికారికత డౌన్!) వారు కోర్టుకు చేరుకున్న వెంటనే. కోర్టును ఆశ్రయించడంతో వారు కోర్టు ఆదేశాలతో చేతులు దులుపుకున్నారు. ఉక్కు పంజరం వెనుక ఉన్న బెంచీపై వారిని కూర్చోబెట్టారు. కొందరు సి.ఐ.డి. పురుషులు మరియు జైలు అధికారులు వారి వెనుక కూర్చున్నారు. ఇద్దరు విప్లవకారుల ముఖాల్లో ఏ విధమైన నిరుత్సాహాన్ని ఎవరూ గమనించలేదు.

వారు సంతోషంగా కనిపించారు. దీని తర్వాత పదకొండు మంది రాష్ట్ర సాక్షులను హాజరుపరిచారు. మధ్యాహ్న భోజనానికి కొంత ముందు, ఈ రోజున ఒక పోలీసు అధికారి సమక్షంలో భగత్ సింగ్ తన తల్లి, తండ్రి మరియు ఆంటీని కలవడానికి అనుమతించబడ్డాడు. ఈ సమావేశంలో భగత్ సింగ్ తన తండ్రికి చాలాసార్లు చెప్పడం విన్నాడు. "ప్రభుత్వం నాకు మరణశిక్ష విధించడానికి వంగి ఉంది. కాబట్టి, మీరు అస్సలు చింతించకండి." మధ్యాహ్నం భోజనానికి కోర్టు లేచినప్పుడు, భగత్ సింగ్ వార్తాపత్రిక కోసం తన డిమాండ్‌ను ముందుకు తెచ్చాడు, అయితే రాజకీయ ఖైదీలకు ఈ సౌకర్యం అందుబాటులో ఉన్నప్పటికీ అది తిరస్కరించబడింది. ఆ రోజు సాయంత్రం 4.10 గంటలకు కోర్టు పెరిగింది. రోజు కోసం.

మరుసటి రోజు, మే 8, 1929న, కట్టుదిట్టమైన భద్రతా ఏర్పాట్లలో కోర్టు కార్యకలాపాలు ప్రారంభమయ్యాయి. భగత్ సింగ్ మరియు బతుకేశ్వర్ దత్‌లను ఉదయం 10.20 గంటలకు తీసుకువచ్చారు. మళ్ళీ. కోర్టు గదిలోకి రాగానే ఇద్దరూ ముందు రోజు మాదిరిగానే 'ఇంక్విలాబ్ జిందాబాద్', 'నౌకర్ షాహీ ముర్దాబాద్' అంటూ నినాదాలు చేశారు. దీని తర్వాత కొంతమంది సాక్షుల వాంగ్మూలాలు నమోదు చేయబడ్డాయి, ఆపై భగత్ సింగ్ మరియు బతుకేశ్వర్ దత్ వాంగ్మూలాలు ఇవ్వమని అడిగారు. ఇద్దరూ నిరాకరించారు. మరింత ఒప్పించడంపై మరియు పట్టుబట్టడంతో, భగత్ సింగ్ కోర్టు నుండి ప్రశ్నకు సమాధానం ఇవ్వడానికి అంగీకరించాడు. ఈ క్రింది ప్రశ్న మరియు సమాధానాలు పరస్పరం మార్పిడి చేయబడ్డాయి

కోర్టు మరియు భగత్ సింగ్:

కోర్టు: మీ వృత్తి?

భగత్ సింగ్: ఏమీ లేదు

కోర్టు: మీ నివాస స్థలం? భగత్ సింగ్: లాహోర్

కోర్టు: మొహల్లా?

భగత్ సింగ్: మనం ఒక చోటి నుంచి మరో చోటికి వస్తూ పోతూ ఉంటాం.

కోర్టు: ఏప్రిల్ 8న మీరు అసెంబ్లీకి హాజరయ్యారా?

భగత్ సింగ్: ఈ కేసుకు సంబంధించినంతవరకు, ప్రస్తుతం ఎలాంటి ప్రకటన చేయాల్సిన అవసరం నాకు లేదు.

కోర్ట్: 'ఇంక్విలాబ్ జిందాబాద్' నినాదం అంటే ఏమిటి మీరు నిన్న కొట్ రూమ్‌లోకి ప్రవేశించినప్పుడు అరచారు?

ఈ ప్రశ్నపై డిఫెన్స్ న్యాయవాది శ్రీ ఆసిఫ్ అలీ అభ్యంతరం వ్యక్తం చేశారు. కోర్టు అభ్యంతరాన్ని స్వీకరించాల్సి వచ్చింది. అలాగే, బతుకేశ్వర్ దత్ కూడా కోర్టు ప్రశ్నలకు సమాధానమిచ్చాడు మరియు ఎటువంటి ప్రకటన చేయడాన్ని తిరస్కరించాడు. అప్పుడు డిఫెన్స్ న్యాయవాది అసిఫ్ అలీ దాదాపు నలభై నిమిషాల పాటు ఈ కేసును తార్కికంగా వాదించారు.

ఈ వాదనలు విన్న న్యాయస్థానం వారిద్దరిపై భారత శిక్షాస్మృతిలోని సెక్షన్ 307 కింద అభియోగాలు మోపింది, చాలా మందిని చంపాలనే ఉద్దేశ్యంతో ఇద్దరూ అసెంబ్లీలో బాంబులు విసిరారని పేర్కొంది. 'ఈ విషయంలో మీరేమైనా ప్రకటన చేయాలనుకుంటున్నారా?' అని కోర్టు వారిద్దరినీ మళ్లీ ప్రశ్నించింది. దీనిపై వారిద్దరూ మాట్లాడుతూ.. తర్వాత నిర్ణయం తీసుకుంటాం. అనంతరం కోర్టు ఈ కేసును సెషన్స్ కోర్టుకు పంపింది.

సెషన్స్ కోర్టులో భగత్ సింగ్ చారిత్రక ప్రకటన

ఈ కేసులో విచారణ 1929 జూన్ 4న సెషన్స్ కోర్టులో ప్రారంభమైంది. ఢిల్లీ జైలులో సెషన్స్ జడ్జి మిస్టర్ మిడిల్టన్ దానిని విచారించారు. రాష్ట్ర సాక్షులు మరియు న్యాయవాదుల వాంగ్మూలాలు పూర్తయిన తర్వాత, తాను ప్రకటన చేయవలసిన సమయం ఆసన్నమైందని భగత్ సింగ్ గ్రహించాడు. కాబట్టి అతను స్వయంగా బతుకేశ్వర్ దత్ యొక్క ప్రకటనతో పాటు తన స్వంత ప్రకటనను సిద్ధం చేశాడు. ఇది అతను కష్టపడి తయారు చేసిన వ్రాతపూర్వక ప్రకటన. అతను 6 జూన్, 1929న ఢిల్లీ జైలులోని సెషన్స్ కోర్టులో న్యాయమూర్తి మిస్టర్ మిడిల్టన్ ముందు ఈ ముఖ్యమైన, చారిత్రక ప్రకటనను చదివి వినిపించాడు. ఇది క్రింది విధంగా ఉంది: "మాపై తీవ్రమైన ఆరోపణలు చేస్తున్నారు. మా ప్రవర్తనను మేము స్పష్టం చేయాలనుకుంటున్నాము. ఈ సందర్భంలో ఈ క్రింది ప్రశ్నలు తలెత్తుతాయి:

(i) సభలో బాంబులు విసిరారా? అలా అయితే, దాని వెనుక కారణం ఏమిటి?

(ii) దిగువ కోర్టు విధించిన అభియోగం సరైనదేనా? మేము మొదటి ప్రశ్న యొక్క మొదటి సగానికి తరువాత సమాధానం ఇస్తాము. కానీ కొంతమంది స్నేహితులు సంఘటన యొక్క తప్పు సంస్కరణను అందించారు. బాంబు విసిరిన బాధ్యతను మేము అంగీకరిస్తున్నాము. కాబట్టి, మా ఈ చర్య న్యాయబద్ధంగా మూల్యాంకనం చేయబడుతుందని మేము ఆశిస్తున్నాము. ఉదాహరణకు మనకు కావాలి వారు మాలో

ఒకరి చేతి నుండి పిస్టల్‌ను స్వాధీనం చేసుకున్నారని సూచించడానికి ఆరోపించారు. ఇది ఉద్దేశపూర్వకంగా చెప్పిన అబద్ధం. నిజానికి, మేము లొంగిపోయినప్పుడు, అప్పుడు మా ఇద్దరి దగ్గర పిస్టల్ లేదు. మేము బాంబు వేయడాన్ని చూశామని చెప్పిన స్నేహితులు అసంబద్ధమైన అబద్ధం చెప్పడానికి వెనుకాడలేదు. న్యాయం యొక్క నిష్పాక్షికత మరియు స్వచ్ఛతను కొనసాగించడమే ప్రజల లక్ష్యం అని మేము ఆశిస్తున్నాము. ఈ వాస్తవాల నుండి వారు స్వయంగా తీర్మానాలు చేస్తారు. ఇది కాకుండా, ప్రభుత్వ న్యాయస్థానం న్యాయ సూత్రం మరియు మార్గానికి కట్టుబడి ఉందని మేము అంగీకరిస్తున్నాము. మేము మొదటి ప్రశ్న యొక్క చివరి భాగంలో కొంత వివరంగా సమాధానం ఇవ్వాలనుకుంటున్నాము, తద్వారా ఈ సంఘటనకు దారితీసిన మరియు ఇప్పుడు చారిత్రక రూపాన్ని తీసుకున్న కారణాలను మరియు పరిస్థితులను మేము బహిరంగంగా మరియు స్పష్టంగా ప్రదర్శించవచ్చు.

జైలులో కొందరు పోలీసు అధికారులు మమ్మల్ని కలిశారు. వారిలో కొందరు ఇప్పుడు మాకు చెప్పారు, లార్డ్ ఇర్విన్ సంఘటన తర్వాత, ఉభయ సభల సంయుక్త సెషన్‌ను ఉద్దేశించి ప్రసంగిస్తూ, ఈ బాంబు విసిరి, మేము ఒక వ్యక్తిపై దాడి చేయలేదని, రాజ్యాంగంపైనే దాడి చేశామని అన్నారు. సంఘటన యొక్క సరైన అంచనా లేదా సరైన ప్రభావం చేయలేదని మేము వెంటనే భావించాము. మనం మనుషులను ఇతరులకన్నా తక్కువ కాకుండా ప్రేమిస్తాం. కాబట్టి, ఎవరికీ శత్రుత్వం అనే ప్రశ్న లేదు. దీనికి విరుద్ధంగా, మానవ జీవితం మన దృష్టిలో చాలా పవిత్రమైనది, దాని పవిత్రతను మాటలలో వర్ణించలేము.

అండర్‌గ్రౌండ్ సోషలిస్ట్ దివాన్ చమన్ లాల్ మమ్మల్ని అత్యంత దిగజారిన దురాక్రమణదారులని మరియు దేశానికి అవమానకరమని అన్నారు. అలాగే, కొంతమంది వ్యక్తులు మరియు లాహోర్‌కు చెందిన ట్రిబ్యూన్ వార్తాపత్రిక మేము చట్టవిరుద్ధులమని భావించడం సరికాదు. మేము మన చరిత్రను, మన దేశంలోని పరిస్థితులు మరియు మానవ అంచనాలను తీవ్రంగా అధ్యయనం చేశామని మేము చాలా వినయంతో చెప్పుకుంటాము. మేము వంచనను ద్వేషిస్తాము. మొదటినుంచీ తన పనికిరానితనం గురించి కఠోరమైన ప్రదర్శన చేయడమే కాకుండా, హాని కలిగించే శక్తి గురించి కూడా ఆ సంస్థ పట్ల మన వ్యతిరేకతను ఆచరణలో వ్యక్తం చేయడమే మా లక్ష్యం. దాని గురించి మనం ఎంతగా ఆలోచించినా, ఈ సంస్థ (అసెంబ్లీ) ఉనికి యొక్క ఉద్దేశ్యం భారతదేశం యొక్క అవమానాన్ని మరియు నిస్సహాయతను ప్రపంచానికి

ప్రదర్శించడం మాత్రమే అని మరియు అది ఒక చిహ్నంగా తనను తాను తగ్గించుకుందని మేము ఈ నిర్ధారణకు వెళ్లాము. బాధ్యతారహితమైన మరియు నిరంకుశ పరిపాలన యొక్క అణచివేత శక్తి.

ప్రజాప్రతినిధుల డిమాండ్లు పదే పదే చెత్త కాగితాల బుట్టలో పడుతున్నాయి. సభ ఆమోదించిన పవిత్రమైన తీర్మానాలను భారత పార్లమెంట్‌లో అవమానకరంగా తుంగలో తొక్కుతున్నారు. అణచివేత మరియు నిరంకుశ చట్టాల రద్దుకు సంబంధించిన తీర్మానాలు అత్యంత అవమానకరంగా నిర్లక్ష్యం చేయబడ్డాయి మరియు ప్రజా ప్రతినిధులచే తిరస్కరించబడిన ప్రభుత్వ చట్టాలు మరియు తీర్మానాలను ప్రభుత్వం అత్యంత విచిత్రమైన పద్ధతిలో ఆమోదించింది. ఫలితంగా, గవర్నర్ జనరల్ ఎగ్జిక్యూటివ్ కౌన్సిల్ మాజీ లా మెంబర్ దివంగత శ్రీ సి.ఆర్.దాస్ తన కుమారుడికి రాసిన లేఖలో ఇంగ్లండ్‌ను మేల్కొలపడానికి బాంబు అవసరమని చెప్పిన మాటల నుండి మేము ప్రేరణ పొందాము. పీడకల, మరియు వారి హృదయ విదారక కథను చెప్పడానికి ప్రత్యామ్నాయం లేని ప్రజల తరపున వ్యతిరేకతను వ్యక్తం చేయడానికి మేము అసెంబ్లీ నేలపై బాంబు విసిరాము.

బధిరులకు మా గొంతు వినిపించడం మరియు నిర్లక్ష్యం చేసే వారికి సమయ హెచ్చరికను తెలియజేయడం మా ఏకైక లక్ష్యం. ఇతర వ్యక్తులు కూడా మన పంథాలో ఆలోచిస్తున్నారు, మరియు ఉపరితలంపై భారతీయ సమాజం నిశ్శబ్ద సముద్రంలా కనిపిస్తున్నప్పటికీ, లోపల భయంకరమైన తుఫాను ఏర్పడి, విస్ఫోటనం చెందడానికి వేచి ఉంది. రాబోయే గంభీరమైన పరిస్థితులను పట్టించుకోకుండా కేవలం వేగంగా వెళ్తున్న వారికి హెచ్చరిక గంటలు మోగించాము. కొత్త తరం మనస్సులలో ఎటువంటి సందేహం లేకుండా అసంబద్ధం గురించి మేము ఆ ఊహాత్మక అహింసకు ముగింపు ప్రకటించాము. మానవాళికి జరిగే భయంకరమైన ప్రమాదాల పట్ల చిత్తశుద్ధి గల చిత్తశుద్ధి మరియు వ్యతిరేకంగా హెచ్చరించడానికి మేము ఈ మార్గాన్ని అనుసరించాము. కోట్లాది మంది మన దేశవాసులలాగే మనం కూడా స్పష్టంగా ఊహించాము. మేము మునుపటి పేరాలలో 'ఇమాజినరీ నాన్‌వైలెన్స్' అనే పదాలను ఉపయోగించాము. మేము వాటిని వివరించాలనుకుంటున్నాము.

మా అభిప్రాయం ప్రకారం, బలాన్ని ఉపయోగించడం అన్యాయమైన పరిస్థితిలో అది దురాక్రమణ పద్ధతిగా ఉపయోగించబడుతుంది మరియు అందువల్ల మన దృష్టిలో హింస. కానీ ఒక నిర్దిష్ట లక్ష్యాన్ని సాధించడానికి శక్తిని ఉపయోగించినప్పుడు అది నైతిక

దృక్కోణం నుండి మాత్రమే అవుతుంది. బలాన్ని పూర్తిగా త్యజించడం అనేది కేవలం ఊహాత్మక భ్రమ. మేము ఇప్పటికే ముందస్తు నోటీసు ఇచ్చిన ఉద్యమంలో ఈ దేశం పెరిగింది. ఈ ఉద్యమం గురు గోవింద్ సింగ్ మరియు శివాజీ, కమల్ పాషా మరియు రిజా ఖాన్, వాషింగ్టన్ మరియు గారిబాల్డి, లా ఫెయెట్ మరియు లెనిన్ యొక్క కార్యకలాపాల నుండి ప్రేరణ పొందింది. పరాయి ప్రభుత్వం మరియు ప్రజా నాయకులు అని మనకు కనిపిస్తుంది

ఈ ఉద్యమానికి భారతదేశం కళ్ళు మూసుకుంది మరియు దాని గొంతు వారి చెవులకు చేరలేదు. అందువల్ల, మా గొంతు వినబడని ప్రదేశాలలో మేము హెచ్చరించడం మా కర్తవ్యంగా భావించాము. సంఘటన వెనుక ఉన్న అంతర్లీన ప్రణాళిక గురించి మేము ఇప్పటివరకు చర్చించాము పరిశీలనలో ఉన్నది.

ఇప్పుడు మనం దాని గురించి చెప్పాలనుకుంటున్నాము మా లక్ష్యాల చట్టబద్ధత మరియు మర్యాద. ఈ ఘటనలో స్వల్పంగా గాయపడిన వారిపై మాకు వ్యక్తిగత అసూయ లేదా శత్రుత్వం లేదు. ఇది మాత్రమే కాదు, అసెంబ్లీలో ఉన్న ఏ వ్యక్తిపైనా మేము అసూయపడము. మనిషి జీవితాన్ని మాటల్లో వర్ణించలేనంత పవిత్రంగా భావిస్తున్నామని, ఎవరికీ హాని తలపెట్టకుండా మానవాళి సేవలో ప్రాణాలర్పించేందుకు సిద్ధమని చెప్పే స్థాయికి వెళ్లవచ్చు. మేము చంపడాన్ని ఆనందించే సామ్రాజ్య సైన్యానికి చెందిన కిరాయి సైనికుల వలె కాదు. అందుకు విరుద్ధంగా ప్రజల ప్రాణాలను కాపాడేందుకు ప్రయత్నిస్తాం. ఇదంతా చెప్పి అసెంబ్లీ భవనంలో ఉద్దేశపూర్వకంగానే బాంబులు విసిరినట్లు ఒప్పుకుంటున్నాం.

ఈ వాస్తవం దాని కోసం మాట్లాడుతుంది మరియు మా లక్ష్యాలను మా చర్యల ఫలితాల వెలుగులో అంచనా వేయాలని మేము అభ్యర్థిస్తున్నాము మరియు ఊహాజనిత పరిస్థితులు మరియు మునుపటి ఆలోచనల ఆధారంగా కాదు. ప్రభుత్వ నిపుణుడు సమర్పించిన ఆధారాలు ఉన్నప్పటికీ, మేము అసెంబ్లీలో విసిరిన బాంబుల వల్ల ఒక ఖాళీ బెంచ్‌కు స్వల్ప నష్టం వాటిల్లింది మరియు డజన్ల కంటే తక్కువ మంది వ్యక్తులు చిన్న గీతలు పడ్డారనేది వాస్తవం. ప్రభుత్వ శాస్త్రవేత్తలు దీనిని ఒక అద్భుతం అని పిలుస్తారు, కానీ మన ప్రకారం ఇది కేవలం శాస్త్రీయ ప్రక్రియ. మొదటి విషయం ఏమిటంటే, రెండు బాంబులు బెంచీలు మరియు డెస్క్‌ల మధ్య ఖాళీ స్థలంలో పేలాయి. రెండవ విషయం ఏమిటంటే, పేలుడు జరిగిన ప్రదేశానికి కేవలం రెండు అడుగుల దూరంలో ఉన్న శ్రీ రావు, శ్రీ శంకర్ రావు మరియు శ్రీ జార్జ్ షుస్టర్ వంటి వ్యక్తులకు

కూడా ఎటువంటి గాయాలు కాలేదు లేదా కేవలం చిన్న గీతలు మాత్రమే తగిలాయి. బాంబులు పొటాషియం క్లోరేట్ మరియు పికరేట్ వంటి ప్రభావవంతమైన రసాయనాలతో నింపబడి ఉంటే, అవి అడ్డంకులను ధ్వంసం చేసేవి మరియు పేలుడు జరిగిన ప్రదేశానికి చాలా గజాల దూరంలో కూర్చున్న వ్యక్తులు తీవ్రంగా గాయపడి, మరింత ప్రభావవంతమైన మరియు పేలుడు ఇన్‌పుట్‌లు ఉన్నట్లయితే బాంబుల వల్ల అసెంబ్లీలోని మెజారిటీ సభ్యులు ప్రాణాలు కోల్పోయి ఉండేవారు. చాలా మంది ముఖ్యమైన వ్యక్తులు కూర్చున్న ట్రెజరీ బాక్సులపై బాంబులు విసిరి, చివరకు స్పీకర్‌లో కూర్చున్న సర్ జాన్ సైమన్‌ను గాయపరచడం కూడా మనం చేయగలం.

ఆ సమయంలో గ్యాలరీ, దీని దురదృష్టకర కమిషన్ అందరూ అసహ్యించుకుంటారు దేశంలో సరైన ఆలోచనాపరులు. అయితే ఇదంతా మా లక్ష్యం కాదు. మా బాంబులు నర్సు కంటే ఎక్కువ పని చేయలేదు సమావేశమయ్యారు. ఇది అద్భుతం కాదు. మేము తెలిసి నిర్ణయించుకున్నాము ప్రజలందరి జీవితాలు సురక్షితంగా ఉండాలన్నదే ఈ లక్ష్యం. దీని తరువాత, మా చర్య యొక్క పర్యవసానంగా శిక్షను అనుభవించడానికి, మేము స్వచ్ఛందంగా సమర్పించుకున్నాము / లొంగిపోయాము మరియు సామ్రాజ్యవాద దోపిడీదారులకు వారు వ్యక్తులను అణిచివేయగలరని నిరూపించాము, కానీ వారు ఆలోచనలను హత్య చేయలేరు.

ఇద్దరు అప్రధాన వ్యక్తులను అణిచివేయడం ద్వారా, ఒక దేశం నలిగిపోదు. లెటర్స్ డి క్యాచెట్ మరియు వెల్లెస్టైల్స్ సంఘటనలు విప్లవాత్మక ఉద్యమాన్ని అణిచివేయలేకపోయాయని మరియు ఉరి యొక్క పాము మొత్తం సైబీరియా అంతటా వ్యాపించినప్పటికీ, అది ఆధునిక విప్లవ జ్వాలలను ఆర్పలేకపోయిందనే ఈ చారిత్రక ముగింపును మేము నొక్కిచెప్పాలనుకుంటున్నాము. అలాగే ఈ ఆర్డినెన్స్‌లు మరియు భద్రతా బిల్లు భారతదేశ స్వాతంత్ర్య మంటలను ఆర్పడం అసాధ్యం. కుట్రలను వెలికితీసి, వాటిని ఘాటుగా ఖండిస్తూ, యువకులందరినీ పంపి విప్లవ ఉద్యమాన్ని ఆపలేరు. ఉన్నత ఆదర్శాల గురించి కలలు కంటున్నాడు, ఉరికి. మన యొక్క ఈ హెచ్చరికను విస్మరించకపోతే, ప్రాణనష్టం మరియు విస్తృతమైన హింసను ఆపడంలో ఇది సహాయకరంగా ఉంటుంది. ఈ హెచ్చరికను జారీ చేసే భారాన్ని మనమే మా భుజాలపై వేసుకుని, మా బాధ్యతను నిర్వర్తించాము.

హత్యా కలహాలు విప్లవం యొక్క అనివార్య పరిస్థితి కాదు; మరియు విప్లవం వ్యక్తిగత ప్రతీకారాన్ని కూడా అందించదు. విప్లవం బాంబులు, తుపాకుల సంస్కృతి కాదు.

విప్లవం అంటే మనకు అన్యాయంపై ఆధారపడిన ప్రస్తుత ఆర్థిక వ్యవస్థ మారాలి. నిర్మాతలు మరియు కార్మికులు సమాజానికి అవసరమైన అంశాలు, కానీ దోపిడీదారులు వారి శ్రమ ఫలాలను మరియు ప్రాథమిక హక్కులను కోల్పోతారు. ఒకవైపు, మొత్తం ప్రపంచానికి గుడ్డ సరఫరా చేసే రైతుల కుటుంబాలు, తమ శరీరాలను మరియు వారి పిల్లల శరీరాలను కప్పుకోవడం కష్టం; తాపీ మేస్త్రీలు, వడ్రంగులు మరియు కమ్మరి, ఇతరుల కోసం రాజభవనాలను నిర్మించేవారు, మురికివాడలలో నివసిస్తున్నారు మరియు తెలియకుండా మరణిస్తారు. మరోవైపు, పెట్టుబడిదారులు, దోపిడీదారులు మరియు ఇతర పరాన్నజీవి వ్యక్తులు తమ క్రేజ్‌లు మరియు ఇష్టాయిష్టాలను తీర్చుకోవడానికి కోట్లాది రూపాయలు ఖర్చు చేస్తున్నారు.

ఈ భయంకరమైన అసమానతలు మరియు అభివృద్ధి యొక్క కృత్రిమ సమానతలు సమాజాన్ని అరాచకంలోకి నెట్టివేస్తున్నాయి. ఈ పరిస్థితి శాశ్వతంగా ఉండదు మరియు ప్రస్తుత సామాజిక వ్యవస్థ అగ్నిపర్వతం తలపై కూర్చున్నప్పటికీ, దాని గురించి స్పష్టంగా తెలుస్తుంది. సౌకర్యవంతమైన, మరియు మేము దోపిడీదారుల అమాయక పిల్లలు ప్రమాదకరమైన విభజన అంచున నిలబడి ఉన్నాము. నాగరికత యొక్క నిర్మాణం సమయానికి బాగా సేవ్ చేయకపోతే, అది నాశనం అవుతుంది.

కాబట్టి విప్లవాత్మకమైన మార్పు అవసరం. మరియు ఈ మార్పు యొక్క ఆవశ్యకతను గ్రహించిన వారు సమాజాన్ని సామ్యవాద ప్రాతిపదికన పునర్వ్యవస్థీకరించడానికి బాధ్యత వహిస్తారు.

ఇది నెరవేరని వరకు, ఒక దేశం మరొక దేశం దోపిడీ చేస్తూనే ఉంటుంది మరియు దీనిని సామ్రాజ్యవాదంగా పేర్కొనవచ్చు; మరియు అటువంటి సమయం వరకు అన్ని చర్చలు పూర్తిగా కపటత్వం, ఇవి సామ్రాజ్యవాదం నుండి ఉత్పన్నమయ్యే బాధలు మరియు అవమానాల నుండి మానవాళికి సార్వత్రిక శాంతి యొక్క కాలం ఉద్భవిస్తుంది. మన విప్లవం యొక్క అర్థం ఏమిటంటే, ఈ రకమైన ప్రాణాంతక ప్రమాదాలను ఎదుర్కోవాల్సిన అవసరం లేని మరియు లేనివారి సార్వభౌమాధికారం గుర్తించబడే సామాజిక వ్యవస్థను స్థాపించడం. దీని ఫలితంగా ప్రపంచ-సంఘం మానవ జాతిని పెట్టుబడిదారీ బానిసత్వం నుండి మరియు యుద్ధం వల్ల కలిగే ఇబ్బందులు మరియు విధ్వంసం నుండి రక్షించగలుగుతుంది.

ఇది మా ఆదర్శం, మరియు ఈ ఆదర్శం ద్వారా మేము తగినంత, సమర్థవంతమైన మరియు సమయానుకూలమైన హెచ్చరికను జారీ చేసాము. దీనిని విస్మరించి, ప్రస్తుత

పరిపాలనా క్రమం సహజ శక్తుల మార్గానికి ఆటంకం కలిగిస్తూ ఉంటే, తీవ్రమైన కలహాలు తలెత్తడం ఖాయం, ఇది అవరోధంగా ఉన్న అన్ని అంశాలను నిర్మూలించి, విసిరివేసి, లేనివారి అధికారాన్ని స్థాపిస్తుంది. విప్లవం యొక్క లక్ష్యాలు. విప్లవం మానవ జాతి జన్మహక్కు. స్వేచ్ఛ అనేది పురుషులందరికీ జన్మహక్కు, ఇది ఎట్టి పరిస్థితుల్లోనూ తీసివేయబడదు. శ్రామిక వర్గమే సమాజానికి నిజమైన పునాది. కార్మికుల అంతిమ లక్ష్యం ప్రజాస్వామ్యం (ప్రజాశక్తి) స్థాపన. ఈ ఆదర్శాల కోసం మరియు ఈ విశ్వాసం కోసం, ఈ న్యాయస్థానం ప్రదానం చేసే బాధలన్నింటినీ మేము స్వాగతిస్తాము మాకు. ఈ బలిపీఠం మీద అగరబత్తిలా మా యవ్వనాన్ని కాల్చడానికి మేము సిద్ధంగా ఉన్నాము.

ఈ గొప్ప లక్ష్యం కోసం ఏ త్యాగమూ పెద్దది కాదు. మేము ఓపికగా వేచి ఉంటాము విప్లవం యొక్క ఉల్క పెరుగుదలకు... ఇంక్విలాబ్ జిందాబాద్." సెసియస్ జడ్జి, మిడిల్టన్ అభిప్రాయం ప్రకారం, ఈ ప్రకటనలోని కొన్ని భాగాలు అభ్యంతరకరంగా ఉన్నాయి. కాబట్టి మరుసటి రోజు అతను డిఫెన్స్ న్యాయవాది ఆసిఫ్ అలీ మరియు పబ్లిక్ ప్రాసిక్యూటర్‌ను పిలిచి తన అభిప్రాయాన్ని వ్యక్తం చేశాడు. అభ్యంతరకరమైన భాగాలను తొలగించాలనే కోరిక.ఆసిఫ్ అలీ అతనితో ఏకీభవించాడు మరియు అతను తనతో ఏకీభవించేలా భగత్ సింగ్‌ను ఒప్పించాడు.కాబట్టి ప్రకటన కాపీని సవరించిన తర్వాత కోర్టు రికార్డులో ఉంచారు.త్వరలో ఢిల్లీ కమీషనర్ ఏ వార్తాపత్రిక చేయకూడదని ఆదేశాలు జారీ చేశారు. భగత్ సింగ్ యొక్క ఈ ఉపన్యాసాన్ని ప్రచురించండి, కానీ ది పయనీర్ దానిని దాని అసలైన రూపంలో ఇప్పటికే ప్రచురించింది

ఉత్తర్వులు జారీ చేయడానికి ముందు ఫారం. తరువాత ఉపన్యాసం యొక్క సవరించిన కాపీని వార్తాపత్రికలకు పంపారు, వారు ప్రచురించారు. ఇది మాత్రమే కాదు, విదేశీ వార్తాపత్రికలు కూడా దీనిని ప్రముఖంగా ప్రచురించాయి. ఇది విప్లవకారుల ఆలోచనలను ప్రపంచం మొత్తం ముందుంచింది. నిజానికి భగత్ సింగ్ కూడా తన ఆలోచనలను ప్రపంచం తెలుసుకోవాలని కోరుకున్నాడు.

ఈ ప్రకటనను భగత్ సింగ్ స్వయంగా కోర్టులో చదివి వినిపించారు. బటుకేశ్వర్ దత్ తరపున న్యాయవాది శ్రీ ఆసిఫ్ అలీ దీనిని చదివారు. ఈ ప్రకటన భగత్ సింగ్ వైపు దేశం దృష్టిని మరింతగా ఆకర్షించింది. అత్యున్నత విషయం ఏమిటంటే, ఈ ఇద్దరు ధైర్యవంతులు తమను తాము రక్షించుకోవడానికి ఏమీ చేయలేదు. చివరగా, ఈ కేసు విచారణ జూన్ 10, 1929న ముగిసింది మరియు జూన్ 12న సెషన్స్ జడ్జి తన 41 పేజీల

తీర్పును ప్రకటించారు, ఇందులో భగత్ సింగ్ మరియు బతుకేశ్వర్ దత్‌లకు భారతీయ శిక్షాస్మృతిలోని సెక్షన్ 307 ప్రకారం జీవిత ఖైదు విధించబడింది మరియు పేలుడు పదార్థాల చట్టంలోని సెక్షన్ 3 కింద. ఇది జరిగిన వెంటనే భగత్ సింగ్‌ను పంజాబ్‌లోని అపఖ్యాతి పాలైన మియాన్‌వాలి జైలుకు మరియు బతుకేశ్వర్ దత్‌ను లాహోర్ సెంట్రల్ జైలుకు పంపారు.

హైకోర్టులో అప్పీలు

ఈ ధైర్యవంతులు ఇద్దరూ దిగువ కోర్టు నుండి తమను తాము రక్షించుకోవడానికి వ్యతిరేకించారని చాలా స్పష్టంగా తెలుస్తుంది. తమ ఆలోచనలను మరింత మంది ప్రజలకు తెలియజేయాలన్నారు. దీంతో వారు సెషన్స్ జడ్జి తీర్పుపై లాహోర్ హైకోర్టులో అప్పీలు చేశారు. జస్టిస్ ఫోర్డ్ మరియు జస్టిస్ అడిసన్ ఈ అప్పీల్‌ను విచారించారు. ఇక్కడ భగత్ సింగ్ తన రెండవ ముఖ్యమైన ప్రకటన చేసాడు. ఇది ఇలా ఉంటుంది:

"నా ప్రభూ! మేము ఆంగ్ల భాషా వాదులం లేదా నిపుణులం కాదు. మాకు క్షీణత లేదు. కాబట్టి, దయచేసి మా నుండి గొప్ప ఉపన్యాసాలు ఆశించవద్దు. సంబంధిత తప్పులను విస్మరించి, మా ప్రకటన యొక్క నిజమైన ఉద్దేశ్యాన్ని అర్థం చేసుకోవడానికి కృషి చేయాలని మేము ప్రార్థిస్తున్నాము. భాషకు సంబంధించి.. మిగతా అన్ని సమస్యలను నా న్యాయవాదికి వదిలివేసి నేను ఒక అంశంపై మాత్రమే నా అభిప్రాయాలను తెలియజేస్తాను. ఈ విషయంలో ఈ సమస్య చాలా ముఖ్యమైనది. మన ఉద్దేశాలు ఏమిటి మరియు మనం ఎంతవరకు నేరస్థులం అనేది చాలా ముఖ్యమైనది.

"సమస్య చాలా క్లిష్టంగా ఉంది. కాబట్టి, ఆలోచించడానికి మరియు మమ్మల్ని ప్రభావితం చేసిన ఎత్తును మీ ప్రభువు ముందు ఎవరూ సమర్పించలేరు

ఒక నిర్దిష్ట మార్గంలో పని చేయండి. దీన్ని దృష్టిలో ఉంచుకుని మా ఉద్దేశాలు మరియు మా నేరాలు అంచనా వేయబడాలని మేము కోరుకుంటున్నాము. ప్రసిద్ధ చట్టపరమైన ప్రముఖ సోలోమాన్ ప్రకారం, ఒక వ్యక్తి తన ఉద్దేశ్యాలు తెలిసే వరకు మరియు ఆ ఉద్దేశాలు చట్టవిరుద్ధమైన ప్రవర్తన అని నిరూపించబడే వరకు శిక్షించకూడదు. "సెషన్స్ జడ్జి కోర్టులో మేము చేసిన ప్రకటన మా ఉద్దేశాలను వివరించింది మరియు ఆ రూపంలో మా ఉద్దేశాలను కూడా వివరించింది. కానీ గౌరవనీయమైన సెషన్స్ జడ్జి ఈ పరిశీలన ద్వారా మా ప్రయత్నాలన్నింటినీ నిరుపయోగంగా మార్చారు. నిందితులు చట్టం

యొక్క పనిని ప్రభావితం చేయరు మరియు ఈ దేశంలో లక్ష్యాలు మరియు ఉద్దేశాలను చర్చించడం చాలా అరుదు.

"నా ప్రభూ! కేసు పరిస్థితులలో, నేర్చుకొన్న న్యాయమూర్తి మన నేరాన్ని ఫలితాల వెలుగులో అంచనా వేయడం లేదా మా ప్రకటన సహాయంతో మానసిక చొరవపై నిర్ణయం తీసుకోవడం సముచితం. కానీ అతను ఈ రెండింటిలో దేనినీ చేయలేదు. .

"మొదటి విషయం ఏమిటంటే, మేము అసెంబ్లీలో విసిరిన బాంబుల వల్ల ఎవరూ శారీరకంగా లేదా మానసికంగా గాయపడలేదు, కాబట్టి శిక్ష విధించేటప్పుడు మన ఉద్దేశాలు మరియు ఉద్దేశాలను పరిగణనలోకి తీసుకోవాలి. నిందితుడి మనస్తత్వశాస్త్రం, అతని ఉద్దేశాలు మరియు వాస్తవాలు తెలియకుండా. ఉద్దేశ్యాలు తెలియవు.అలాగే, ఉద్దేశాలను విస్మరిస్తే, ఏ వ్యక్తికి న్యాయం జరగదు, ఎందుకంటే లక్ష్యాన్ని దృష్టిలో ఉంచుకోకపోతే, అత్యున్నత జనరల్స్ మరియు కమాండర్లు సాధారణ నేరస్థులు మరియు హంతకులుగా కనిపిస్తారు.ప్రభుత్వ కలెక్టర్లు చాలా మంది పన్నులు దొంగలు మరియు నకిలీలుగా కనిపిస్తాయి మరియు న్యాయమూర్తులు కూడా హత్యకు ప్రయత్నించబడతారు.ఈ విధంగా సామాజిక క్రమం మరియు సంస్కృతి రక్తపాతం, దొంగతనం మరియు నకిలీలకు తగ్గించబడుతుంది.

లక్ష్యాలను విస్మరిస్తే, వ్యక్తులను న్యాయంగా ఉండమని అడిగే హక్కు పరిపాలనకు ఉంది. లక్ష్యాలను విస్మరిస్తే మతాన్ని బోధించడం అబద్ధాన్ని బోధించినట్లు కనిపిస్తుంది మరియు ప్రతి ప్రవక్త కోట్లాది అమాయకులు మరియు అజ్ఞానులను తప్పుదారి పట్టించినందుకు ప్రయత్నించబడతారు. లక్ష్యాలను విస్మరించినట్లయితే, ప్రభువైన యేసుక్రీస్తు ఇబ్బందులను సృష్టిస్తూ, శాంతికి భంగం కలిగించి, తిరుగుబాటును వ్యాప్తి చేసేలా కనిపిస్తాడు, మరియు చట్టంలోని మాటలలో అతను ప్రమాదకరమైన వ్యక్తిగా పరిగణించబడతాడు.కానీ మేము ఆయనను ఆరాధిస్తాము.మన హృదయాలలో ఆయన పట్ల మనకు అపారమైన గౌరవం ఉంది; అతని చిత్రం మన హృదయాలలో ఆధ్యాత్మికతను ప్రేరేపిస్తుంది.ఎందుకు ఇది?ఎందుకంటే అతని ప్రయత్నాలను నడిపించే వ్యక్తి ఉన్నత శ్రేణి యొక్క లక్ష్యం.ఆ యుగంలోని పాలకులు అతని లక్ష్యాలను గుర్తించలేదు; వారు మాత్రమే చూశారు

అతని బాహ్య ప్రవర్తన. కానీ అతని కాలం నుండి నేటి వరకు 20 శతాబ్దాలు గడిచాయి. అప్పటి నుంచి మనం ఎలాంటి పురోగతి సాధించలేదా? అదే తప్పులు పునరావృతం చేద్దామా? ఇది ఇలా ఉంటే, మానవత్వం యొక్క త్యాగం మరియు గొప్ప అమరవీరుల

కృషి ఫలించలేదు, మరియు మనం ఇరవై శతాబ్దాల క్రితం ఉన్న స్థితిలోనే ఉన్నాము. "చట్టం నుండి లక్ష్యం ప్రశ్నకు ప్రత్యేక ప్రాముఖ్యత ఉంది. జనరల్ డయ్యర్ విషయమే తీసుకోండి. అతను వందలాది మంది అమాయకులు మరియు నిరాయుధులను కాల్చి చంపాడు, కానీ కోర్టు మార్షల్, అతన్ని కాల్చి చంపమని ఆదేశించడానికి బదులుగా, అతనికి లక్షలు ఇచ్చింది. బహుమతిగా రూపాయిలు.. దయచేసి మరొక ఉదాహరణను పరిగణించండి. శ్రీ ఖడగ్ బహదూర్ సింగ్ అనే యువకుడు కలకత్తాలో ఒక ధనిక మార్వాడీని ఈటెతో చంపాడు. లక్ష్యం పక్కన పెడితే, ఖడగ్ బహదూర్ సింగ్‌కు మరణశిక్ష విధించాలి, కానీ అతనికి కొన్నేళ్ల జైలుశిక్ష విధించి, పదవీకాలం ముగియకముందే విడుదలయ్యాడు.అతనికి మరణశిక్ష విధించకుండా చట్టంలో పగుళ్లు పడ్డాయా?లేక అతనిపై హత్య కేసు రుజువు కాలేదా?అతను కూడా మనలాగే తన నేరాన్ని అంగీకరించాడు కానీ తన నేరాన్ని అంగీకరించాడు. ప్రాణం రక్షించబడింది, మరియు అతను ఇప్పుడు స్వేచ్ఛగా ఉన్నాడు,

అతనికి ఉరి శిక్ష ఎందుకు విధించలేదని నేను అడుగుతున్నాను, అతని చర్య స్థిరంగా ఉంది, కొలవబడింది, అతను సంక్లిష్ట పద్ధతిలో సన్నాహాలు చేసాడు, లక్ష్యం కోణం నుండి, అతని చర్య మరింత ఎక్కువ. ప్రమాదకరమైనది మరియు బలహీనమైనది. అతని లక్ష్యం మంచిది కాబట్టి అతనికి తక్కువ శిక్ష విధించబడింది. ఎందరో అందమైన ఆడపిల్లల రక్తాన్ని పీల్చి పిప్పి చేసిన సొసైటీని వదిలించుకున్నాడు. శ్రీ ఖడగ్ బహదూర్ సింగ్ చట్ట ప్రతిష్టను కాపాడటానికి కొన్ని సంవత్సరాల శిక్ష విధించబడింది. ఇది సూత్రాల సంఘర్షణను మాత్రమే ప్రతిబింబిస్తుంది, ఇది ఇది: "చట్టం మనిషి కోసం, మనిషి చట్టం కోసం కాదు." ఈ పరిస్థితులలో, మనకు వాటిని నిషేధించే కారణాలు ఏమిటి శ్రీ ఖడగ్ బదూర్ సింగ్‌కు లభించే రాయితీలు? అతనికి తేలికపాటి శిక్షను ప్రదానం చేస్తున్నప్పుడు అతని లక్ష్యం మనస్సులో ఉంచబడింది. లేకపోతే, మరొక వ్యక్తిని హత్య చేసిన వ్యక్తి ఉరి శిక్ష నుండి తప్పించుకోలేడు. కాబట్టి మనం సాధారణ చట్టపరమైన హక్కును ఎందుకు పొందడం లేదు? మా చర్య ప్రభుత్వానికి వ్యతిరేకంగా చేసినందుకా? లేక మన చర్యకు రాజకీయ ప్రాధాన్యత ఉందా?

"నా ప్రభూ! ఒక వ్యక్తి యొక్క సహజ హక్కును అపహరించే ప్రభుత్వం, నీచమైన పద్ధతుల్లో ఆశ్రయం పొందే ప్రభుత్వానికి ఉనికిలో ఉండే హక్కు లేదని చెప్పడానికి దయచేసి నన్ను అనుమతించండి. అది ఇప్పటికీ ఉన్నట్లయితే, అది తాత్కాలిక పద్ధతి, మరియు వేల మంది అమాయకుల రక్తాన్ని తలపై మోస్తుంది. చట్టం లక్ష్యాలను

చూడకపోతే, అది న్యాయాన్ని అందించదు లేదా శాశ్వత శాంతిని నెలకొల్పడంలో సహాయం చేయదు. "మనుషులను చంపడమే లక్ష్యం అయితే పిండిలో విషం కలపడం నేరం కాదు ఎలుకలు, కానీ అది మనిషిని చంపితే అది హత్య నేరం అవుతుంది. అందువలన, గొప్ప, గొప్ప మరియు మేధావులు చట్టాలకు వ్యతిరేకంగా తిరుగుబాటు చేశారు

హేతు పరీక్షను భరించనివి మరియు న్యాయానికి వ్యతిరేకమైనవి. "మా కేసు వాస్తవాలు చాలా సరళమైనవి. ఏప్రిల్ 8, 1929న మేము సెంట్రల్ అసెంబ్లీలో రెండు బాంబులు విసిరాము. వారి పేలుళ్ల వల్ల కొంతమందికి చిన్నపాటి గీతలు పడ్డాయి. ఛాంబర్‌లో గందరగోళం జరిగింది, వేలాది మంది సందర్శకులు మరియు సభ్యులు బయటకు వచ్చారు. కొంత సేపటికి అక్కడ నిశ్శబ్దం అలుముకుంది.నేను మరియు నా సహచరుడు B.K.దత్ సందర్శకుల గ్యాలరీలో నిశ్శబ్దంగా కూర్చున్నాము మరియు మేము అరెస్టుకు సిద్ధంగా ఉన్నాము, మమ్మల్ని అరెస్టు చేశారు, మేము అరెస్టు చేసాము, కేసు నమోదు చేసాము మరియు హత్యకు శిక్షించబడ్డాము, నలుగురు లేదా ఐదుగురు వ్యక్తులు మాత్రమే మైనర్లను అందుకున్నారు. గాయాలు, మరియు ఈ నేరానికి పాల్పడిన వారు ఎలాంటి ప్రమేయం లేకుండా అరెస్టుకు సిద్ధమయ్యారు. మేము పారిపోవాలనుకుంటే మేము అలా చేయవచ్చని సెషన్స్ జడ్జి అంగీకరించారు. మేము మా నేరాన్ని అంగీకరించాము మరియు మా వైఖరిని స్పష్టం చేయడానికి ప్రకటనలు చేసాము. మేము శిక్షకు భయపడరు.కానీ మేము తప్పుగా అర్థం చేసుకోవడం లేదా తప్పుగా అర్థం చేసుకోవడం ఇష్టం లేదు.మా ప్రకటనలోని కొన్ని పేరాగ్రాఫ్‌లు (సెషన్స్ జడ్జి ముందు) తొలగించబడ్డాయి.వాస్తవ పరిస్థితి దృష్ట్యా ఇది హానికరం.

"మొత్తంగా తీసుకున్నప్పుడు, మా ప్రకటన ఈ సమయంలో మన దేశం ఒక క్లిష్టమైన కాలం గుండా వెలుతోందని స్పష్టంగా తెలియజేస్తుంది. ఈ దేశానికి బిగ్గరగా హెచ్చరిక అవసరం, మరియు మా దృక్కోణం నుండి మేము ఆ హెచ్చరికను వినిపించాము. ఇది సాధ్యమే. మనం పొరపాటు చేసి ఉండవచ్చు, మన ఆలోచనా విధానం గౌరవనీయులైన న్యాయమూర్తుల ఆలోచనా విధానానికి భిన్నంగా ఉండవచ్చు, కానీ మనం అలా అని అర్థం కాదు. మమ్మల్ని వ్యక్తీకరించడానికి అనుమతి లేదు మరియు తప్పు విషయాలు మాతో ముడిపడి ఉన్నాయి. "మా ప్రకటనలో 'ఇంక్విలాబ్ జిందాబాద్' మరియు 'సామ్రాజ్యవాద్ ముర్దాబాద్'కి సంబంధించి మేము ఇచ్చిన వివరణ మా లక్ష్యాలలో

ముఖ్యమైన భాగమైనప్పటికీ తొలగించబడింది. 'ఇంక్విలాబ్, జిందాబాద్' అంటే మాములుగా ఊహిస్తున్నది కాదు ఒక తప్పు పద్ధతి. బాంబులు, పిస్టల్‌లు ఇంక్విలాబ్‌ను తీసుకురావు కానీ ఇంక్విలాబ్ యొక్క కత్తి ఆలోచన చక్రంలో పదును పెట్టింది మరియు ఇది జరిగింది

మేము వ్యక్తం చేయాలనుకున్న విషయం. మన ఇంక్విలాబ్ యొక్క అర్థం పెట్టుబడిదారీ యుద్ధాల వల్ల కలిగే కష్టాలను అంతం చేయడం. వాటి వెనుక ఉన్న ప్రధాన లక్ష్యాలను మరియు వాటిని సాధించే ప్రక్రియను ముందుగా అర్థం చేసుకోకుండా దాని గురించి తీర్పు ఇవ్వడం మంచిది కాదు. కుతప్పుడు విషయాలను మాతో అనుబంధించడం చతురమైన అన్యాయం. "ఈ హెచ్చరిక చేయడం చాలా అవసరం. అశాంతి రోజురోజుకు పెరుగుతోంది. సరైన చికిత్స అందించకపోతే, వ్యాధి ప్రమాదకరమైన రూపాన్ని పొందుతుంది. ఏ మానవ శక్తి దానిని నిర్వహించదు. మేము ఈ కసరత్తును చేపట్టాము. తుఫాను యొక్క దిశ.మేము చరిత్ర యొక్క తీవ్రమైన విద్యార్థులం. సరైన సమయంలో సరైన చర్యలు తీసుకున్న శక్తులు ఉంటే, రక్తపాత విప్లవాలు ఫ్రాన్స్ మరియు రష్యాలపైకి దిగి ఉండేవి కాదని మేము నమ్ముతున్నాము.

ప్రపంచంలోని అనేక శక్తివంతమైన ప్రభుత్వాలు మునిగిపోయాయి. ఆలోచనల ప్రవాహానికి అడ్డుకట్ట వేసే క్రమంలో రక్తపాతం.. అధికార పీఠంలో ఉన్న వ్యక్తులు పరిస్థితుల ప్రభావాలను మార్చుకోగలరు. ముందస్తు హెచ్చరిక జారీ చేయాలనుకున్నాం. కొంతమందిని చంపాలని భావించి ఉంటే, మా ప్రధాన లక్ష్యాల్లో విఫలమయ్యేవాళ్లం.

"నా ప్రభూ! మా ముందున్న ఉద్దేశ్యం మరియు లక్ష్యాలను దృష్టిలో ఉంచుకుని మేము పని చేసాము మరియు ఈ కార్యాచరణ యొక్క మా ప్రకటనలు మాకు మద్దతునిస్తాయి. ఒక పాయింట్ యొక్క వివరణ అవసరం. బాంబుల బలం (పేలుడు సామర్థ్యం) మాకు తెలియకపోతే, ఎలా పండిట్ మోతీ లాల్ నెహ్రూ, శ్రీ కేసర్కర్, శ్రీ జయకర్ మరియు శ్రీ జిన్నా వంటి గౌరవనీయులైన జాతీయ నాయకుల సమక్షంలో మనం బాంబు విసిరాము, నాయకుల ప్రాణాలను ఎలా ప్రమాదంలో పెడతాము? మనకు పిచ్చి లేదు, మనం పిచ్చిగా ఉంటే, ఆ సందర్భంలో మనం జైలులో బంధించబడకుండా మానసిక ఆశ్రమంలో ఉంచారు.బాంబుల గురించి మాకు ఖచ్చితమైన సమాచారం ఉంది.అందుకే మేము దీన్ని చేయడానికి ధైర్యం చేసాము.మనుష్యులు ఆక్రమించిన బెంచీలపై బాంబులు విసిరివేయడం చాలా కష్టమైన

పని. బాంబులు విసిరిన వారు, మన స్పృహలో లేరు లేదా అసమతుల్యమైన మనస్సు ఉన్నవారు ఖాళీ బెంచీలపై కంటే మనుషులపై బాంబులు వేస్తాము.కాకుండా బాంబు పేలుడు కోసం ఖాళీ స్థలాన్ని ఎంపిక చేయడంలో ధైర్యం చూపినందుకు ప్రతిఫలమివ్వాలని నేను చెబుతాను. ఈ పరిస్థితులలో, నా ప్రభూ, మనం సరిగ్గా అర్థం చేసుకోలేదని మేము భావిస్తున్నాము. మేము మీ సన్మానాల ముందు వచ్చాము మా శిక్షలు తగ్గించుకోవడానికి కాదు, మా వైఖరిని స్పష్టం చేయడానికి. మాకు సరైన చికిత్స జరగకూడదని మేము కోరుకుంటున్నాము మరియు కాదు మాపై తప్పుడు అభిప్రాయం ప్రచారంలో ఉంది. వాక్యం యొక్క ప్రశ్న మనకు ద్వితీయమైనది."

భగత్ సింగ్ భారతమాతకు నిజమైన కుమారుడు. భారతదేశ బానిసత్వం నుండి అతను తన హృదయంలో అనుభవించిన బాధ కారణంగా అతను విప్లవకారుడు అయ్యాడు. అతని ప్రకటనలో తప్పు ఏమీ లేదు, అయినప్పటికీ ఆంగ్లేయుల నుండి న్యాయం ఆశించడం ఇసుక నుండి నూనె తీయడం లాంటిది. శ్రీ ఆసిఫ్ అలీ ఈ కేసును రెండు రోజులు వాదించారు, ప్రభుత్వ న్యాయవాది సమాధానంగా ఆ తర్వాత సగం రోజు కేటాయించారు. అడపాదడపా భగత్ సింగ్ కూడా వాదించాడు. చివరకు 1930 జనవరి 13న సెషన్స్ కోర్టు తీర్పును ఆమోదించిన హైకోర్టు అప్పీలును తోసిపుచ్చింది.

6 . లాహోర్ జైలులో నిరాహారదీక్ష

ఢిల్లీలో జరిగిన అసెంబ్లీ బాంబ్ కాండ్ (ఈవెంట్)లో భగత్ సింగ్ మరియు బతుకేశ్వర్ దత్‌లపై జైలులో యూరోపియన్ క్లాస్‌లో ఉంచి మంచి చికిత్స పొందారు, కానీ ఇతర జైళ్లలో ఉన్న ఇతర ఖైదీల కేసు భిన్నంగా ఉంది. అంతేకాకుండా, వారిని సాండర్స్ హత్య కేసులో ఇరికించేందుకు ప్రభుత్వం ప్రయత్నిస్తోంది. దీనికి సాక్షులు కూడా ఆమోదం తెలిపారు. ఈ కారణంగానే అతడిని మియాన్‌వాలి జైలుకు తరలించారు. 1914-15 నాటి 'గదర్ ఆందోళన', మార్షల్ లా ఆందోళన' మరియు 'బబ్బర్ అకాలీ ఆందోళన్'లో పాల్గొని జీవిత ఖైదు అనుభవిస్తున్న అనేక మంది రాజకీయ ఖైదీలను ఇక్కడ కలిశారు. ఇక్కడ భగత్ సింగ్ రాజకీయ ఖైదీలపై జరిగిన అకృత్యాలను చూశాడు, విన్నాడు. ఎట్టకేలకు నిరాహార దీక్షకు పూనుకున్నారు. ఇక్కడ ఖైదీలందరినీ ఉద్దేశించి ఆయన ఇలా అన్నారు:

"మిత్రులారా! మనం జైలు వెలుపల ఉండి ఉంటే స్వాతంత్ర్య పోరాటంలో చనిపోయేవాళ్ళం. దేశభక్తుల ఆరోగ్యం మరియు దృఢ సంకల్పాన్ని బలహీనపరిచే ఉద్దేశ్యంతో బ్రిటిష్ ప్రభుత్వం కూడా ఈ జైలును ఏర్పాటు చేసింది. ఇక్కడ మనిషిని మనిషిగా పరిగణించరు. ఉండటం, అందువలన, అతను అలా పరిగణించబడడు."
అనంతరం నిరాహార దీక్ష చేయాలని సూచించారు. అతని సూచనకు ఖైదీలందరూ అంగీకరించారు. అందువల్ల, వారు జున్ 15, 1929న నిరాహారదీక్ష ప్రారంభించారు మరియు 1929 జున్ 17న పంజాబ్ జైళ్లలోని ఇన్‌స్పెక్టర్ జనరల్‌కు ఈ క్రింది లేఖ రాశారు:

ఇన్స్పెక్టర్ జనరల్, జైలు,
పంజాబ్ జైళ్లు, లాహోర్.
డియర్ సర్,

సాండర్స్ హత్య కేసులో అరెస్టయిన ఇతర యువకులతో పాటు నాపై కూడా నిజం విరుద్ధమైనప్పటికీ, నన్ను కూడా విచారిస్తారని భావించి నన్ను ఢిల్లీ నుండి మియాన్‌వాలి జైలుకు తరలించారు. ఆ కేసు w.e.f. విచారణకు వచ్చే అవకాశం ఉంది. 26 జున్, 1929. నేను ఈ స్థలానికి బదిలీ చేయడం వెనుక ఉన్న ప్రేరణ ఏమిటో అర్థం చేసుకోవడంలో విఫలమయ్యాను. కారణం ఏమైనప్పటికీ, ప్రతి నిందితుడు కేసును

సిద్ధం చేయడానికి మరియు పోరాడడానికి అవసరమైన సౌకర్యాలను పొందాలని న్యాయం కోరుతుంది. కానీ ఇక్కడ నివసిస్తున్న నేను నా న్యాయవాదిని ఎలా సంప్రదించగలను, ఎందుకంటే నా తల్లిదండ్రులు మరియు ఇతర బంధువులతో సన్నిహితంగా ఉండటం కూడా నాకు చాలా కష్టంగా ఉంది? ఈ ప్రదేశం చాలా ఒంటరిగా ఉంది, మార్గం చాలా కఠినమైనది మరియు ఇది లాహోర్ నుండి చాలా దూరంలో ఉంది. దయతో నన్ను వెంటనే లాహోర్ పంపవలసిందిగా కోరుతున్నాను నా కేసును సిద్ధం చేయడానికి మరియు పోరాడడానికి నాకు సరైన సౌకర్యాలు లభిస్తాయని. నేను ఆశిస్తున్నాను మీరు దానిని వీలైనంత త్వరగా పరిశీలిస్తారు.

మీ

తేదీ: 17.6.1929. భగత్ సింగ్ జీవిత

ఖైదీ మియాన్వాలి జైలు.

అప్లికేషన్ కోరుకున్న ప్రభావాన్ని కలిగి ఉంది. దాదాపు వారం రోజుల వ్యవధిలో అతన్ని లాహోర్ జైలుకు పంపారు. బతుకేశ్వర్ దత్ కూడా ఉన్నారు. ఆయన కూడా నిరాహార దీక్షలో పాల్గొన్నారు. సుఖ్ దేవ్, జతీంద్ర నాథ్ దాస్, అజయ్ ఘోష్, శివ వర్మ. గవా ప్రసాద్. జై దేవ్ కుమార్ రాయ్ గురు మరియు కె.కె. సిన్హా సాండర్స్ హత్య కోసం ప్రయత్నించారు. వీరంతా లాహోర్‌లోని బోస్టల్ జైలులో ఉన్నారు. భగత్ సింగ్ నిరాహారదీక్ష వార్త విన్న దత్ కూడా జూన్ 15, 1929 నుండి నిరాహారదీక్ష ప్రారంభించాడు. నాలుగు రోజుల తర్వాత జతీంద్ర నాథ్ దాస్ మాత్రమే వారితో కలిసి ఈ సమ్మెలో పాల్గొన్నారు. ఈ నిరాహార దీక్ష కారణంగా భగత్ సింగ్ వేగంగా బరువు తగ్గడం ప్రారంభించాడు. అతను నిరాహార దీక్ష ప్రారంభించినప్పుడు 1929 జూన్ 15న 133 పౌండ్లు ఉన్నాడు, కానీ 9 జూలై, 1929 నాటికి అతను 14 పౌండ్లు కోల్పోయాడు. అదేవిధంగా ఇతర స్నేహితులు కూడా బరువు కోల్పోయారు; అయితే అందరూ సమ్మెను కొనసాగించారు. పత్రికల్లో వార్త వచ్చింది. తీరును నిరసిస్తూ ప్రజలు వివిధ చోట్ల సమావేశాలు నిర్వహించడం ప్రారంభించారు ప్రభుత్వం. 30 జూన్, 1929న అమృతసర్‌లోని జలియన్‌వాలాబాగ్‌లో సిటీ కాంగ్రెస్ మరియు 'నౌజవాన్ భారత్ సభ' సంయుక్త సమావేశం జరిగింది. ఈ సమావేశానికి డాక్టర్ కిచ్చులు అధ్యక్షత వహించారు. ఇంక్విలాబ్ జిందాబాద్', 'సామ్రాజ్యవాద్ కా నాష్ హో-భగత్ సింగ్‌కు ఇష్టమైన నినాదాలు చేశారు. భగత్ సింగ్ మరియు అతని కార్యకలాపాలు ప్రశంసించబడ్డాయి.

దేవ్‌కీ నందన్ చరణ్ మరియు మాస్టర్ మోటా సింగ్ వారికి శుభాకాంక్షలు తెలిపారు. చివరికి, Mr. హసన్-ఉద్-దిన్ ప్రతిపాదించిన తీర్మానం ఏకగ్రీవంగా ఆమోదించబడింది: "జైలులో ఉన్న రాజకీయ ఖైదీలతో అసభ్యంగా ప్రవర్తించినందుకు నిరసనగా గత పద్నాలుగు రోజులుగా భగత్ సింగ్ మరియు బతుకేశ్వర్ దత్ చేస్తున్న నిరాహారదీక్షను అమృతసర్ పౌరుల ఈ సమావేశం మెచ్చుకుంది మరియు వారి పట్ల తన సానుభూతిని తెలియజేస్తూ, బ్యూరోక్రసీని హెచ్చరించింది. వారి జీవితం ఏదైనా ప్రమాదంలో పడితే దానికి పూర్తి బాధ్యత ఉంటుంది."

'నౌజవాన్ భారత్ సభ' 1929 జులై 21న భగత్ సింగ్ దినోత్సవాన్ని జరుపుకుంది. దీనికి పదివేల మంది హాజరయ్యారు. ఆకలిపై ప్రభుత్వ వైఖరి మారలేదు ప్రజల నుంచి తీవ్ర నిరసన ఉన్నప్పటికీ సమ్మెలో పాల్గొన్నారు. బలవంతంగా తినిపించడం జరిగింది . ప్రయత్నించారు, కానీ వారు దానిని వ్యతిరేకించారు. సాండర్స్ హత్య కేసు విచారణ అంతకు ముందు జులై 10న ప్రారంభమైంది లాహోర్‌లోని మేజిస్ట్రేట్ శ్రీ కృష్ణ కోర్టు. కోర్టులో కూర్చుంది జైలు. భగత్ సింగ్ మరియు బతుకేశ్వర్ దత్‌లను స్ట్రెచర్లపై తీసుకువచ్చారు కోర్టు సెల్. ఇక్కడ వారు సుఖ్ దేవ్ మరియు శివ వర్మ వంటి వారి ఇతర సహచరులను కలిశారు. ఆ తర్వాత జుల్లై 12న జై దేవ్ కోర్టులో మాట్లాడుతూ, బోస్టల్ జైలులో రెండో బ్యాచ్ ఖైదీలు కూడా భగత్ సింగ్‌కు మద్దతుగా నిరాహారదీక్ష చేస్తున్నారని చెప్పారు. 1929 జులై 14న భగత్ సింగ్ భారత ప్రభుత్వంలోని హోం శాఖ సభ్యునికి ఒక లేఖ రాశారు. అతను ఈ క్రింది వాటిని డిమాండ్ చేశాడు

జైలులో ఖైదీలు:

(i) రాజకీయ ఖైదీలుగా మనకు మంచి ఆహారం లభించాలి. మన ఆహార ప్రమాణం యూరోపియన్ ఖైదీల మాదిరిగానే ఉండాలి. మనకు ఒకే ఆహారం వద్దు, కానీ ప్రమాణం ఒకేలా ఉండాలి.

(ii) కూలీల పేరుతో అవమానకరమైన పనికి మమ్మల్ని బలవంతంగా జైలులో పెట్టకూడదు.

(iii) అనుమతిపై, మేము పుస్తకాలు మరియు వ్రాత సామగ్రికి ఎటువంటి ఆటంకం లేకుండా యాక్సెస్ కలిగి ఉండాలి.

(iv) ప్రతి ఖైదీకి ప్రతిరోజూ కనీసం ఒక దినపత్రిక ఉండాలి.

(v) ప్రతి జైలులో రాజకీయ ఖైదీల కోసం ప్రత్యేక వార్డు ఉండాలి మరియు యూరోపియన్ ఖైదీల మాదిరిగానే వారికి అవసరమైన ప్రతిదాన్ని అందించాలి. జైలులో ఉన్న రాజకీయ ఖైదీలందరినీ వారి ప్రత్యేక వార్డులో ఉంచాలి

(vi) స్నానం చేయడానికి సౌకర్యాలు ఉండాలి.

(vii) మంచి బట్టలు ఇవ్వాలి.

(viii) U.P యొక్క సిఫార్సు శ్రీ జగత్ నారాయణ్ మరియు ఖాన్ బహదూర్ హాఫీజ్ హిదాయత్ హుస్సేన్‌ల జైళ్ల సంస్కరణల కమిటీ రాజకీయ ఖైదీలను మంచి తరగతి ఖైదీలుగా పరిగణించాలనే ఉద్దేశ్యం మనకు కూడా వర్తింపజేయాలి.

ఈ నిరాహార దీక్ష భగత్ సింగ్ జీవితానికి ఒక విచిత్రమైన పరీక్ష. అతను శారీరకంగా బలహీనంగా మారినప్పటికీ, అతను చేతికి సంకెళ్ళు వేసి కోర్టుకు తరలించారు. ఒకసారి, జులై 17, 1929న ఈ ఖైదీలు చేతికి సంకెళ్లు వేయడానికి నిరాకరించారు. భగత్ సింగ్‌ను స్ట్రెచర్‌పై తీసుకొచ్చారు. అతను చాలా బలహీనంగా ఉన్నప్పటికీ, అతను కోర్టులో నిలబడ్డాడు. మేజిస్ట్రేట్‌ను

హెచ్చరిస్తూ, "పోలీసుల చేతికి సంకెళ్లు వేయడాన్ని మేము అవమానంగా భావిస్తున్నాము మరియు మీరు మాతో న్యాయం చేస్తారని మేము ఆశిస్తున్నాము. మీరు మా ఫిర్యాదులలో ఏ ఒక్కటీ పరిగణనలోకి తీసుకోలేదు; మీపై మాకు నమ్మకం లేదు. మీరు ప్రతి విషయంలోనూ పోలీసుల ట్యూన్‌కి డ్యాన్స్ చేయడం.. చేతికి సంకెళ్లు వేస్తే కేసు విషయంలో ఒకరితో ఒకరు ఎలా మాట్లాడుకుంటాం.. ఈ కోర్టు నుంచి మా విషయంలో న్యాయం జరగాలని మేం ఆశించడం లేదు.. మరి ఈ డ్రామా ఎందుకు? మీరు లేదా కె.బి. అబ్దుల్ ఐజాజ్ పోలీసు అధికారుల కోర్టుకు అధ్యక్షత వహిస్తున్నారా? మేజిస్ట్రేట్ భగత్ సింగ్ యొక్క ఈ ప్రవర్తనను వ్యతిరేకించారు మరియు ఇది అవమానకరమైనది మరియు పోకిరి చర్యగా అభివర్ణించారు. భగత్ సింగ్‌పై క్రమశిక్షణా చర్యలు తీసుకోవాలని జైలు సూపరింటెండెంట్‌కు సూచించారు.

లాహోర్‌లోని సెంట్రల్ జైలు సూపరింటెండెంట్ 1929 జులై 15న పంజాబ్‌లోని జైళ్ల ఇన్‌స్పెక్టర్ జనరల్‌కు ఒక నివేదికను పంపారు, దాని ప్రకారం భగత్ సింగ్ మరియు బతుకేశ్వర్ దత్‌లకు ప్రత్యేక ఆహారాన్ని అందించారు. కానీ భగత్ సింగ్ అందుకు నిరాకరించాడు. ఖైదీలకు ఎంత ఆహారం ఇస్తున్నారో ప్రభుత్వ గెజిట్‌లో తెలియజేయాలని ఆయన అన్నారు రాజకీయ ఖైదీలందరికీ వర్తింపజేయాలి. ఈ

నిరాహార దీక్ష ప్రభుత్వానికి సవాల్‌గా మారింది. జులై 30 వరకు, భగత్ సింగ్ బరువు వారానికి 5 పౌండ్లు చొప్పున జారిపోయి, ఆపై స్థిరీకరించబడింది.

హంగర్ స్ట్రైకర్స్ పరిస్థితి దిగజారుతోంది

నిరాహార దీక్ష చేస్తున్న ఖైదీల ఆరోగ్యం రోజురోజుకూ క్షీణిస్తోంది. అయితే జైలు అధికారులు మాత్రం వారి డిమాండ్లను అంగీకరించకుండా బలవంతంగా తినిపించే ప్రయత్నం చేశారు. మరోవైపు భారతమాత యొక్క ఈ విలువైన ఆభరణాలు విభిన్నమైన వస్తువులతో తయారు చేయబడ్డాయి. కిషోరి లాల్ ఎర్ర మిరపకాయలను వేడి నీళ్లతో మింగేవారు, తద్వారా ట్యూబ్ ద్వారా బలవంతంగా తినిపించడానికి ప్రయత్నించినప్పుడు, ట్యూబ్‌ని బయటకు తీయవలసి వచ్చేంత తీవ్రంగా దగ్గాడు, లేకుంటే ఊపిరాడక చనిపోతాడు. అలాగే అజయ్ ఘోష్, బలవంతంగా తినిపించిన వెంటనే, ఈగలను మింగాడు, తద్వారా అతను తీసుకున్నదంతా వాంతి చేసుకున్నాడు. నిరాహార దీక్ష చేసేవారి గదుల్లో నీటికి బదులు పాలతో నిండిన కాడలను ఉంచి సమ్మెను విరమించమని బలవంతం చేశారు.

ఇది అన్ని పరీక్షలలో అత్యంత కఠినమైనది. స్ట్రైకర్లు దాహంతో నిరాశకు గురైనప్పుడు కుండలను పగలగొట్టారు. జైలర్, పరిస్థితులలో, స్ట్రైకర్ల గదులలో నీటి కుండలను ఉంచవలసి వచ్చింది. ఆహారాన్ని ఔషధాల రూపంలో కూడా ప్రయత్నించారు, కానీ ఇది కూడా వ్యతిరేకించబడింది. ఖైదీలు తినడానికి శోదించబడేలా, ప్రత్యేకమైన ఆహారపు రుచికరమైన వంటకాలు, మంచి వాసనను పంపేవి, ఖైదీల సెల్‌లలో ఉంచబడ్డాయి. అయితే ఖైదీలు వారిని బయటకు తోసేశారు. జైలు అధికారుల మాయలన్నీ విఫలమయ్యాయి.

జతిస్ దాస్ బలిదానం

జతిన్ దాస్ ఏ వస్తువు తయారు చేశాడో ఎవరికీ తెలియదు. అతనికి అన్ని విధాలుగా ఆహారం అందించడానికి చేసిన ప్రయత్నాలు విఫలమయ్యాయి. జైలులో ఉన్న ఖైదీలందరికీ పంజాబీ ఆహారాన్ని అందించారు. కానీ బెంగాల్ యొక్క రుచికరమైన, చేపలు మరియు అన్నం, జతిన్ దాస్‌ను ప్రలోభపెట్టడానికి అతనికి అందించబడింది. ఇది కూడా అతనిపై ఎలాంటి ప్రభావం చూపలేదు. సింహం పంజరంలో పెట్టినా గడ్డి తినదు. అతడిని ఆసుపత్రికి తరలించారు 24 జులై. ఆస్పత్రిలో వైద్యులు కూడా ఆయనకు భోజనం పెట్టలేకపోయారు. అతను భగత్ సింగ్‌తో ఇలా మాట్లాడాడు:

జతిన్ దాస్: బలవంతంగా తినిపించడాన్ని మీరు ఎందుకు అంగీకరిస్తారు? భగత్ సింగ్: నేను వీలైనంత వరకు వ్యతిరేకించాను, కానీ వారు నాకు బలవంతంగా ఆహారం ఇవ్వడంలో విజయం సాధించారు. ఇది రెండేళ్లపాటు కూడా కొనసాగవచ్చు. నాకు పెద్ద ముక్కు ఉంది, అందులో వారు సౌకర్యవంతంగా ట్యూబ్ మరియు ఫీడ్ ఉంచవచ్చు. జతిన్ దాస్‌కు పక్షిలాగా చిన్న ముక్కు ఉంది. అతను నిరాకరించినప్పుడు ఔషధం తీసుకోవడానికి డాక్టర్ గోపి చంద్ర భార్గవ (తరువాత పంజాబ్ ముఖ్యమంత్రి అయ్యారు) ఆగస్ట్, 1929లో జైల్లో ఉన్న సమ్మెకారులను చూడటానికి వచ్చారు.

అతను జతిన్ దాస్‌ను ఎందుకు మందులు, నీరు మొదలైనవి తీసుకోలేదని అడిగినప్పుడు అతని సమాధానం: "నాకు చావాలని ఉంది." "ఎందుకు?" "నా దేశం కోసం మరియు రాజకీయంగా పరిస్థితులను మెరుగుపరచడం కోసం 1929 ఆగస్టు 6 మరియు 9 తేదీలలో, పంజాబ్ ప్రభుత్వం రాజకీయ ఖైదీలకు కొన్ని రాయితీలను ప్రకటించింది, దాని ప్రకారం వేరే రకమైన ఆహారాన్ని అందించడానికి అంగీకరించబడింది. వారు బయటి నుండి కూడా ఆహారం పొందే సౌకర్యాన్ని అనుమతించారు మరియు వారు ఇతర సాధారణ పౌరుల వలె దుస్తులు ధరించడానికి అనుమతించబడింది. ఈ రాయితీలు సమ్మె చేసేవారి అన్ని డిమాండ్లను కవర్ చేయలేదు.

కాబట్టి, నిరాహారదీక్ష కొనసాగింది. జతిన్ దాస్ పరిస్థితి చూసిన భగత్ సింగ్ కనీసం పాలు కూడా తీసుకోమని చాలాసార్లు ఒత్తిడి చేశాడు. కానీ దాస్ లొంగలేదు, అంగీకరించలేదు. భగత్ సింగ్ పదే పదే పట్టుబట్టాడు. భవిష్యత్తులో భగత్‌సింగ్ కూడా దేనికీ పట్టుబట్టకుండా అందించిన మందులు తీసుకుంటానని మాత్రమే అతను ఈ చిన్నదానికి అంగీకరించాడు. మరియు ఔషధం కూడా, అతను డాక్టర్ గోపి చంద్ర భార్గవ నిర్వహిస్తే మాత్రమే తీసుకుంటాడు. అప్పుడు డాక్టర్ భార్గవ జతిన్ దాస్‌తో, "ఓ.కే. మీకు మందులు ఇవ్వడానికి నేను రోజు వస్తాను. మేజర్ చోప్రా (సూపరింటెండెంట్, జైలు)తో కౌన్సల్టేషన్‌లో నిర్వహిస్తాను." కానీ మరుసటి రోజు జతిన్ దాస్ మళ్లీ మనసు మార్చుకున్నాడు మరియు మందు కూడా తీసుకోవడానికి నిరాకరించాడు. డాక్టర్ గోపి చంద్ర భార్గవ సూచన మేరకు గుడ్డులోని పచ్చసొన, గ్లూకోజ్ నీటిలో కలిపి మోసపూరితంగా అతనికి అందించారు.

ఆగష్టు 21, 1929 న, డాక్టర్ గోపీ చంద్ర భార్గవ, రాజర్షి పురుషోత్తం దాస్ టాండన్‌తో కలిసి జతిన్ దాస్‌ను మళ్లీ చూడటానికి వచ్చారు. శ్రీ టాండన్ జతిన్ దాస్‌తో, "మీరు మీ జీవితాన్ని మరింత జీవించడానికి ప్రయత్నించాలని నేను కోరుకుంటున్నాను."

దాస్, "నేను జీవిస్తున్నాను."

టాండన్: "మీరు మందులు మరియు ఆహారం లేకుండా ఎలా జీవించగలరు?" దాస్: "నా సంకల్ప శక్తి ద్వారా."

డాక్టర్ భార్గవ: "మీరు అలా చేయగలరని నేను అనుకోను. మీరు మీ ఆదర్శాలను వదులుకోవడం నాకు ఇష్టం లేదు. మీ నిరాహారదీక్షను కూడా వదులుకోవద్దు. అయితే మీ జీవితాన్ని మరింత ముందుకు తీసుకెళ్లడానికి మందులు మొదలైనవి తీసుకోండి. దయతో మీ బాధల ఫలితాలను తెలుసుకోవడానికి మరో పదిహేను రోజులు జీవించండి. తర్వాత, మీ డిమాండ్లు నెరవేరలేదని మీరు కనుగొంటే, మీరు మందులు తీసుకోవడం మానేయవచ్చు."

దాస్: "నాకు ప్రభుత్వంపై నమ్మకం లేదు. ఇప్పుడు నేను వెనక్కి వెళ్లలేను. నా సంకల్ప శక్తితో నేను ఖచ్చితంగా జీవించగలను." ఆగస్ట్ 30న భగత్ సింగ్ తండ్రి సర్దార్ కిషన్ సింగ్ వచ్చారు

జతిన్ దాస్‌ని చూడటానికి. అతను జతిన్ దాస్‌ను ఒప్పించడానికి అన్ని ప్రయత్నాలు చేశాడు, కానీ విజయవంతం కాలేదు. జతిన్ దాస్ నిరాహార దీక్ష 52వ రోజు, పండిట్ మోతీ లాల్ నెహ్రూఒక ఉపన్యాసంలో అతని క్లిష్ట పరిస్థితిని ఇలా వివరించాడు: ఈరోజు 52వ రోజు నిరాహార దీక్ష. ఈ నిరాహారదీక్ష ప్రజా (సాధారణ) ప్రయోజనం కోసం చేపట్టబడింది తప్ప తన వ్యక్తిగత ప్రయోజనాల కోసం కాదు. కోర్టులో వారికి తగిలిన గాయాల గుర్తులను శ్రీ విద్యార్థి స్వయంగా చూశారు. బలవంతపు ఆహారం." ఈ నిరాహారదీక్షలను చూసేందుకు పండిట్ జవహర్ లాల్ నెహ్రూ కూడా వచ్చారు. జతిన్ దాస్‌ని కలిసిన తర్వాత, అతను అతని గురించి ఈ క్రింది పరిశీలన చేసాడు:

"జతిన్ దాస్ పరిస్థితి చాలా విషమంగా ఉంది. అతను చాలా నెమ్మదిగా మాట్లాడతాడు. అతను ఖచ్చితంగా తన మరణం వైపు నెమ్మదిగా మరియు నెమ్మదిగా ముందుకు సాగుతున్నాడు. ఈ ధైర్యవంతుల బాధలను చూసి నేను చాలా బాధపడ్డాను. రాజకీయ ఖైదీలకు చికిత్స చేయాలని వారు కోరుకుంటున్నారు. రాజకీయ ఖైదీలుగా, అతని ఆత్మబలిదానాలు సఫలమవుతాయని నాకు పూర్తి నమ్మకం ఉంది." నిరాహారదీక్ష కారణంగా ఈ లాహోర్ కాండ్ కేసులో విచారణలు చాలా సందర్భాలలో నిలిపివేయవలసి వచ్చింది. డాక్టర్ రిపోర్ట్ ప్రకారం, జతిన్ దాస్ ఆగస్ట్ 26న గొణుగుకోవచ్చు. అతని శరీరంలోని వివిధ భాగాలు తెలివితక్కువగా పెరిగాయి. అతను తన శరీరం యొక్క దిగువ భాగాలను పెంచలేకపోయాడు. పరిస్థితి చాలా తీవ్రంగా ఉంది. ఈ నిరాహార దీక్షకు

మద్దతుగా దేశం మొత్తం లాంఛనంగా నిరాహారదీక్ష చేపట్టారు. ఆ తర్వాత ప్రభుత్వం తన ఓటమిని అంగీకరించి సెప్టెంబర్ 2న పంజాబ్ జైళ్ల దర్యాప్తు కమిటీని నియమించింది. ఈ కమిటీలోని నలుగురు సభ్యులు జైలులో నిరాహార దీక్ష చేస్తున్న వారిని కలుసుకుని నిరాహార దీక్ష విరమించాలని విజ్ఞప్తి చేశారు.

కాబట్టి, సెప్టెంబర్ 2, 1929 న, జతిన్ దాస్ మినహా మిగిలిన ఖైదీలందరూ నిరాహారదీక్షను ముగించారు. ఈ రోజున భగత్ సింగ్ మరియు బతుకేశ్వర్ దత్ 81 రోజులు మరియు ఇతరులు 51 రోజుల నిరాహార దీక్ష పూర్తి చేశారు. జతిన్ దాస్ పరిస్థితి మరింత దిగజారింది. కాబట్టి ప్రభుత్వం తలవంచినప్పటికీ, ఇతర సహచరులు దానిని తమ ఓటమిగా భావించారు. వారిలో ఒకరి కారణంగా మృత్యువు దవడలోకి వెళ్లడం చూసి వారు ఆహారం తీసుకోలేకపోయారు నిరాహారదీక్ష. వారి ఆత్మలు వారిని పొట్టన పెట్టుకున్నాయి. అందువల్ల, భగత్ సింగ్, బతుకేశ్వర్ దత్ మరియు వారి మరో ముగ్గురు సహచరులు జతిన్ దాస్‌ను బేషరతుగా విడుదల చేయడానికి మద్దతుగా మరియు తమలో తాము కలుసుకున్న ఖైదీలను కలుసుకోవడానికి మద్దతుగా సెప్టెంబర్ 4 (వారు దానిని ముగించిన రెండు రోజుల తర్వాత) మళ్లీ నిరాహార దీక్ష ప్రారంభించారు. ఇప్పటివరకు దోషిగా తేలింది.

బేషరతుగా విడుదల చేయాలనే డిమాండ్‌ను ప్రభుత్వం తోసిపుచ్చింది జతిన్ దాస్ బెయిల్‌పై విడుదల చేసేందుకు ప్రభుత్వం సిద్ధంగా ఉంది, అయితే ఇది జతిన్ దాస్‌కి ఆమోదయోగ్యం కాదు. వైద్యుల నివేదిక ప్రకారం.. జతిన్ దాస్ తన జీవితంలో చివరి రోజుల్లో పరిస్థితి ఇలా ఉంది: 4 సెప్టెంబర్, 1929-పల్స్ బలహీనంగా, నెమ్మదిగా మరియు తగ్గింది/తక్కువ. 9 సెప్టెంబర్, 1929-పల్స్ ఫాస్ట్, అడపాదడపా ఆపడం. 12 సెప్టెంబర్, 1929-పల్స్, ఒకప్పుడు చాలా నెమ్మదిగా, అడపాదడపా కొట్టుకుంటుంది. అతను మందులు తీసుకోవడానికి నిరాకరిస్తాడు. జతిన్ దాస్ ఆరోగ్యాన్ని దృష్టిలో ఉంచుకుని జైలు కమిటీ అతడిని విడుదల చేయాలని సిఫారసు చేసినా అది ప్రభుత్వ దృష్టిలో పడింది. సెప్టెంబర్ మొదటి వారంలో ఆయన తుదిశ్వాస విడిస్తారని హోం శాఖ అంచనా వేసింది. అంత్యక్రియలకు సంబంధించి తన అభిప్రాయాలను తెలుసుకోవాలని ఇప్పటికే బెంగాల్ ప్రభుత్వానికి లేఖ రాసింది. అతని మృతదేహాన్ని బెంగాల్‌కు పంపకూడదని లేదా అతని బంధువులకు ఇవ్వకూడదని బెంగాల్ ప్రభుత్వం కోరింది. అతడిని లాహోర్‌లో దహనం చేయాలి. కానీ భారత ప్రభుత్వం బెంగాల్ ప్రభుత్వం యొక్క ఈ వైఖరిని అంగీకరించలేదు మరియు అతని మృతదేహాన్ని రైలులో బెంగాల్‌కు

పంపాలని నిర్ణయించింది. కానీ రైల్వే శాఖ తన నిబంధనలను దృష్టిలో ఉంచుకుని తన అసమర్థతను చాటుకుంది. చివరగా, 13 సెప్టెంబర్, 1929న మరణం ఈ నిరంతర, అద్వితీయ దేశభక్తుడు మరియు భారత మాత యొక్క అరుదైన కుమారుడిని దాని క్రూరమైన ఆలింగనంలోకి చుట్టుముట్టింది. ఆయన బలిదానం వార్త దేశమంతటా దావానలంలా వ్యాపించింది. డాక్టర్ కిచ్చులు, సర్దార్ కిషన్ సింగ్, ఇంకా చాలా మంది కాంగ్రెస్ లోడర్లు జైలుకు వెళ్లారు. అన్ని నాలుగు దిక్కులు అవసరం. మరికొందరు కాంగ్రెస్ నేతలు జైలుకు వెళ్లారు. నాలుగు దిక్కులూ జతిన్ దాస్ జిందాబాద్, ఇంక్విలాబ్ జిందాబాద్ అనే నినాదాలతో మారుమోగింది. నౌకర్ షాహీ కా నాష్ హో' మరియు 'సామ్రాజ్యవద్ ముర్దాబాద్'. అతని మృతదేహాన్ని పోస్ట్‌మార్టం పరీక్షకు గురి చేయలేదు. అతను ఆకలితో చనిపోయాడని జైలు రికార్డును పరిశీలించి సివిల్ సర్జన్ మరణ ధృవీకరణ పత్రాన్ని జారీ చేశాడు. అందువల్ల పోస్ట్ మార్టం అవసరం లేదు. ఆలోచించగలరా ఇంతకంటే పెద్ద జోక్ ఆఫ్ లా? దేశం మొత్తం శోకసంద్రంలో మునిగిపోయింది, కన్నీళ్లతో తడిసిముద్దయింది.

ప్రతి భారతీయుడి గుండె నొప్పితో ఏడ్చింది. భగత్ సింగ్ మరియు అతని సహచరులు భరించలేని బాధలతో కుంగిపోయారు. బ్రిటిష్ వారికి వ్యతిరేకంగా దేశంలోని అన్ని ప్రాంతాలలో తుపాను మొదలైంది. బ్రిటిష్ సామ్రాజ్యం తన సీటు వణుకుతున్నట్లు కనుగొంది. నేతాజీ సుభాష్ చంద్రబోస్ తన సోదరుడు శ్రీకి ఆరు వందల రూపాయలు పంపారు. కె.సి. దాస్ తన మృత దేహాన్ని లాహోర్ నుండి కలకత్తాకు తీసుకువెళ్లాడు. మృతదేహాన్ని శ్రీ కె.సి. దాస్ బోర్స్టల్ జైలు నుంచి సాయంత్రం 4.00 గంటలకు మృతదేహాన్ని బయటకు తీశారు. ఊరేగింపు రూపంలో, వేలాది మంది ప్రజలు పాల్గొన్నారు. ప్రముఖ వ్యక్తులు, అనగా. డాక్టర్ గోపీ చంద్ర భార్గవ, డాక్టర్ కిచ్చులు, సర్దార్ కిషన్ సింగ్, శార్దూల్ సింగ్ దీనికి నాయకత్వం వహించారు. ఈ ఊరేగింపు రాత్రి 8.30 గంటలకు ఢిల్లీ గేట్‌కు చేరుకుంది.

లిట్టన్ రోడ్, అనార్కలి, లాహోర్ గేట్, పేపర్‌మండి, మచ్చిహటా, రంగ్ మ్హాల్, డబ్బీ బజార్ మరియు పాత పోలీస్ స్టేషన్ గుండా తిరుగుతుంది. శ్రీ మహ్మద్ అధ్యక్షతన ఇక్కడ సంతాప సభ ఏర్పాటు చేయబడింది. ఆలం. మృతి చెందిన ఆత్మకు నివాళులు అర్పించారు. అనంతరం మృతదేహాన్ని షహీద్‌గంజ్‌లోని నౌలాఖా పోలీస్‌స్టేషన్‌కు తరలించారు. దానిని శవపేటికలో చుట్టి లాహోర్ రైల్వే స్టేషన్‌కు తరలించారు. ఇక్కడ

లక్షలాది మంది ప్రజలు వారి ఆత్మకు నివాళులు అర్పించారు. మృతదేహాన్ని మరుసటి రోజు, అంటే సెప్టెంబర్

14, 1929 ఉదయం 6.00 గంటలకు కలకత్తాకు తీసుకువెళ్లారు. లాహోర్ ఎక్స్‌ప్రెస్. అది మరుసటి రోజు అంటే సెప్టెంబర్ 15వ తేదీ రాత్రి 7.50 గంటలకు హౌరా చేరుకుంది. తమ ప్రియతమ నాయకుని చివరి చూపు చూసేందుకు లక్షలాది మంది ప్రజలు స్టేషన్ లోపల మరియు వెలుపల వేచి ఉన్నారు. శ్మశాన వాటిక వరకు సాగిన ఊరేగింపులో ఆరు లక్షల మంది పాల్గొన్నారు. జతిన్ దాస్ యొక్క ఈ బలిదానంపై దేశం మొత్తం మీద అసంతృప్తి వెల్లువెత్తింది. బ్రిటీష్ వారి ఈ దారుణమైన దుశ్చర్యకు నిరసనగా పలు చోట్ల సమావేశాలు జరిగాయి.

జతిన్ దాస్‌కు ప్రజలు నివాళులు అర్పించారు. జతిన్ దాస్ మరణంపై భగత్ సింగ్ చాలా అసంతృప్తిగా ఉన్నాడు, ఎందుకంటే అతన్ని కలకత్తా నుండి పంజాబ్‌కు తీసుకువచ్చిన వ్యక్తి. అతను జతిన్ దాస్ మరణంపై కూడా ఒక పద్యం రాశాడు, అతను తన స్నేహితులకు అప్పుడప్పుడు చదివి వినిపించాడు. పండిట్ మోతీ లాల్ నెహ్రూ 1929 సెప్టెంబరు 14న శాసనసభలో వాయిదా తీర్మానాన్ని ప్రవేశపెట్టి సభ్యుల దృష్టిని ఆకర్షించడానికి జతిన్ దాస్ బలిదానం మరియు ఖైదీలకు జరిగిన నీచమైన ప్రవర్తన.

ఈ సందర్భంగా ఆయన మాట్లాడుతూ ప్రభుత్వంలో మానవత్వం పూర్తిగా కొరవడిందన్నారు. యొక్క నిశ్శబ్దం ప్రభుత్వం చివరి వరకు, జతిన్ దాస్ మరణం వరకు రోమ్ కాలిపోతున్నప్పుడు నీరో యొక్క ఫిడిల్ లాంటిది. ఈ సందర్భంగా పండిట్ మదన్ మోహన్ మాలవ్య మాట్లాడుతూ భగత్ సింగ్ తదితర విప్లవకారుల చర్యలను కొనియాడారు. ఈ తీర్మానానికి మద్దతుగా, అసెంబ్లీలోని మరో సభ్యుడు శ్రీ అమర్ నాథ్ దత్ ఇలా అన్నారు: "ఇంగ్లీషువాళ్ళు నశించిపోతారు, వాళ్ళు చిందించిన రక్తంలో రాసుకోండి. నిరాశ మరియు ద్వేషం తొలగిపోతాయి. వారు ఎంత ఎక్కువగా హింసిస్తారో, వారు మరింత నాశనం చేయబడతారు." అతను రవీంద్ర నాథ్ ఠాగూర్ కవిత నుండి క్రింది పంక్తులను చదివాడు,

తన ప్రసంగం ముగింపు భాగంలో:

"టోజా భారి రంధ్రం చింది

దూబ్ తారీ ఖాన్."

(మీ పాపాల బరువు పెరిగినప్పుడు, మీ ఓడ మునిగిపోతుంది.) మహమ్మద్ అలీ జిన్నా కూడా సెంట్రల్ అసెంబ్లీలో జతిన్ దాస్‌కు నివాళులర్పించారు. ఈ సందర్భంగా

సర్ బి.ఎల్. లా సభ్యుడు మిట్టల్ మాట్లాడుతూ.."ఇది హాస్యాస్పదంగా లేదు. నిరాహార దీక్షతో చనిపోవడం అందరికి కప్పు టీ కాదని గౌరవనీయమైన న్యాయమూర్తి అర్థం చేసుకోవాలని నేను కోరుకుంటున్నాను. మీరే ప్రయత్నించండి, మీకే తెలుస్తుంది. నిరాహార దీక్షలో ఉన్న వ్యక్తికి కూడా ఆత్మ ఉంది. అతను ఆ ఆత్మ ద్వారా ప్రేరణ పొంది, తన లక్ష్యాల ఔచిత్యాన్ని విశ్వసిస్తున్నాడు, క్షమించండి, ఈ రోజు యువత సరైనదేనా లేదా అబద్ధమా అని ఆందోళన చెందుతున్నారు, మీకు ముప్పై కోట్ల మంది ప్రజలు ఉన్నప్పుడు, మీరు దీన్ని ఇలా ఆపలేరు, మీరు ఆపలేరు. మీరు వారిని మందలించవచ్చు మీకు నచ్చినంత మాత్రాన వారు తప్పుదారి పట్టించారని చెప్పండి. అయితే గుర్తుంచుకోండి, మీ కార్యకలాపాలు సూత్రాలకు విరుద్ధం, ఇంకా గుర్తుంచుకోండి, మాకు జైళ్ల వెలుపల కూడా వేలాది మంది యువకులు ఉన్నారని గుర్తుంచుకోండి.

హృదయాన్ని హత్తుకునే ఈ మరణాన్ని వివరిస్తూ, జతిన్ దాస్ మరణంపై శ్రీ M.R. జైకర్ ఇలా అన్నారు: "ముక్క ముక్కగా మెల్లగా చనిపోయాడు.. తిండి దొరక్క ఒక చెయ్యి పక్షవాతానికి గురైంది.. పోషకాహారం అందక మరో చెయ్యి పనికిరాకుండా పోయింది.. ముందుగా ఒక కాలు పనికిరాకుండా పోయింది.. తర్వాత మరో కాలు పనికిరాకుండా పోయింది.. తర్వాత ప్రకృతి ప్రసాదించిన ఆఖరి వరం. చూపు పోయింది. అతని కళ్ల ప్రకాశం మెల్లగా, మెల్లగా మసకబారింది. ముక్క ముక్కలాగా, ఉరి ఉరి త్వరిత మరణం కాదు, ప్రకృతి యొక్క సాధారణ సృష్టి మరియు విధి యొక్క క్రమాన్ని స్వీకరించినట్లు నెమ్మదిగా." దేశంలో ఈ వ్యాపించిన దుఃఖ వాతావరణంలో, అనేక దేశభక్తి వార్తాపత్రికలు సంపాదకీయాలు,

వ్యాసాలు వ్రాసి, జతిన్ దాస్‌కు నివాళులు అర్పించి, అతన్ని గొప్ప దేశభక్తుడు, ధైర్యవంతుడు మరియు అమరవీరుడని వర్ణించాయి. లాహోర్ నుండి ప్రచురించబడిన "ది ట్రిబ్యూన్" తన సంపాదకీయంలో ఇలా వ్రాసింది: "ఎప్పుడైనా ఒక వ్యక్తి ఉన్నత ఆశయాల కోసం ధైర్యంగా మరియు ధైర్యవంతుడైతే, ఆ వ్యక్తి జతిన్ దాస్, మరియు ఒక అమరవీరుడి రక్తం అన్ని తరాలకు ఉత్తమ విత్తనంగా మరియు దేశంలోని ఉత్తమ జీవితానికి నిరూపించబడింది. ఒకరు, సామాజికతను మెరుగుపరిచారు. మరియు రాజకీయ పరిస్థితి. లాహోర్ కుట్ర కేసులో జతిన్ దాస్ అరెస్టయ్యాడు. ఈ సందర్భంగా ప్రభుత్వ సలహాదారు జతిన్ దాస్‌కు నివాళులర్పించారు. జతిన్ దాస్ మరణించిన తర్వాత, సెప్టెంబర్ 24న ఈ కేసు మొదటి విచారణలో, అతను ఇలా అన్నాడు: "కోర్టు

అనుమతితో, నా సహచరుల తరపున మరియు నా తరపున నేను ఆ బాధాకరమైన సంఘటనకు నివాళులు అర్పిస్తున్నాను. ఇది న్యాయస్థానం చివరి సిట్టింగ్ సమయంలో జరిగింది. జతిన్ దాస్ మరణం పట్ల అందరి తరపున నా హృదయపూర్వక సంతాపాన్ని తెలియజేస్తున్నాను. ఆ వ్యక్తికి కొన్ని ప్రత్యేకతలు ఉన్నాయి, వాటిని మెచ్చుకోలేము. అతను అనుసరించిన ఆలోచనలలో మనం భాగస్వాములు కాలేనప్పటికీ, అతని లక్ష్యాలను సాధించడంలో అతని ధైర్యాన్ని మరియు దృఢత్వాన్ని మేము అభినందిస్తున్నాము."

భగత్ సింగ్ స్థాపించిన 'భారతీయ నౌజవాన్ సభ' సెప్టెంబర్ 26 మరియు 27 తేదీలలో లాహోర్‌లో అఖిల భారత సమావేశాన్ని నిర్వహించింది. దీనికి కామ్రేడ్ సుహాసిని నంబియార్ అధ్యక్షత వహించారు. ఇది క్రింది తీర్మానాన్ని ఆమోదించింది: "ఈ సమావేశం అమరవీరుడు జతీంద్ర దాస్ యొక్క ఆదర్శ ఆత్మబలిదానానికి నివాళులు అర్పిస్తుంది మరియు ప్రభుత్వంపై తన బాధ్యతను నిర్ధారిస్తుంది." ఐర్లాండ్‌లో Mr. టెర్రెస్ మెక్స్వీనీ తన కోసం తనను తాను త్యాగం చేసుకున్నాడు మాతృభూమి. అతని భార్య. శ్రీమతి మేరీకి సంతాప టెలిగ్రామ్ పంపారు జతిన్ దాస్ కుటుంబం.

ఇది రాసింది: "జతిన్ దాస్ మరణం పట్ల దుఃఖం మరియు గర్వం ఉన్న సమయంలో టెర్రెస్ మెక్స్వీనీ కుటుంబం దేశభక్తి గల భారతీయులకు అండగా నిలుస్తుంది. స్వేచ్ఛ తప్పకుండా వస్తుంది." ఒకవైపు దేశం మొత్తం శోకసంద్రంలో మునిగిపోయింది జతిన్ దాస్, మరోవైపు పంజాబ్ గవర్నర్ దాటారు క్రూరత్వం యొక్క పరిమితులు. దాస్ సెప్టెంబర్ 13, 1929న 1.15 గంటలకు మరణించారు పి.ఎం. అదే రోజు గవర్నర్ సిమ్లా నుండి తిరిగి వచ్చి సాయంత్రం గార్డెన్ పార్టీని పొడిగించారు.

చాలా మంది భారతీయ సభ్యులు ఆయన ఆహ్వానాన్ని అంగీకరించలేదు. అటువంటి నీచమైన చర్యను మీరు ఏమని పిలుస్తారు? "రోమ్ కాలిపోతున్నప్పుడు నీరో ఫిడేలు చేస్తున్నాడు." ఇప్పుడు, దేశం మొత్తం నిరాహార దీక్షను వీలైనంత త్వరగా ముగించాలని కోరింది. దీన్ని అంతం చేసేందుకు ప్రజాప్రతినిధులు, నాయకులు తమ తమ పంథాలో ప్రయత్నిస్తున్నారు. ఈ సమయంలోనే జైళ్ల సంస్కరణల కమిటీ తన సిఫార్సులను ప్రభుత్వానికి పంపింది. తమ డిమాండ్లలో చాలా వరకు ఆమోదం పొందుతారని భగత్ సింగ్ అభిప్రాయపడ్డారు. అందుకే.. ప్రస్తుతానికి ఇంత చేస్తే చాలు.. ఈ సిఫార్సులపై ప్రభుత్వం ఎలా స్పందిస్తుందో చూద్దాం" అని తన సన్నిహితులతో అన్నారు. దీంతో సమ్మె విరమణకు అంగీకరించారు. దీంతో జైలు అధికారులు ఎంతో

ఊరట పొందారు. అందరికీ ఫ్రూట్ జ్యూస్ తయారు చేయబడింది, కానీ భగత్ సింగ్ తన సమ్మెను ఫుల్కా (తేలికపాటి చపాతీ) మరియు పప్పు తీసుకుని ముగించాలనుకున్నాడు. ఇన్ని రోజులు కడుపు ఖాళీగా ఉన్నందున ఫుల్కా తీసుకోవడం మంచిది కాదని డాక్టర్ చెప్పినా విప్లవకారులు మాత్రం తుపాకీలకు అతుక్కుపోయారు. అందుకే బలవంతంగా జైలు అధికారులు తలొగ్గాల్సి వచ్చింది.. ఎట్టకేలకు అక్టోబర్ 15న నిరాహార దీక్ష విరమించారు.

సంస్కరణల కమిటీ సిఫార్సులను అమలు చేయడంలో ప్రభుత్వం నిర్లక్ష్యంగా వ్యవహరిస్తోంది. అందువల్ల, ప్రభుత్వం యొక్క ఈ చర్యను భగత్ సింగ్ తీవ్రంగా నిరసించాడు మరియు అతను ప్రత్యేక మేజిస్ట్రేట్ ద్వారా భారత ప్రభుత్వ హోం మంత్రికి టెలిగ్రామ్ పంపాడు. ప్రభుత్వం సిఫారసులపై వెనక్కి తగ్గుతోందని, చర్య తీసుకోవడానికి ఒక వారం గడువు ఇచ్చింది. భగత్ సింగ్ సత్యం నుండి వెనక్కి తగ్గే వ్యక్తి కాదు. కాబట్టి, అతను స్వయంగా 20 జనవరి, 1930న హోం మంత్రి, భారత ప్రభుత్వానికి ఒక దరఖాస్తు కూడా రాశాడు: "రాజకీయ ఖైదీలతో సత్ప్రవర్తన సమస్య ఎట్టకేలకు పరిష్కరించబడుతుందనే సంస్కరణల కమిటీ ఇచ్చిన హామీపై మేము మా నిరాహారదీక్షను ముగించాము. అఖిల భారత దేశం చేసిన నిరాహార దీక్షలకు సంబంధించి జైలు అధికారులు సిఫార్సులపై కూర్చున్నారు. కాంగ్రెస్ కమిటీ.. ఖైదీలను చూసేందుకు కాంగ్రెస్ సభ్యులకు అనుమతి నిరాకరించబడింది. కుట్ర కేసు (అండర్ ట్రయల్స్)కు సంబంధించిన వ్యక్తులు అక్టోబరు 23 మరియు 24 తేదీల్లో కనికరం లేకుండా కొట్టారు రక్షక భట అధికారులు. Sd/ భగత్ సింగ్, దత్ మరియు ఇతరులు."

ఈ దరఖాస్తు ప్రభుత్వానికి చేరింది. అయితే ఇది బయటి రాజకీయ నాయకుల ఒత్తిడితో రాసి ఉంటుందని ప్రభుత్వం భావించింది. పోలీసుల తప్పేమీ లేదని ప్రభుత్వం భావించింది

కుట్ర కేసు ఖైదీలను కొట్టినంత వరకు. ప్రభుత్వ అభిప్రాయం ప్రకారం, ఈ వ్యక్తులను బలవంతంగా కోర్టుకు తీసుకువచ్చారు మరియు కొట్టడం జరగలేదు. భగత్ సింగ్ మరియు అతని సహచరులు ప్రభుత్వం యొక్క కుంటి సాకులతో పూర్తిగా అసంతృప్తి చెందారు. కాబట్టి, వారు తమ సహచరులతో కలిసి ఫిబ్రవరి, 1930లో రెండు వారాల పాటు తమ నిరాహారదీక్షను మళ్లీ ప్రారంభించారు. కాబట్టి ప్రభుత్వం చివరకు కమిటీ యొక్క ప్రధాన సిఫార్సులను కలుపుతూ ఒక చట్టాన్ని రూపొందించాల్సి వచ్చింది. అపారమైన బాధలు మరియు హింసలు మరియు జతిన్ దాస్ త్యాగం తర్వాత ఖైదీలు ఈ సౌకర్యాలను పొందారు.

7 . లాహోర్ కుట్ర కేసు

సాండర్స్ హత్య కేసు విచారణ జులై 10న లాహోర్‌లోని మేజిస్ట్రేట్ శ్రీ కృష్ణ కోర్టులో ప్రారంభమైందని, జైలు ప్రాంగణంలో కోర్టు విచారణలు జరిగాయని మునుపటి అధ్యాయంలో పేర్కొనబడింది. ఆ సమయంలో భగత్ సింగ్ మరియు బతుకేశ్వర్ దత్ నిరాహారదీక్షలో ఉన్నారు. ఈ కేసులో మొత్తం 24 మంది వ్యక్తులు చంద్ర శేఖర్ ఆజాద్, భగవాన్ దాస్, కైలాష్ పతి, భగవతి చరణ్ వోహ్రా, యశ్ పాల్ మరియు సద్గురులను అరెస్టు చేయలేకపోయారు, వారిని పరారీలో ఉన్నట్లు ప్రకటించారు. ముగ్గురు వ్యక్తులు- అజయ్ ఘోష్, యతీంద్ర నాథ్ సన్యాల్ మరియు దేవ్ రాజ్-ని వివిధ సెక్షన్ల ఆధారంగా విడుదల చేశారు. మిగిలిన పదిహేను మందిని విచారించారు. వీరితో పాటు మరో ఏడుగురు ప్రభుత్వ సాక్షులుగా మారారు. వారి పేర్లు రామ్ శరణ్ దాస్, బ్రహ్మ దత్, జై గోపాల్, ఫణీంద్ర నాథ్ ఘోష్, మన్ మోహన్ బెనర్జీ, హన్స్ రాజ్ వోహ్రా మరియు లలిత్ కుమార్ ముఖర్జీ. వారిలో రామ్ శరణ్ దాస్ మరియు బ్రహ్మదత్ నమ్మదగినవారిగా పరిగణించబడలేదు. ఈ కేసులో మిగిలిన ఐదుగురికి సమన్లు జారీ చేసింది.

బ్రిటీష్ ప్రభుత్వం కోరుకున్నదే ఈ కేసులో ఫలితం ఉంటుందని యువకులంతా నమ్మారు. మిగిలినవి కరేడ్ కావచ్చు న్యాయం యొక్క. దాంతో వారు కేసుపై ఆసక్తి కోల్పోయారు. భగత్ సింగ్ మరియు అతని సహచరులు కోర్టు కార్యకలాపాలను అడ్డుకోవడానికి మరొక మార్గాన్ని కనుగొన్నారు. కోర్టుకు చేరుకోగానే చుట్టూ చూసి 'ఇంక్విలాబ్ జిందాబాద్' అంటూ నినాదాలు చేశారు. దీని తరువాత వారు 'వందేమాతరం' పాడతారు, లేదా వారు తమను తాము పట్టుకున్నట్లుగా ఉన్మాదంలో పాడతారు: * సర్ఫరోషి కోరిక మన హృదయంలో ఉంది, నీటిలో ఎంత నీరు ఉందో చూడటం కష్టం.. రాబోయే సమయంలో, మీరు ఆకాశం పొందుతారు, హమ్ అభి సే క్యా బటాయేన్ క్యా హమారే దిల్ మే హై

అబ్ మేరీ కిస్మత్ కా చర్చా ఔర్ కి మెహఫిల్ మే హై సర్ఫ్రోషి కి తమన్నా అబ్ హమారీ దిల్ మే హై". (ఇప్పుడు మన మనసులో తలను అమ్ముకోవాలనే కోరిక ఉంది. హంతకుడి చేతులు ఎంత బలంగా ఉన్నాయో చూడాలి. సమయం రావాలి , ఓ ఆకాశం, మేము మీకు చెప్తాము.మన హృదయంలో ఉన్నది ఇప్పుడు ఎందుకు చెప్పాలి. ఓ దేశం మరియు సమాజ అమరవీరులారా, నేను మీ కోసం త్యాగం చేస్తున్నాను.

ఇప్పుడు నా విధి చర్చ ఇతరుల కోర్టులలో ఉంది. ఇప్పుడు మన తలని అమ్ముకోవాలనే కోరిక మన హృదయంలో ఉంది.)

ఇంక్విలాబ్ జిందాబాద్. మేజిస్ట్రేట్ శ్రీ కృష్ణవర్మ విప్లవకారుల ఈ కూటము ముందు తెలివిగా స్పందించారు. ఈ కోర్టు ఆ రోజుల్లో లాహోర్‌లోని అతి ముఖ్యమైన ప్రదేశాన్ని మార్చింది. కోర్టు ప్రధాన ద్వారం రోడ్డుకు అభిముఖంగా ఉంది. ఖాళీ కాగానే పాఠశాలలు, కళాశాలల విద్యార్థులు అక్కడ గుమిగూడారు. కోర్టు వెలుపల పెద్ద సంఖ్యలో ప్రజలు గుమిగూడారు. భగత్‌సింగ్‌కు పెద్ద గొంతు ఉంది.

బయట ఉన్న జనాలకు వినిపించేలా బిగ్గరగా మాట్లాడాడు. బయట ఉన్న జనం ఈ ధైర్యవంతులు పాడిన విప్లవ గీతం లేదా జాతీయ గీతాన్ని పునరావృతం చేశారు. కవి ఓం ప్రకేష్ శర్మ గారి ఈ క్రింది పాట ఆ రోజుల్లో బాగా ప్రాచుర్యం పొందింది. ప్రజలు తమ ఇళ్లలో పాడారు: 'కభీ వో దిన్ భీ ఆయేగా కీ ఆజాద్ హమ్ హోంగే. యే అప్నీ హోయ్ జమిన్ హోగీ, యే అప్నా ఆస్మాన్ హోగా. షాహీదాన్ రచనలను పరిశీలిస్తే, ప్రతి వర్షం భూమిపై మరణించిన వారి గుర్తుగా ఉంటుంది. (భవిష్యత్తులో మనం స్వేచ్ఛగా ఉండే రోజు వస్తుంది. అది మన భూమి అవుతుంది, మన ఆకాశం అవుతుంది. ప్రతి సంవత్సరం అమరవీరుల జ్వాలలకు అర్పించే జాతరలు నిర్వహిస్తారు. ఇది తమ దేశం కోసం మరణించిన వ్యక్తుల చివరి జాడ అవుతుంది).

మేజిస్ట్రేట్ కోర్టులోకి ప్రవేశించిన వెంటనే, కోర్టు గది జాతీయ మరియు విప్లవాత్మక పాటల రాగాలు మరియు తరంగాలతో ప్రతిధ్వనిస్తుంది. అప్పుడు కోర్టు గదిలో ఒక వింత హుష్ దిగుతుంది. అందరూ మౌనంగా వుండేవారు. న్యాయమూర్తి తన కుర్చీలో తల వంచుకుని నిశ్శబ్దంగా కూర్చునేవాడు. న్యాయవాదులు మూగబోతారు. ప్యూన్ లేదా ఇతర సేవకులు తలలు వంచుకుని కూర్చుంటారు లేదా నిలబడతారు. కోర్టుకు వచ్చిన విప్లవకారుల బంధువుల ముఖం తెలియని మరియు విచిత్రమైన నిశ్శబ్దాన్ని ప్రతిబింబిస్తుంది. భగత్ సింగ్ మరియు అతని సహచరులు ఈ కోర్టు సెల్‌ను అధిగమించినట్లు అనిపించింది. గళం మొత్తం దేశభక్తి వర్ణంతో నిండిపోయింది. 1930 ఆర్డినెన్స్ No.3 w.e.f. మే 1, 1930. దీని కింద ఒక ప్రత్యేక న్యాయ న్యాయస్థానం ఏర్పడింది. కాబట్టి ఈ ఆర్డినెన్స్ కింద ఈ లాహోర్ కేసు కూడా వ్యతిరేకంగా కొనసాగింది. జస్టిస్ J. కోల్డ్ స్ట్రీమ్ దాని అధ్యక్షుడిగా, అఘా హైదర్ మరియు GC ఉన్నారు. హిల్టన్ గాసభ్యులు. నిజానికి, మొదటి ప్రపంచ యుద్ధం సమయంలో, ఈ ట్రిబ్యునల్‌కు కేసులు పంపబడ్డాయి. ఇక్కడ ముగ్గురు న్యాయమూర్తులను లాహోర్ హైకోర్టు ప్రధాన

న్యాయమూర్తి నియమించారు. ఈ ట్రిబ్యునల్ నిర్దిష్ట ప్రయోజనంతో ఏర్పాటైంది. విప్లవకారులు ఉద్దేశపూర్వకంగా కోర్టును తప్పుదోవ పట్టించేందుకు ప్రయత్నించారని ప్రభుత్వం భయపడింది. కాబట్టి, ఈ రకమైన కేసులను పరిష్కరించేందుకు ట్రిబ్యునల్‌కు ప్రత్యేక హక్కులు కల్పించబడ్డాయి. కాబట్టి మే 5, 1930న లాహోర్‌లోని పూంచ్ హౌస్‌లో ట్రిబ్యునల్ ముందు విచారణలు ప్రారంభమయ్యాయి. భగత్ సింగ్ ప్రకారం అటువంటి ట్రిబ్యునల్ రాజ్యాంగం చట్టవిరుద్ధం. కాబట్టి అతను తన అభిప్రాయాన్ని నిరూపించడానికి పదిహేను రోజుల సమయం కోరాడు, కానీ అతని అభ్యర్థన తిరస్కరించబడింది. ప్రభుత్వ న్యాయవాది కార్డన్ నోడ్ వాదనలు ప్రారంభించి ఈ క్రింది మూడింటిని రూపొందించారు ఆరోపణలు:

(i) కుట్ర మరియు హత్య.

(ii) డకోయిటీ మరియు బాంబుల తయారీ.

(iii) బాంబులు మరియు ఇతర వినియోగం ద్వారా బ్రిటిష్ సామ్రాజ్యానికి వ్యతిరేకంగా యుద్ధం పద్ధతులు. భగత్ సింగ్ ఒక న్యాయవాదిని నిమగ్నం చేయడానికి నిరాకరించాడు, అయితే న్యాయస్థాన కార్యకలాపాలపై నిఘా ఉంచడానికి మరియు కోర్టులో వాదనల సమయంలో సలహా తీసుకోవడానికి లాలా దుని చంద్‌ను తన న్యాయ సలహాదారుగా తీసుకోవడానికి అంగీకరించాడు. మే 12, 1930న భగత్ సింగ్ మరియు అతని ఇతర విప్లవ సహచరులు చేతికి సంకెళ్లు వేసి కోర్టుకు తీసుకురాబడ్డారు. అతను దానిని పళ్ళు మరియు గోరును వ్యతిరేకించాడు మరియు అతని చేతికి సంకెళ్ళు తొలగించే వరకు పోలీసు జీపు నుండి దిగడానికి నిరాకరించాడు.

ట్రిబ్యునల్ ప్రెసిడెంట్ Mr. J. కోల్డ్ స్ట్రీమ్, అతన్ని బలవంతంగా జీపు నుండి దించాలని పోలీసులను ఆదేశించారు. పోలీసుల చర్యకు వ్యతిరేకంగా వారంతా కోర్టు విచారణను బహిష్కరించి విచారణలో పాల్గొనలేదు. మధ్యాహ్న భోజన విరామ సమయంలో వారి చేతికి సంకెళ్లు తొలగించారు, అయితే లంచ్ తర్వాత కోర్టు కార్యకలాపాలు తిరిగి ప్రారంభమైనప్పుడు, పోలీసులు వారికి తిరిగి సంకెళ్ళు వేయడానికి ప్రయత్నించారు. విప్లవకారులు దానిని ప్రతిఘటించారు. ఎదురు దెబ్బలు తినే దశకు పరిస్థితి దిగజారింది. భగత్ సింగ్‌ను లాఠీలు, బూట్లతో కొట్టాలని పోలీసులను ఆదేశించారు. ఈ దందాలో జర్నలిస్టులు, ఇతర సందర్శకులు ఉన్నారు. ట్రిబ్యునల్‌లోని భారతీయ సభ్యుడు అఘా హైదర్ ఈ సంఘటన కారణంగా చాలా బాధపడ్డాడు మరియు ఆ రోజు కోర్టు విచారణపై సంతకం చేయడానికి నిరాకరించాడు. ఈ ఘటనపై ప్రజల్లో కూడా తీవ్ర

అసహనం నెలకొంది. అందువల్ల, ప్రజల ఒత్తిడి కారణంగా మిస్టర్ కోల్డ్ స్ట్రీమ్‌ను దీర్ఘకాలిక సెలవుపై పంపారు. 1930 జూన్ 21న రెండవ ప్రత్యేక ట్రిబ్యునల్‌ను ఏర్పాటు చేశారు. మిస్టర్ కోల్డ్ స్ట్రీమ్ మరియు అఘా హైదర్‌లకు ఇందులో చోటు దక్కలేదు. వాళ్ళు ఇద్దరు కొత్త సభ్యుల స్థానంలో జస్టిస్ J.K. కెప్ మరియు జస్టిస్ అబ్దుల్ ఖాదిర్. మూడవ సభ్యుడు, జి.సి. హిల్టన్, కొనసాగించారు తన పోస్ట్‌లో. భగత్ సింగ్ కొట్టడాన్ని క్రమశిక్షణా చర్యగా కోర్టు పేర్కొంది. కోర్టు యొక్క ఈ అనాగరిక మరియు క్రూరమైన చర్యను చుట్టుపక్కల వారు ఖండించారు.

ఈ వార్త ప్రపంచవ్యాప్తంగా వ్యాపించింది. ఈ విప్లవకారులకు పోలాండ్, కెనడా, జపాన్ మరియు దక్షిణ అమెరికా నుండి ఆర్థిక సహాయం అందించారు. ఈ కోర్టు చర్యకు నిరసనగా దేశవ్యాప్తంగా భగత్ సింగ్ దినోత్సవాన్ని జరుపుకున్నారు. పండిట్ మోతీ లాల్ నెహ్రూ, పండిట్ జవహర్ లాల్ నెహ్రూ, రఫీ అహ్మద్ కిద్వాయ్, సుభాష్ చంద్రబోస్, కాలా కంకర పాలకుడు బాబా గురుదత్ సింగ్, మోహన్ లాల్ సక్సేనా మరియు నారీమన్ వంటి స్వాతంత్ర్య సమరయోధులు విప్లవకారులను కలవడానికి జైలుకు చేరుకున్నారు. విప్లవకారులలో యతీంద్ర నాథ్ సన్యాల్ ఒకరు. మహావీర్ సింగ్, బతుకేశ్వర్ దత్, డా. గయా ప్రసాద్ నిగమ్ మరియు కుందన్ లాల్ తరపున అతను తన స్వంత వైపు నుండి కోర్టుకు ఏదో చెప్పడానికి లేచాడు.

అతను తన ప్రకటనను వ్రాసాడు. అతను దానిని చదవడం ప్రారంభించాడు. అందులో బ్రిటిష్ ప్రభుత్వ రాజకీయాలను ఆయన తీవ్రంగా విమర్శించారు. అతను తన స్టేట్‌మెంట్‌ను పూర్తి చేయడానికి అనుమతించలేదు మరియు అతని వ్రాతపూర్వక ప్రకటన అతని నుండి లాక్ చేయబడింది. అతను కోర్టు దృష్టిని ప్రత్యేకించి తన చివరి పంక్తులకు ఆకర్షించాలనుకున్నాడు, అందులో ఇలా ఉంది: "...ఈ కారణాల వల్ల, మేము ఈ ఏకపక్ష, మోసాన్ని అంగీకరించడానికి నిరాకరిస్తున్నాము చూపించండి మరియు దీని తర్వాత మేము ఈ కోర్టు యొక్క ఏ విచారణలోనూ పాల్గొనము." ఈ కేసులో కోర్టు వ్యవహారాలు, జైల్లో ఉన్న విప్లవకారులతో అధికారుల తీరు మొదటి నుంచీ అసంతృప్తికరంగా ఉంది. ఫిబ్రవరి 11న, భగత్ సింగ్ బతుకేశ్వర్ దత్ మరియు తన తరపున మేజిస్ట్రేట్‌కి ఇలా వ్రాశాడు:

"ఇతర సహ నిందితులు వేర్వేరు మరియు సుదూర రాష్ట్రాల నివాసితులు. కాబట్టి, వారి పరిచయస్తులను చూసేందుకు వారికి సౌకర్యాలు కల్పించాలి. శ్రీ బతుకేశ్వర్ దత్ మరియు కమల్ నాథ్ తివారీ మిస్ లజ్జావతిని చూడాలని కోరికను వ్యక్తం చేశారు, కానీ

వారిని అనుమతించలేదు. ఆమె తమ బంధువు కాదు, న్యాయవాది కూడా కాదనే కారణంతో ఆమెను చూడండి.. తర్వాత పవర్ ఆఫ్ అటార్నీ కూడా పొందిన తర్వాత వారికి కలిసే వెసులుబాటు కూడా కల్పించలేదు.. నిందితులకు సరైన సౌకర్యాలు కూడా కల్పించడం లేదని దీన్ని బట్టి స్పష్టమవుతోంది. వారి వివరణలను అందించడానికి, అదనంగా, మన రక్షణకు చాలా ఉపయోగకరమైన పని చేస్తున్న శ్రీ కాంతి కుమార్‌ను తప్పుడు కేసులో (పాస్‌లో పిస్టల్ కాట్రిడ్జ్‌లు తీసుకురావడం) జైలులో పడేశారు.

ఇది మాత్రమే కాదు. కేసును కొనసాగించలేకపోయినప్పుడు అతనిపై, గురుదాస్‌పూర్‌లో సెక్షన్ 124 A కింద ఒక కేసులో అతను చిక్కుకున్నాడు. "నేను ఫుల్‌టైమ్ లాయర్‌ని ఎంగేజ్ చేయలేకపోయాను. అందుకే నా మనుషులు కోర్టులో స్టే తెచ్చుకున్నాను, కానీ ఎలాంటి కారణం చెప్పకుండా దానిని తిరస్కరించి లాలా అమర్‌దాస్‌ని అడ్వకేట్‌గా నియమించారు. ఈ డ్రామా ఆడటం మాకు అస్సలు ఇష్టం లేదు. న్యాయం పేరుతో, అది మన స్థితిని స్పష్టం చేసే ఎలాంటి ప్రయోజనం లేదా సౌకర్యాన్ని అందించదు. వార్తాపత్రిక అందలేదన్నది మరో పెద్ద ఫిర్యాదు.

శిక్ష అనుభవిస్తున్న ఖైదీలతో లాకప్‌లో ఉన్న ఖైదీలకు తగిన చికిత్స చేయలేరు. వారు ప్రతిరోజు కనీసం ఒక వార్తాపత్రికను పొందాలి. ఇంగ్లీష్ చదవలేని వారికి ఒక హిందీ దినపత్రిక కావాలి. అందువల్ల, మేము ది ట్రిబ్యూన్‌కి కూడా నిరసన తెలియజేస్తున్నాము. ఈ కారణాల వల్ల మేము 29 జనవరి, 1930న కోర్టుకు హాజరుకావడం లేదని ప్రకటించాము. ఈ అసౌకర్యాలను తొలగించిన తర్వాత, మేము కోర్టుకు హాజరయ్యేందుకు ఎటువంటి అభ్యంతరం లేదు." భగత్ సింగ్ అన్ని విచారణలను పరిగణనలోకి తీసుకున్నట్లు స్పష్టంగా తెలుస్తుంది ఈ కేసుకు సంబంధించినది కేవలం బ్రిటిష్ వారి ప్రహసనం.

చట్టం మరియు రాజ్యాంగ నిపుణులందరూ భగత్ సింగ్‌పై ఈ కేసును కేవలం న్యాయం యొక్క వేషధారణతో విసిరిన నాటకంగా పరిగణించారు. అందుకే, భగత్ సింగ్ తన మనసును ఒక కోణంలో ఈ కేసుకు దూరం చేసి, పుస్తక పఠనంలో మునిగిపోయాడు. పుస్తకాలు చదవడం చాలా కాలం నుండి అతని హృదయానికి ఇష్టమైన అభిరుచి. అతను చాలా పుస్తకాలు చదివాడు మరియు చాలా వేగంగా చదివాడు, అతనికి పుస్తకాలు ఏర్పాటు చేయడం మరియు వాటిని సెన్సార్ చేయడం జైలు అధికారులను ఆందోళనకు గురిచేసింది. అందుకే, జైలులో ఉన్న అతని సహచరులు అతన్ని 'పుస్తకాల పురుగు' అని పిలిచేవారు. అతను 24 జూలై, 1930న జై దేవ్‌కు ఒక లేఖ

రాశాడు, అందులో అతను అభ్యర్థించాడు శ్రీ గుప్తా తన చిన్నవాని ద్వారా ఈ క్రింది పుస్తకాలను పంపే ఏర్పాటు చేయవలసి ఉంది సోదరుడు కుల్వీర్ సింగ్:

(i) మిలిటరిజం

(ii) పురుషులు ఎందుకు పోరాడుతారు?

(iii) పని వద్ద సోవియట్

(iv) రెండవ అంతర్జాతీయ పతనం

(v) లెఫ్ట్ వింగ్ కమ్యూనిజం

(vi) పరస్పర సహాయం

(vii) ఫీల్డ్ ఫ్యాక్టరీలు మరియు వర్క్‌షాప్

(viii) ఫ్రాన్స్‌లో అంతర్యుద్ధం

(ix) రష్యాలో భూ విప్లవం

(x) హిస్ట్రోకల్ మిలిటరిజం సిద్ధాంతం

(xi) శ్రేయస్సు మరియు రుణంలో పోటీ

ఈ పుస్తకాలను అధ్యయనం చేస్తే భగత్ సింగ్ కార్ల్ మార్క్స్ మరియు రష్యన్ విప్లవం ద్వారా బాగా ప్రభావితమయ్యాడని సూచిస్తుంది. ఉరి వేసే ముందు కొన్ని నిమిషాల వరకు అతను పుస్తకాలలో తప్పిపోయాడన్న వాస్తవం కంటే అతని పుస్తకాల ప్రేమకు పెద్ద సాక్ష్యం ఏమి ఉంటుంది. "నువ్వు నిజంగా ఈ పుస్తకాలన్నీ చదువుతావా? ఇన్ని పుస్తకాలు వెతకడం కూడా నాకు కష్టంగా ఉంది" అని అడిగాడు. దీనికి భగత్ సింగ్ సమాధానం, "నేను వాటిని చదివాను. మీరు ఏదైనా పుస్తకం తీసుకుని ఎక్కడి నుంచైనా నన్ను ప్రశ్న అడగండి. ఏమి వ్రాసిందో మరియు ఎక్కడ వ్రాసారో నేను మీకు చెప్తాను."

భగత్ సింగ్‌ను విడిపించేందుకు ఆజాద్ చేసిన ప్రయత్నాలు

భగత్ సింగ్‌పై కేసు నడుస్తున్నప్పుడు, *హిందూస్థాన్ సమాజ్‌వాదీ గణతంత్ర సంఘ్' యొక్క సమావేశం జరిగింది, దీనిలో విప్లవకారులు తమ కార్యకలాపాలను మరింత ఉధృతం చేయాలని మరియు భగత్ సింగ్‌ను విడుదల చేయడానికి చర్యలు తీసుకోవాలని నిర్ణయించుకున్నారు. డిసెంబరు, 1930లో వైస్రాయ్ ఢిల్లీకి వెళ్లే ప్రత్యేక రైలును పేల్చివేయడానికి ప్రయత్నాలు జరిగాయి. ముందు ఉన్న రెండు బోగీలు (బోగీ నెం. 8 మరియు 9) దెబ్బతిన్నాయి, అయితే వైస్రాయ్ సురక్షితంగా బయటపడ్డాడు.

దీని తరువాత, భగత్ సింగ్ మరియు బతుకేశ్వర్ దత్ పోలీసు వ్యాను ఎక్కేందుకు జైలు నుండి బయటకు వచ్చినప్పుడు, వారిని విడిపించేందుకు దానిని ముట్టడించాలని నిర్ణయించారు. ఈ ప్రణాళిక 1930లో రూపొందించబడింది. ప్రణాళిక యొక్క రిహార్సల్ కోసం, విప్లవకారులు మే 28న రావి నది ఒడ్డుకు చేరుకున్నారు. అక్కడ వారు ఒక బాంబును పరీక్షించారు, కానీ అది దురదృష్టకరమని తేలింది, ఎందుకంటే బాంబు భగవతికి చాలా దగ్గరగా పేలింది. చరణ్ వోహ్రా మరియు అతను చంపబడ్డాడు.

చంద్ర శేఖర్ ఆజాద్ తన సహచరుడి మరణంతో ధైర్యం కోల్పోలేదు, ఎందుకంటే అతను భగత్ సింగ్‌ను విడుదల చేయాలని నిర్ణయించుకున్నాడు. పథకం ప్రకారం, అతను జూన్, 1930లో లాహోర్ చేరుకుని, ఈ నెల 23న సెంట్రల్ జైలు దగ్గర ఉండి అక్కడ అవకాశం కోసం ఎదురు చూస్తున్నాడు. ఇంతకు ముందు పోలీసు వ్యాను జైలు గేటుకు కొంత దూరంలో పార్క్ చేసేవారు, అండర్ ట్రయల్‌లు అందులో ఎక్కారు. అయితే ఆ రోజు పోలీసు వ్యాన్ జైలు గేటుకు అతి సమీపంలో పార్క్ చేయబడింది. దీంతో ప్లాన్ బెడిసికొట్టింది. చంద్ర శేఖర్ ఆజాద్ పోలీసులను మోసం చేస్తూ పండిట్ మోతీలాల్ నెహ్రూని క్రమం తప్పకుండా కలిశారని ఇక్కడ ప్రస్తావించడం సరికాదు.

ఇంతకుముందు కూడా, సాండర్స్‌ను హత్య చేసి భగత్ సింగ్ లాహోర్ పారిపోయినప్పుడు, ఆజాద్ మోతీలాల్ నెహ్రూను సందర్శించేవాడు. బహుశా, అతను అతని నుండి కొంత ఆర్థిక సహాయం కూడా పొందాడు. భగత్ సింగ్ ఈ కేసును స్వేచ్ఛకు సంబంధించిన తన ఆలోచనలను వ్యాప్తి చేసే మార్గంగా భావించాడు. ఇంతకు మించి ఏమీ లేదు. మరియు అతను ఆంగ్లేయుల నుండి ఎటువంటి న్యాయం పొందాలని అనుకోలేదు. అందుకే ఈ కేసులో ఆయన ఎలాంటి క్లారిటీ ఇవ్వలేదు. దాదాపు మూడు నెలల పాటు కోర్టు విచారణ కొనసాగింది. 1930 ఆగస్టు 26 నాటికి కోర్టు పనులు పూర్తయ్యాయి. ఆ తర్వాత పేపర్ వర్క్ మాత్రమే ఉంది. మరుసటి రోజు నిందితులు తమ ఆత్మరక్షణ కోసం ఏదైనా సమర్పించాలని సమాచారం ఇచ్చారు. వారు కావాలనుకుంటే వారు న్యాయవాదిని నిశ్చితార్థం చేసుకోవచ్చు లేదా సాక్షులను హాజరుపరచవచ్చు. కానీ ఏ విధంగా అయినా తేడా రాదని తెలిసి నిందితులందరూ దానిని తిరస్కరించారు. బహుశా ధర్మాసనం తన తీర్పును వెలువరించేందుకు సిద్ధమై ఉండవచ్చు. భగత్ సింగ్ తన సోదరుడు కుల్బీర్ సింగ్‌కు సెప్టెంబర్ 16న ఒక లేఖ రాశాడు:

"ప్రియమైన సోదరుడు కుల్వీర్జీ,
శని శ్రీ అకల్
అధికారుల ఇష్టానుసారం నేను ఇతరులను కలవడం తగ్గించబడిందని మీకు తెలుసు. ఈ పరిస్థితుల్లో సమావేశం కావచ్చు సాధ్యం కాదు, మరియు త్వరలో కేసు కూడా నిర్ణయించబడుతుందని నేను భావిస్తున్నాను. కొన్ని రోజుల తర్వాత, నన్ను వేరే జైలుకు తరలించవచ్చు. కాబట్టి ఏదో ఒక రోజు జైలుకు వచ్చి నా దిక్సూచి, నోట్లు మరియు ఇతర వస్తువులను సేకరించండి. నేను నా పాత్రలు, బట్టలు, దిక్సూచి మరియు ఇతర సంబంధిత కాగితాలను జైలు సూపరింటెండెంట్ కార్యాలయానికి పంపుతాను. వచ్చి సేకరించండి. ఈ బలహీనతలోనో, లేకనో ఈ ఆలోచన పదే పదే ఎందుకు వస్తోందో నాకు తెలియదు గరిష్టంగా ఈ నెలలోనే నా తీర్పు వస్తుంది మరియు నేను పంపబడతాను. ఈ పరిస్థితులలో, మనం బహుశా వేరే జైలులో కలుసుకోవచ్చని నేను భావిస్తున్నాను. నేను ఇక్కడ ఆశించను. మీకు వీలైతే న్యాయవాదిని పంపండి. నేను ఒక ముఖ్యమైన విషయంపై అతనిని సంప్రదించాలనుకుంటున్నాను ప్రైవీ కౌన్సిల్ గురించి పాయింట్. తల్లిని జాగ్రత్తగా చూసుకోండి మరియు ఆమెకు భరోసా ఇవ్వండి చింతించకు.

మీ సోదరుడు ,

భగత్ సింగ్."

భగత్ సింగ్ మరియు అతని సహచరులను ఖైదీల కోసం ఉద్దేశించిన జైలులో ఉంచారు. సాధారణ ఖైదీలకు ఉండే సౌకర్యాలు కూడా వారికి నిరాకరించారు. పండిట్ మోతీలాల్ నెహ్రూకు భగత్ సింగ్ అంటే అమితమైన ప్రేమ. ఈ సమయంలో అతను తీవ్ర అనారోగ్యంతో ఉన్నాడు, అయితే అతను తన మనుషుల్లో ఒకరిని జైలులో ఉన్న భగత్ సింగ్ని చూడటానికి పంపాడు. అతని ద్వారా, అతను భగత్ సింగ్కు అడ్డంకులు పెట్టవద్దని తెలియజేసాడు. కొంత సమయం కావాలని కోరుకున్నాడు.
రాజీ కోసం జరుగుతున్న చర్చ భగత్ సింగ్ ప్రాణాలను కాపాడే అవకాశం ఉందని ఆయన ఆలోచిస్తున్నారు. కానీ భగత్ సింగ్ ఈ సమస్యను భిన్నంగా చూశాడు. ఉరి వేసుకుని చనిపోవడం దేశ ప్రయోజనాల కోసమేనని భావించాడు. ఇది దేశంలోని ప్రజలను గుణపాఠం నేర్చుకునేలా చేస్తుంది మరియు వారు స్వేచ్ఛ కోసం తీవ్రంగా ప్రయత్నిస్తారు. ప్రభుత్వం ఒకవైపు కాంగ్రెసోళ్లతో స్నేహహస్తం అందిస్తూనే మరోవైపు

విప్లవకారులను అణిచివేసేందుకు పూనుకుంది. కాబట్టి, భగత్ సింగ్ మరియు ఇతరులను ఉరితీయడం దాదాపు ఖాయమైంది. తీర్పుపై అప్పీలు వేయాలని చాలా మంది భగత్ సింగ్‌ను వివిధ మార్గాల్లో ఒప్పించారు. ఇది బహుశా శిక్షను తగ్గించవచ్చు లేదా ఉరిని కొంతకాలం వాయిదా వేయవచ్చు. ఈ విధంగా అతను తన ఆలోచనలను ప్రసారం చేయడానికి ఎక్కువ సమయం పొందవచ్చు. చాలా ఒప్పించడం, పట్టుదల, తార్కికం మరియు కష్టంతో అతను అప్పీల్‌పై సంతకం చేయడానికి అంగీకరించాడు. అప్పీల్‌లో కేసు ఒక ఆర్డినెన్స్ కింద విచారణ చేయబడిందని మరియు అందువల్ల అది అధికారం యొక్క అధికార పరిధికి మించినదని ప్రార్థించబడింది. దేశం మొత్తం అతని ప్రాణాలు కాపాడాలని తహతహలాడింది. భగత్ సింగ్ మరియు అతని సహచరులు కోర్టును బహిష్కరించారు, అందువల్ల, వారు లేకపోవడంతో అన్ని విచారణలు జరిగాయి. 1930 సెప్టెంబరు 20 నాటికి భాగర్ సింగ్‌కు మరణశిక్ష విధించబడుతుందని స్పష్టమైంది. అతను 25 సెప్టెంబర్, 1930న తన తమ్ముడు కుల్వీర్ సింగ్‌కి ఒక లేఖ రాశాడు:

"ప్రియమైన సోదరుడు కుల్వీర్ సింగ్ జీ,
శని శ్రీ అకల్
మీరు నన్ను చూడడానికి అమ్మతో చాలా కాలం వచ్చి నన్ను కలవకపోవడంతో నిరాశగా తిరిగొచ్చారని తెలిసి చాలా బాధపడ్డాను. జైలు అధికారులు సమావేశానికి అనుమతి ఇవ్వలేదని మీకు తెలుసు. అలాంటప్పుడు అమ్మను ఎందుకు వెంట తీసుకొచ్చావు? ఈ సమయంలో ఆమె చాలా డిస్టర్బ్ అయిందని నాకు తెలుసు. కానీ అశాంతి మరియు ఆందోళన యొక్క ఉపయోగం ఏమిటి? ఇది ఖచ్చితంగా హాని చేస్తుంది. తను ఏడుస్తోందని తెలిసినప్పటి నుంచి నేనే అశాంతిగా ఉన్నాను. చింతించాల్సిన పని లేదు నివాసం చింతించడం వల్ల లాభం లేదు.

అందరూ ఎదుర్కోవాలి చింతించాల్సిన పనిలేదు. అంతే కాకుండా చింతించి లాభం లేదు. అందరూ ధైర్యంగా పరిస్థితిని ఎదుర్కోవాలి. అన్నింటికంటే, ప్రపంచంలోని ఇతర వ్యక్తులు వేలాది కష్టాల్లో మునిగిపోయారు; మరియు ఒక సంవత్సరం పాటు మీటింగ్‌లు మీకు సంతృప్తిని కలిగించకపోతే, మరికొన్ని మీటింగ్‌లు ఏమి అందిస్తాయి? తీర్పు మరియు చలాన్ తర్వాత, సమావేశాలు సౌకర్యవంతంగా అనుమతించబడతాయని నా భావన.

కానీ అప్పుడు కూడా సమావేశాలకు అనుమతి లేదు అనుకుందాం, భయపడి ప్రయోజనం ఏమిటి?

మీ సోదరుడు
భగత్ సింగ్"

భగత్ సింగ్ మరణశిక్ష ఖరారు అయినప్పుడు, అతని తండ్రి సర్దార్ కిషన్ సింగ్ అతని ప్రాణాలను కాపాడాలని అతని కేసును విచారించే ట్రిబ్యునల్‌కు దరఖాస్తు పంపాడు. సంఘటన జరిగిన తేదీన భగత్ సింగ్ కలకత్తాలో ఉన్నారని, లాహోర్‌లో కాదని ఈ లేఖ ద్వారా నిరూపించాలన్నారు. అప్లికేషన్ యొక్క కొన్ని పంక్తులు ఇలా ఉన్నాయి: "ఘటన జరిగిన రోజు భగత్ సింగ్ కలకత్తాలో ఉన్నాడు, అతను ఆ రోజు ఖాదీ భండార్ మేనేజర్‌కి ఒక లేఖ రాశాడు, అది అతనికి పోస్ట్ ద్వారా చేరుకుంది. నేను నిజాయితీపరుడిని మరియు గౌరవప్రదమైన వ్యక్తిని మరియు భగత్ అని అఫిడవిట్ దాఖలు చేయడానికి నేను సిద్ధంగా ఉన్నాను.

సంఘటన జరిగిన రోజున సింగ్ కలకత్తాలో ఉన్నాడు. న్యాయం కోసం నాకు అనుమతి ఉంటే నేను అతనిని (మేనేజర్) కోర్టు ముందు హాజరుపరచగలను. లేదా ప్రత్యామ్నాయంగా, న్యాయం, సమానత్వం కోసం అతను కోర్టు సాక్షిగా పిలిపించబడవచ్చు. మరియు వివేకం.ఈ కేసులో ఇది జీవన్మరణ సమస్య. నిందితుడికి తనను తాను రక్షించుకునే హక్కును పూర్తిగా ఉపయోగించుకోవడానికి పూర్తి అవకాశం ఇవ్వాలి. నేను వాదించడానికి అవకాశం కల్పిస్తే, ఎవిడెన్స్ యాక్ట్ సెక్షన్ 155 ప్రకారం । ప్రభుత్వ సాక్షులు ఎవరు, వారికి సమాజంలో ఎలాంటి హోదా ఉంది, సాక్షులుగా వ్యవహరించడంలో వారి ఉద్దేశాలేంటి?ఎలా, ఎప్పుడు సాక్షులుగా మార్చబడ్డారో కోర్టుకు తెలియజేస్తాను అని వినయంగా అభ్యర్థిస్తున్నాను భగత్ సింగ్ తన రక్షణను సమర్పించే అవకాశాన్ని ఇవ్వాలి."

జైలులో తన తండ్రి వేసిన అడుగు తెలుసుకున్న భగత్ సింగ్ చాలా కోపంగా ఉన్నాడు. తన తండ్రి ఈ చర్యకు నిరసనగా ఆయన నిరసన తెలిపారు. అతను వెంటనే తన తండ్రికి ఒక లేఖ రాశాడు మరియు ఈ లేఖ యొక్క ఒక కాపీని ప్రచురణ కోసం ది ట్రిబ్యూన్‌కు పంపాడు, తద్వారా తన తండ్రి తన రక్షణలో వ్రాసిన దరఖాస్తుతో తనకు ఎటువంటి సంబంధం లేదని అందరికీ తెలుసు.

ఈ లేఖ అక్టోబర్ 4, 1930 నాటి ది ట్రిబ్యూన్‌లో వచ్చింది. కొన్ని ముఖ్యమైన సారం క్రింది విధంగా ఉంది:"...నా డిఫెన్స్‌లో మీరు స్పెషల్ ట్రిబ్యునల్‌కి దరఖాస్తు చేశారని తెలిసి ఆశ్చర్యపోయాను. ఈ వార్త చాలా బాధాకరంగా ఉంది, నేను నిశ్శబ్దంగా భరించలేను. ఇది నా మనస్సు యొక్క సమతుల్యతను దెబ్బతీసింది. నేను అర్థం చేసుకోలేకపోతున్నాను. ప్రస్తుత స్థాయిలో మరియు ప్రస్తుత పరిస్థితులలో మీరు అదంతా ఎందుకు అనుకున్నారు.మీ కొడుకుగా, నేను మీ (తండ్రి) భావాలను మరియు కోరికలను గౌరవిస్తాను, కానీ నన్ను సంప్రదించకుండా నా గురించి అలాంటి దరఖాస్తు చేసే హక్కు మీకు లేదని నేను అర్థం చేసుకున్నాను.

రాజకీయ రంగంలో మీకూ నాకూ మధ్య ఎప్పటి నుంచో ఆలోచనల గొడవ జరుగుతోందని తెలుసు.మీ ఆమోదం, అసమ్మతిని పట్టించుకోకుండా నేను ఎప్పుడూ స్వేచ్ఛ కోసం కృషి చేస్తున్నాను.

"నేను నా కేసును జాగ్రత్తగా మరియు అవగాహనతో వాదించానని, మరియు నా వాదనను సరిగ్గా సమర్పించానని మీరు మొదటి నుండి నన్ను ఒప్పిస్తూనే ఉన్నారని మీరు గుర్తుంచుకోవాలని నేను ఆశిస్తున్నాను. ఇది మీకు తెలిసి కూడా నేను దీన్ని వ్యతిరేకిస్తున్నాను. నన్ను నేను సమర్థించుకోవాలని నేను ఎప్పుడూ ఆశించలేదు. , లేదా నేను ఈ విషయం గురించి తీవ్రంగా ఆలోచించలేదు. నా వైఖరిని స్పష్టం చేయడానికి నాతో గట్టి ప్రశ్నలు ఉన్నాయని అందరూ భావించారు. కానీ అది ప్రత్యేక సమస్య, మరియు ఇప్పుడు ఇక్కడ తీసుకోలేము. "ఈ సందర్భంలో మేము ఒక నిర్దిష్ట విధానాన్ని అనుసరిస్తున్నామని మీకు తెలుసు.

నా ప్రతి అడుగు ఆ విధానాలు, కార్యక్రమాలు మరియు నా నియమాలకు అనుగుణంగా ఉండాలి. ప్రస్తుత తరుణంలో పరిస్థితిపూర్తిగా భిన్నమైనది. పరిస్థితి ఈరోజు ఉన్నదానికి రివర్స్‌గా ఉంటే, నాకు సంబంధించి స్పష్టీకరణలు ఇచ్చే చివరి వ్యక్తి నేనే అయి ఉండేవాడిని. ఈ కేసు జరుగుతున్న సమయంలో నాకు ఒకే ఒక లక్ష్యం ఉంది మరియు అది నాపై వచ్చిన తీవ్రమైన ఆరోపణల నేపథ్యంలో ఉదాసీన వైఖరిని కొనసాగించడం. రాజకీయ కార్యకర్తలు అలాగే ఉండాలన్నదే నా అభిప్రాయం నిర్లిప్తంగా మరియు న్యాయస్థానాలలో న్యాయ పోరాటాల గురించి ఎప్పుడూ చింతించకూడదు. వారు తమ ఆత్మరక్షణను ప్రదర్శించగలరు, కానీ ఎల్లప్పుడూ స్వచ్ఛమైన రాజకీయ స్థాయిలోనే ఉంటారు, వ్యక్తిగత దృక్కోణం నుండి కాదు. ఈ సందర్భంలో మా విధానం ఈ సూత్రానికి అనుగుణంగా ఉంది. మేము ఇందులో విజయం సాధించవచ్చు లేదా నేను ఈ తీర్పును

ఇవ్వలేను. మేము మా ధర్మాన్ని (ఆచరణను) పూర్తిగా నిస్వార్థ రూపంలో అనుసరిస్తున్నాము. "లాహోర్ కాన్‌స్పిరే కేస్ ఆర్డినెన్స్' సమయంలో, వైస్రాయ్ ఒక సహాయక ప్రకటనలో నిందితులు ఆ కేసులో చట్టం మరియు న్యాయం రెండింటినీ అవమానించారని పేర్కొన్నారు. ఈ పరిస్థితిలో చట్టాన్ని అవమానిస్తున్నారని ప్రజలకు చూపించడానికి ప్రభుత్వం మాకు అవకాశం కల్పించింది. ఈ అంశంలో ప్రజలు మాతో విభేదించవచ్చు. మీరు వారిలో ఒకరు కావచ్చు. కానీ మీరు నా అవగాహన లేదా జ్ఞానం లేదా కోరిక లేకుండా ఈ విషయంలో ఏదైనా అడుగు వేస్తారని దీని అర్థం కాదు. మీరు అర్థం చేసుకున్నంత విలువైనది నా జీవితం కాదు.

నాకు సంబంధించినంత వరకు, సూత్రాల అమూల్యమైన నిధిని త్యాగం చేయడం ద్వారా రక్షించబడేంత విలువైన జీవితం కాదు. నాకు ఇతర అసోసియేట్‌లు కూడా ఉన్నారు... వారి కేసు కూడా అంతే తీవ్రమైనది. ఉమ్మడి విధానానికి అండగా ఉంటాం. వ్యక్తిగత స్థాయిలో మనం దానికి ఎంత మూల్యం చెల్లిస్తాం అన్నది ముఖ్యం కాదు. "పితాజీ, నేను పెద్ద సందిగ్ధంలో ఉన్నాను. నా మాటలు కఠినంగా ఉంటాయని నేను భయపడుతున్నాను, మరియు మీపై ఆరోపణలు చేసే ప్రక్రియలో లేదా (ఇంతకంటే ఎక్కువ) మీ చర్యను ఖండించడంలో నేను సంస్కృతి యొక్క పరిమితులను దాటుతాను. అయినప్పటికీ నేను ఇలా చెబుతాను. మరికొందరు నాతో ఇలా ప్రవర్తించారని చాలా స్పష్టంగా చెప్పాలంటే, నేను దానిని దేశద్రోహం కంటే తక్కువ కాదు అని భావించాను, కానీ మీ పరిస్థితిలో నేను ఈ విషయం చెప్పలేను, నేను మరింత స్పష్టంగా చెప్పనివ్వండి, నాకు వెన్నుపోటు పొడిచినట్లు అనిపిస్తుంది.

మీ సందర్భం నేను దానిని అత్యల్ప క్రమం యొక్క బలహీనత-బలహీనత అని పిలుస్తాను. "ఇది మనలో ప్రతి ఒక్కరినీ పరీక్షించే సమయం. పితాజీ, మీరు ఆ పరీక్షలో విఫలమయ్యారని నేను చెప్పాలనుకుంటున్నాను. మీరు మానవీయంగా సాధ్యమైనంత నిజమైన దేశభక్తుడని నాకు తెలుసు. మీరు మీ మొత్తం త్యాగం చేశారని నాకు తెలుసు. భారతదేశం యొక్క స్వాతంత్ర్యం కోసం జీవితం, కానీ అతని ముఖ్యమైన సమయంలో మీరు అలాంటి బలహీనతను ఎందుకు ప్రదర్శించారో నాకు అర్థం కాలేదు. "నేను మీ దృష్టికి తీసుకురావాలనుకుంటున్నాను, మరియు నా విషయంలో ఆసక్తి ఉన్న నా స్నేహితులు మరియు ఇతరులందరికీ, మీరు తీసుకున్న చర్యలను నేను అంగీకరించలేను. ఇప్పుడు కూడా నేను నా రక్షణను సమర్పించడానికి అనుకూలంగా లేను. నా ఆరోపణలు ఎదుర్కొంటున్న నా సహచరులు ఎవరైనా సమర్పించిన ఏదైనా

దరఖాస్తును కోర్టు అంగీకరిస్తే, నేను నా రక్షణను సమర్పించను. నా లేఖ మేము నిరాహారదీక్ష చేస్తున్నప్పుడు సమర్పించిన సమావేశాలకు సంబంధించి ట్రిబ్యునల్‌ను తప్పుగా అర్థం చేసుకున్నారు..."దీనిని తరువాత ప్రచురించమని నేను మిమ్మల్ని అభ్యర్థిస్తున్నాను ఎందుకంటే ఈ విషయంలో ప్రజలు వివరంగా తెలుసుకోవాలని నేను కోరుకుంటున్నాను."

ఈ విప్లవకారులు తమ కేసులో తీర్పు ఎలా ఉండబోతుందో తెలిసినప్పటికీ పూర్తి నిర్లక్ష్యపు జీవితాన్ని గడుపుతున్నారు. ఒకసారి సెప్టెంబరు, 1930లో ఖైదీలకు రాత్రి ప్రత్యేక విందు అందించారు. ఇది వారి జీవితంలో ఇలాంటి చివరి విందు. ఈ విందులో నిందితులతో పాటు కొందరు జైలు అధికారులు కూడా చేరారుఈ విందులో నిందితుడు. ఈ ధైర్యవంతుల ముఖాల్లో ఎలాంటి ఆందోళన జాడ కనిపించలేదు. వారు గర్జించే నవ్వులు చిందిస్తూ, ఒకరినొకరు ఆటపట్టించుకున్నారు, చిలిపి పనులలో మునిగిపోయారు, ఉపాఖ్యానాలు మరియు జోకులు చెప్పేవారు మరియు జైలు అధికారులతో వారి ప్రవర్తన సంపూర్ణంగా నాగరికంగా, నిశ్శబ్దంగా మరియు కుటుంబంలా ఉంది. ఇది జైలు అధికారులను తీవ్రంగా ఆకట్టుకుంది.

భగత్ సింగ్‌పై ఆరోపణలు చేసిన మూడు రకాల సాక్షులు ఉన్నారు:

1. అతను సాండర్స్‌ని హత్య చేయడాన్ని చూసిన సాక్షులు, మరియు అతను హత్య తర్వాత పరిగెత్తడం చూసి, అతన్ని గుర్తించారు.

2. ఆమోదించిన సాక్షులు, జై గోపాల్ మరియు హన్స్ రాజ్ వోహ్రా హత్యలో వారి సహచరులు.

3. భగత్ సింగ్ రాసిన నోట్స్, వీటిని 'హ్యాండ్ రైటింగ్ స్పెషలిస్ట్' ధృవీకరించారు. సాండర్స్ హత్యలో జై గోపాల్ పాల్గొన్నాడు, కానీ ఇప్పుడు అతను ప్రభుత్వ సాక్షిగా అప్రూవర్ అయ్యాడు. ఒకరోజు సాక్షి పెట్టెలో నిలబడి తన సహచరులకు వ్యతిరేకంగా సాక్ష్యం చెబుతుంటే, సహచరుల వైపు చూసి మీసాలకు పదును పెట్టాడు. అతను ఈ నీచమైన ఆచరణలో మునిగిపోవడాన్ని చూసిన విప్లవకారుల రక్తం ఉడికిపోయింది. విప్లవకారులలో అత్యంత పిన్న వయస్కుడు ప్రేమ్ దత్. తనను తాను నియంత్రించుకోలేక షూ తీసి జై గోపాల్‌పైకి విసిరాడు. కోర్టులో హాలూ-బల్లూ (కోందకం) ఉంది. విప్లవకారులకు సంకెళ్లు వేయాలని మేజిస్ట్రేట్ ఆదేశించాడు. విప్లవకారులకు ఇవేమీ ఉండవు. కోర్టులో భూకంపం వచ్చినట్లు అనిపించింది. దీంతో కోర్టు విచారణను వాయిదా వేయాల్సి వచ్చింది.

తీర్పు

ఎట్టకేలకు బ్రిటీషర్ల నాటకం ముగిసింది. భారత శిక్షాస్మృతిలోని 120, 129, 302 సెక్షన్ల కింద భగత్ సింగ్‌ను కోర్టు దోషిగా నిర్ధారించింది. పేలుడు పదార్థాల చట్టంలోని కోడ్, సెక్షన్ 4 మరియు సెక్షన్ 6F మరియు క్రింది శిక్షను చదవండి: "కుట్ర యొక్క ప్రధాన సభ్యులలో ఒకరిగా మరియు ఉద్దేశపూర్వక మరియు విధించబడింది." వీర యువకులందరూ కోర్టులను బహిష్కరించిన విషయం గుర్తుంచుకోవాలి. అందువల్ల, వారు గైర్హాజరీలో ఈ తీర్పును చదివి వినిపించారు. కోర్టు కొరియర్ జైలుకు చేరుకున్నాడు. ఈ విషయాన్ని వారికి తెలియజేశాడు. తీర్పు.. తీర్పు వెలువడే ఒకరోజు ముందు జైలు చుట్టూ సాయుధ పోలీసులను నియమించారు.

అన్నింటిలోనూ ముందు జాగ్రత్తలు పాటించారు.ఈ కేసులో భగత్ సింగ్‌తో సహా పదిహేను మంది నిందితులు ఉన్నారు. వారికి ఈ క్రింది శిక్షలు పడ్డాయి: భగత్ సింగ్, సుఖ్ దేవ్ మరియు రాజ్ గురులకు మరణశిక్ష విధించబడింది. ఏడుగురిని జీవితాంతం బహిష్కరించారు. వారు శివ వర్మ, కిషోరి లాల్, పిరికి హత్యను దృష్టిలో ఉంచుకుని, అతను పాల్గొన్నాడు, అతనికి ఉరిశిక్ష గయా ప్రసాద్, జై దేవ్ కపూర్, విజయ్ కుమార్ సిన్హా, మహావీర్ సింగ్ మరియు కమల్ నాథ్ తివారీ. కుందన్‌లాల్ వర్మకు ఏడేళ్లు, ప్రేమ్‌దత్‌కు ఐదేళ్ల జైలు శిక్ష పడింది. అజయ్ ఘోష్, జితేంద్ర లాల్ సిన్హా మరియు దేశ్ రాజ్‌లపై ఎలాంటి అభియోగాలు రుజువు కాలేదు. కాబట్టి వారిని విడిపించారు.

ఈ తీర్పు ప్రజలకు తెలియకుండా అన్ని జాగ్రత్తలు తీసుకున్నారు. కానీ అది ఎలా సాధ్యమవుతుంది? ఈ వార్త దేశమంతటా దావానలంలా వ్యాపించింది. కోర్టు 68 పేజీల ఆదేశాల నేపథ్యంలో లాహోర్‌లో అన్ని రకాల సమావేశాలు మరియు ఊరేగింపులను నిషేధిస్తూ ప్రభుత్వం సెక్షన్ 144 విధించింది. ఇంత జరిగినా వివిధ చోట్ల ప్రకటించలేదు, పోస్టర్లు కూడా వేయలేదు.

మున్సిపల్ మైదానంలో ప్రజలు పెద్దఎత్తున గుమిగూడారు. వైస్రాయ్ ఆర్డినెన్స్‌ను, దాని కింద ఏకపక్షంగా ఉన్న కేసు విచారణలను మరియు ఈ కేసులో విప్లవకారులకు విధించిన కఠినమైన శిక్షలను ప్రజలు తీవ్రంగా విమర్శించారు. సాయుధ పోలీసులచే గట్టి పెట్రోలింగ్ ఉన్నప్పటికీ, జర్నలిస్టులు ఏదో ఒకవిధంగా భగత్ యొక్క కొత్త ఫోటోలపై చేయి వేశారు. సింగ్ మరియు అతని సహచరులు. వార్తాపత్రికలు తీర్పుతో పాటు వాటిని ప్రముఖంగా ప్రచురించాయి. ప్రభుత్వం ఆందోళన చెందింది, దాని మొత్తం C.I.D.

కలవరపడ్డాడు. సభలు, ఊరేగింపుల తుఫాను దేశం మొత్తాన్ని ఆక్రమించింది. అక్టోబరు 8న తీర్పు వెలువడిన రెండో రోజే, ఈ తీర్పు కారణంగా దేశంలోని ప్రజానీకం ప్రభుత్వంపై ఆగ్రహంతో ఊగిపోయారు. విద్యార్థి సంఘం సమ్మెను నిర్వహించింది

లాహోర్ అంతటా. దాదాపు అన్ని పాఠశాలలు, కళాశాలలు వాటంతట అవే మూతపడ్డాయి. మూతపడని వాటిని ప్రజలు పికెట్ చేసి, బలవంతంగా మూసివేశారు. ప్రభుత్వం త్వరితగతిన మరియు సామూహిక అరెస్టులను ఆశ్రయించింది. పలువురు విద్యార్థులను అరెస్టు చేశారు. కొంతమంది విద్యార్థులు మరియు D.A.V యొక్క ఉపాధ్యాయుడు కాలేజ్, లాహోర్ కోపంతో పిచ్చిగా మరియు పోలీసులపైకి దూసుకెళ్లింది. ఊరేగింపుదారులపై దేశవ్యాప్తంగా లాఠీచార్జి చేశారు.

ఒకవైపు దేశం మొత్తం ఆగ్రహంతో అట్టుడుకుతోంది. మరోవైపు భగత్ సింగ్ ఏమీ జరగనట్టు నిశబ్దంగా కూర్చున్నాడు. ఈ విప్లవకారులు కోర్టును బహిష్కరించినట్లు ఇదివరకే చెప్పబడింది. కాబట్టి ప్రభుత్వ న్యాయవాది భగత్ సింగ్ మరియు అతని సహచరులను ఉంచిన జైలు గదులకు వెళ్లి, అక్కడ వారికి కోర్టు తీర్పును చదివి వినిపించాడు: "భగత్ సింగ్, కోర్టు మీకు మరణశిక్ష విధించినందుకు చాలా విచారంగా చెప్పాలి" భగత్ సింగ్ దాని గురించి ఎటువంటి విచారం వ్యక్తం చేయలేదు, ఎందుకంటే అతను అప్పటికే అది జరుగుతుందని తెలుసు. బ్రిటీష్ ప్రభుత్వంలో ఇంకా ఏమి ఆశించవచ్చు? బహుశా, ఈ తీర్పును చదివిన ప్రభుత్వ న్యాయవాది ఆత్మ కూడా రోదించింది. "నువ్వు ధైర్యవంతుడివి. నీ ధైర్యసాహసాలను నేను మెచ్చుకుంటున్నాను. కానీ నీ చిన్న వయస్సు ఈ శిక్షకు అర్హమైనది కాదు. ఏదో ఒకరోజు నువ్వు మంచి రాజకీయ నాయకుడు కాగలవు..." అన్నాడు. భగత్ సింగ్ తర్వాత భగత్ సింగ్. ప్రభుత్వ న్యాయవాది ఈ పరిశీలన తర్వాత కూడా అతను కలత చెందలేదు. అతని దృష్టిలో, మరణం అత్యంత ఆనందాన్ని పొందే సాధనం. అతని అభిప్రాయం ప్రకారం, తన మాతృభూమి సేవలో చిన్న వయస్సులోనే చనిపోవడం ఉత్తమ ఎంపిక. వృద్ధాప్యంలో దయనీయమైన స్థితిలో చనిపోవడం కంటే ఇది చాలా మంచిది. అందువల్ల, అతను ప్రభుత్వ న్యాయవాదితో ఇలా అన్నాడు, "అది కోరదగినది

ఒకరి యవ్వనంలో ఈ శిక్షను పొందారు. నా పూర్వీకులు చెప్పారు: జిస్ మర్నే సే జగ్ డేర్, మేరే మాన్ ఆనంద్. మర్నే హీ తి పైయే పురాణ్ పరమానంద్. (మొత్తం భయపడుతున్న మరణంలో నా హృదయం ఆనందంగా ఉంది ప్రపంచం. మొత్తం ఆనందం మరణం ద్వారా మాత్రమే అనుభవించబడుతుంది.) దీని తరువాత, ప్రభుత్వ

న్యాయవాది అప్పీలుకు వెళ్లమని వారికి సలహా ఇచ్చారు, కానీ భగత్ సింగ్ దానిని వ్యతిరేకించారు. బ్రిటీష్ ప్రభుత్వం నుంచి ఎలాంటి న్యాయం జరుగుతుందని ఆశించలేదు. అప్పీల్ దాఖలు చేయడాన్ని ఆయన పరిగణించారు . అతను ఆంగ్లేయుల నుండి అడుక్కుంటే. చనిపోవడం, అతని దృష్టిలో, ఈ రకమైన యాచించడం మంచిది. కాబట్టి అతను ఇలా అన్నాడు:

"ఇంకా ప్రయోజనం లేదు. ఈ సామ్రాజ్య న్యాయస్థానాల నుండి మేము న్యాయం ఆశించడం లేదు. ఈ రోజు బ్రిటిష్ అధికారులు భారతీయ యువకులను చితకబాదారు. ఇక్కడ కనికరం లేదు. మనకు లభించినది ఇక్కడ బహుమతి. అడుక్కోవడం కంటే ధైర్యంగా చనిపోవడం మంచిది. శత్రువు నుండి, నేను స్వేచ్ఛ యొక్క జ్వాలకి చిమ్మటని." దీని తర్వాత భగత్ సింగ్ మరియు అతని ఇద్దరు సహచరులు, రాజ్ గురు మరియు సుఖ్ దేవ్, ఖండించబడిన వారి కోసం ఉద్దేశించిన సెల్ నంబర్ 14కి పంపబడ్డారు ఖైదీలను ఉరితీసేంత వరకు ఉండాలి.

8. తీర్పు తర్వాత

వీడ్కోలు పలికే ముందు భగత్ సింగ్, రాజ్ గురు మరియు సుఖ్ దేవ్ వారి వ్యక్తిగత స్నేహితులను కలుసుకున్నారు, వారు కొన్ని నిమిషాలు మాట్లాడారు. అప్పుడు భగత్ సింగ్ తన చివరి సందేశాన్ని వారికి అందించాడు:

"స్నేహితులారా! విడిపోవడం మరియు సమావేశాలు జీవితంలో భాగమే. మనం మళ్ళీ కలుద్దాం. మీరు మీ పదవీకాలం పూర్తి చేసిన తర్వాత, ఇంటికి చేరుకున్న తర్వాత ప్రాపంచిక వ్యవహారాలలో తప్పిపోకండి. మీరు బ్రిటీష్‌లను బయటకు విసిరివేసే వరకు నిశ్శబ్దంగా కూర్చోకండి. సోషలిస్టు రిపబ్లిక్‌ను స్థాపించారు. ఇది మీకు నా చివరి సందేశం."

ప్రివీ కౌన్సిల్‌లో అప్పీల్ చేయండి

ఈ తీర్పు తర్వాత ప్రివీ కౌన్సిల్‌లో అప్పీల్ చేయాలని డిఫెన్స్ కమిటీ నిర్ణయించింది. ప్రివీ కౌన్సిల్ బ్రిటిష్ సామ్రాజ్యం యొక్క అత్యున్నత న్యాయస్థానం. భగత్ సింగ్ దానికి అనుకూలంగా లేడు. అందువల్ల, నిందితులు ఎవరూ దానిని సంప్రదించలేదు లేదా వారి న్యాయవాదులను పంపలేదు. అక్కడ ఎలాంటి వాదోపవాదాలు, వాదనలు జరగలేదు. ప్రభుత్వం విధించిన ఆరోపణలకు మాత్రమే సమాధానం ఇచ్చారు. దేశంలో నెలకొన్న పరిస్థితుల నేపథ్యంలో భగత్‌సింగ్‌ను ఉరితీయాలని కోరారు. ఇది వద్ద ఉంటుందిటానిస దేశంలోని పౌరులకు ఏమి జరుగుతుందో కనీసం భారతీయులకు గుణపాఠం చెప్పండి. అందువల్ల, ప్రివీ కౌన్సిల్ తీర్పును మార్చినట్లయితే, ఉరిని జీవితకాలం జైలు శిక్షగా మార్చినట్లయితే అతను తన హృదయంలో కొంచెం భయపడ్డాడు. అది తనకు హానికరం అనుకున్నాడు. నిజానికి, అది

ప్రివీ కౌన్సిల్ నిష్పక్షపాతంగా తీర్పు ఇచ్చి ఉంటే అలా ఉండేది. అతని సహచరుడు బతుకేశ్వర్ దత్‌కు జీవిత ఖైదు విధించబడింది. అతన ఆ సమయంలో ముల్తాన్ జైల్లో ఉన్నాడు. భగత్ సింగ్ ఆయనకు లేఖ రాశారు నవంబర్, 1930:

"నా కేసులో ఉరిశిక్ష విధించబడింది. ఉరిశిక్ష విధించబడింది. నాతో పాటు ఇంకా చాలా మంది దోషులు ఉరి కోసం ఎదురు చూస్తున్నారు. ఎలాగైనా ఉరి తీయాలని వారు ప్రార్థిస్తున్నారు, కానీ మధ్యలో నేను మాత్రమే ఉన్నానని అనిపిస్తుంది. ఆదర్శం కోసం ఉరి ఉచ్చులో ఊగిపోయే అదృష్టం వచ్చే రోజు కోసం అసహనంతో ఎదురుచూసే వారు..

విప్లవకారులు తమ ఆశయాల కోసం ఎంత ధైర్యంగా ప్రాణత్యాగం చేస్తారో ఆ ఉరి ఉరి నా మెడలో వేసుకుని ప్రపంచానికి చూపిస్తాను. .

"నాకు ఉరిశిక్ష విధించబడింది, కానీ మీకు జీవిత ఖైదు విధించబడింది, మీరు సజీవంగా ఉంటారు, మరియు విప్లవకారులు చనిపోవడమే కాదు, జీవించి ఉన్నప్పుడు కూడా ఆపదలను ఎదుర్కోగలరని మీరు సజీవంగా జీవించడం ద్వారా నిరూపించాలి. మరణం తప్పదు. ప్రాపంచిక కష్టాల నుండి విముక్తికి సాధనంగా ఉండకూడదు, కానీ ప్రమాదవశాత్తు ఉరి ఉరి నుండి తప్పించుకున్న తిరుగుబాటుదారులు, తమ జీవనంలో, తమ ఆదర్శాల కోసం ఉరి ఉరిని నవ్వుతూ మాత్రమే అంగీకరించగలరని ప్రపంచానికి నిరూపించాలి. చీకటిలో, మురికిగా మరియు ఊపిరాడకుండా ఉన్న జైలు గదుల్లో వారిపై జరిగిన అత్యంత దారుణమైన దారుణాలను భరించండి."

భగత్ సింగ్ ప్రైవీ కౌన్సిల్‌లో అప్పీల్‌ను పూర్తిగా వ్యతిరేకించినప్పటికీ, అప్పీల్ దాఖలు చేయడం అవసరమని భావించిన చాలా మంది శ్రేయోభిలాషులు ఆయనకు ఉన్నారు. రక్షణ కమిటీ ఈ విషయంలో ఆలోచించదగిన ప్రతి అడుగు వేసింది. పండిట్ మోతీలాల్ నెహ్రూ తన హృదయంలో ఈ ధైర్యవంతుల ప్రాణాలు కాపాడాలని కోరుకున్నారు. అతను ఈ రోజుల్లో అనారోగ్యంతో ఉన్నాడు, అతని మరణానికి చాలా దగ్గరగా ఉన్నాడు. అతను భగత్ సింగ్‌కి సందేశం పంపాడు. న్యాయవాది ప్రేమ్ నాథ్ మెహతా స్వయంగా ఆయనను జైలులో కలిశారు.

ప్రైవీ కౌన్సిల్‌లో అప్పీల్ దాఖలు చేయడం ద్వారా భగత్ సింగ్ ఆలోచనలు విదేశాలలో చాలా దూరం వ్యాపిస్తాయని అతను భగత్ సింగ్‌తో అనేక విధాలుగా వాదించాడు. ఆంగ్లేయుల దౌర్జన్యాలు, భారతీయ జైళ్లలో ఖైదీల దయనీయ స్థితిగతులు ప్రపంచ ప్రజలకు బట్టబయలవుతాయి. ఇన్ని ప్రయత్నాల తర్వాత చివరకు భగత్ సింగ్ దీనికి అంగీకరించాడు. కానీ భగత్ సింగ్ విజ్ఞప్తిలో అతని ఉద్దేశ్యం కేవలం అతని ఉరిని కొన్ని రోజులు వాయిదా వేయడానికి మాత్రమే పరిమితం చేయబడింది మరియు అతని సహచర తిరుగుబాటుదారులు దాని నుండి ప్రయోజనం పొందవచ్చు.

భగత్ సింగ్ గేమ్ ప్లాన్ అప్పీల్ యొక్క లక్ష్యం వారి ఉరిని ఆపడం. కాంగ్రెస్ ఒప్పందం కుదుర్చుకున్నప్పుడు. (రాజీ) ప్రభుత్వంతో, దాని ఫలితాలతో వెలుగులోకి రాలేదు, మరియు యువకులలో అసంతృప్తి చెలరేగుతుంది, ఆ క్షణాలలో వారిని ఉరితీయాలి మరియు తద్వారా కాంగ్రెస్ ఆదేశం విప్లవకారులకు చేరుతుంది.

వారికి సాధారణ కోర్టు ఈ శిక్ష విధించలేదు. బదులుగా, ఈ కేసును ఒక ఆర్డినెన్స్ ద్వారా వైస్రాయ్ ఏర్పాటు చేసిన ప్రత్యేక న్యాయస్థానం విచారించింది. వారు ఈ ట్రిబ్యునల్‌ను చట్టవిరుద్ధంగా ఉంచారు మరియు తత్ఫలితంగా ఈ తీర్పు కూడా వారి దృష్టిలో చట్టవిరుద్ధం. ఈ ప్రాతిపదికన వారు అప్పీలుకు సలహా ఇచ్చారని వారు భావించారు తొలగించారు. శిక్ష నిలిచి ఉంటుంది, కానీ ఉరి ఖచ్చితంగా కొన్ని రోజులు వాయిదా వేయబడుతుంది. కాబట్టి, లాలా దులీ చంద్, డా. గోపీ చంద్ భార్గవ మరియు డిఫెన్స్ కమిటీలోని ఇతర సభ్యులు 1930 నవంబర్‌లో తీర్పుకు వ్యతిరేకంగా ప్రివీ కౌన్సిల్‌లో అప్పీల్ చేశారు. కానీ దాని వల్ల ఫలితం లేకపోయింది. జనవరి 10, 1931న అప్పీల్ కొట్టివేయబడింది.

హైకోర్టులో అప్పీలు

ట్రిబ్యునల్ తీర్పు ప్రకారం, భగత్ సింగ్ మరియు అతని సహచరులను అక్టోబర్, 1930లో ఉరితీయవలసి ఉంది. ప్రివీ కౌన్సిల్‌లో అప్పీల్ చేయడం వల్ల ఈ విషయం వాయిదా పడింది. జీవన్ లాల్ మరియు శ్యామ్ లాల్ చివరకు 16" ఫిబ్రవరి, 1931న అక్టోబరు, 1930లో ఉరి తీయాలని, ఇప్పుడు ఆ సమయం ముగిసిందని, ట్రిబ్యునల్ విచారణ కాలం ముగిసిందని చేసిన విజ్ఞప్తిపై హైకోర్టులో అప్పీల్ దాఖలు చేశారు. కేసు గడువు కూడా ముగిసింది.కాబట్టి, మొత్తం కేసును పునఃపరిశీలించి, ఉరి శిక్షను మరియు నిందితుడి నిర్బంధాన్ని చట్టవిరుద్ధంగా ప్రకటించాలని హైకోర్టులో ప్రార్థన.

కానీ మీరు ఆంగ్ల న్యాయ వ్యవస్థ నుండి పవిత్రమైన ఆశలు ఎలా కలిగి ఉంటారు? దాని వైఖరి మొదటి నుండి స్పష్టంగా ఉంది. ఈ ధైర్యవంతులను వదిలించుకోవాలనే లక్ష్యంతో ఉంది. బతకడానికి అనుమతిస్తే బ్రిటీషర్ల దురాగతాలను బయటపెట్టడం ఖాయం. అలాంటప్పుడు హైకోర్టు ఈ అప్పీలును ఎలా స్వీకరిస్తుంది? ఇది దాఖలు చేసిన ఐదు రోజుల తర్వాత 20 ఫిబ్రవరి, 1931న అప్పీల్‌ను తిరస్కరించింది.

వైస్రాయ్‌కి మెర్సీ అప్పీల్

ఈ ధైర్యవంతులైన ఈ కుమారులకు మరణశిక్ష విధించడంపై దేశంలోని ప్రజానీకం ఖాళీగా కూర్చోలేకపోయారు.

మాతృభూమి కోసం తమ ప్రాణాలను త్యాగం చేసేందుకు ఎదురుచూస్తున్నారు. ప్రతి ఒక్కరూ తమ ప్రాణాలను రక్షించాలని కోరుకున్నారు, అందువల్ల, ప్రతి ఒక్కరూ తన స్థాయిలో మరియు తనదైన రీతిలో ఈ అన్యాయానికి వ్యతిరేకంగా తన స్వరాన్ని

పెంచుతున్నారు. ఆఖరి శ్వాస వరకు ఆశాజనకంగా ఉండటమే ప్రపంచంలోని శాశ్వతమైన నియమం. కాబట్టి ప్రివీ కౌన్సిల్ అప్పీల్‌ని తోసిపుచ్చిన తర్వాత, ప్రముఖ సంఘ సంస్కర్త మరియు నాయకుడు పండిట్ మదన్ మోహన్ మాలవ్య 1931 ఫిబ్రవరి 14న వైస్రాయ్ ముందు అప్పీల్ దాఖలు చేశారు. ఈ అప్పీల్‌లో వైస్రాయ్ తన హక్కులను వినియోగించుకోవాలని ప్రార్థించారు. దయ ఇవ్వండి, భగత్ సింగ్, రాజ్ గురు మరియు సుఖ్ దేవ్‌ల మరణశిక్షను జీవిత ఖైదుగా మార్చండి.

ప్రైవీ కౌన్సిల్ అప్పీల్‌ని తోసిపుచ్చిన తర్వాత, దయ కోసం ప్రార్థిస్తూ, దేశంలోని ప్రతి మూల మరియు మూల నుండి వైస్రాయ్‌కి దరఖాస్తు పంపబడింది. భారతదేశంలోనే కాదు, విదేశాల నుండి కూడా ఈ వ్యక్తులకు అనుకూలంగా స్వరం పెరిగింది. విదేశాల్లో కూడా ఈ మరణశిక్షను ఖండించారు. కమ్యూనిస్ట్ పార్టీ ఆఫ్ ఇంగ్లండ్ ఈ కేసుపై తన స్పందనను వ్యక్తం చేస్తూ ఇలా రాసింది:

"రాజకీయ కేసులకు సంబంధించి మనకు ఎటువంటి ఉదాహరణ కనిపించని ఈ కేసు చరిత్ర, బ్రిటన్ సామ్రాజ్యవాద ప్రభుత్వం యొక్క ఉబ్బిన కోరిక ఫలితంగా ఏర్పడిన నిర్లక్ష్య మరియు క్రూరత్వం యొక్క లక్షణాలను ప్రతిబింబిస్తుంది, తద్వారా భయాన్ని కలిగించవచ్చు. అణచివేయబడిన ప్రజల హృదయాలు."

ఈ కేసులో కోర్టు అనుసరిస్తున్న క్రూరమైన చర్యలను ప్రపంచ వ్యాప్తంగా ఖండించారు. బెర్లిన్‌లోని ఒక పాత్రికేయుడు ఇలా వ్రాశాడు:

"లాహోర్ కుట్ర మరియు మీరట్ కుట్ర యొక్క రాజకీయ నిర్మాణం క్రూరమైన సామ్రాజ్యవాద కసాయి మెక్‌డొనాల్డ్ కారణంగా ప్రారంభమైంది. బ్రిటీష్ సామ్రాజ్యవాదం దాని కాలనీల ఆక్రమణతో కొనసాగడానికి కోర్టు హత్య నినాదం పెరిగింది."

ప్రివీ కౌన్సిల్ ద్వారా అప్పీల్‌ను తిరస్కరించిన తర్వాత. ది ట్రిబ్యూన్,

లాహోర్ నుండి ప్రచురించబడినది, దేశంలోని మానసిక స్థితిని ఈ క్రింది పదాలలో వివరించింది: "ఈ ఆందోళన దేశం మొత్తం వ్యాపించింది మరియు వేలాది మంది ప్రజలుఆ విధంగా దేశంలోని వార్తాపత్రికలు భగత్ సింగ్ మరియు అతని ఇద్దరు సహచరులు రాజ్ గురు మరియు సుఖ్ దేవ్‌ల మరణశిక్ష రద్దు కోసం బలమైన స్వరం లేవనెత్తాయి. వార్తాపత్రికల్లోని చాలా పేజీలు తమను విడుదల చేయాలని కోరుతూ లేఖలతోనిండిపోయాయి. లక్షల మంది తీసుకెళ్లారు

సంతకం ప్రచారాలు. ఈ సంతకాలతో కూడిన లేఖలు ప్రభుత్వానికి మరియు భారత వైస్రాయ్‌కు పంపబడ్డాయి. వీర కుమారుల మరణశిక్షను జీవిత ఖైదుగా మార్చాలని

వారు కోరారు. ప్రజలు ఈ లక్ష్యంతో భారతదేశ వైస్రాయ్ మరియు బ్రిటిష్ ప్రభుత్వ మంత్రులకు ప్రపంచంలోని అన్ని ప్రాంతాల నుండి టెలిగ్రామ్‌లు పంపారు. బ్రిటీష్ పార్లమెంట్ దిగువ సభ సభ్యులు కూడా ఈ మరణశిక్షను వ్యతిరేకించారు. ఈ శిక్షను మార్చమని వారు వైస్రాయ్‌ను అభ్యర్థించారు:

"రాజీ పరిష్కారం దృష్ట్యా లాహోర్ కుట్ర కేసులో దోషులకు శిక్షను మార్చాలని హౌస్ ఆఫ్ కామన్స్ యొక్క ఇండిపెండెంట్ లేబర్ పార్టీ హృదయపూర్వకంగా అభ్యర్థిస్తోంది."

ఈ అభ్యర్థన 6 మార్చి 1931న వైస్రాయ్‌కి టెలిగ్రామ్ ద్వారా పంపబడింది. ప్రివీ కౌన్సిల్ అప్పీల్‌ని తిరస్కరించడం పట్ల భారతదేశంలోని యువకులు తీవ్ర ఆగ్రహం వ్యక్తం చేశారు. ఇది భారతదేశానికి జరిగిన అతి పెద్ద అవమానంగా వారు భావించారు మరియు ప్రతీకారం కోసం వారి రక్తం మరుగుతోంది. పంజాబ్‌లో యువకులు తీవ్ర ఆగ్రహం వ్యక్తం చేశారు. "రక్తం కోసం రక్తం" వారి ప్రతిష్ఠాత్మకమైన పదబంధంగా మారింది. ఈ మేరకు పంజాబ్ అంతటా పోస్టర్లు అతికించి, కరపత్రాలను పంపిణీ చేశారు. ఒక హ్యాండ్‌బిల్ క్రింది వచనాన్ని కలిగి ఉంది:

"ఓ నిర్భయ భారత యువకులారా! ప్రతిరోజూ జరుగుతున్న రెచ్చగొట్టే సంఘటనలకు మీకు సిగ్గు లేదా? భారత స్వాతంత్ర్య ప్రేమికులకు మరణశిక్ష విధించబడలేదా? మీరు పూర్తిగా దేశభక్తి భావాలను కోల్పోయారా? భగత్ సింగ్‌ను చూడటం లేదా? , డెత్ సెల్‌లో ఉన్న సుఖ్ దేవ్ మరియు రాజ్ గురు మీలో ఆత్మగౌరవ భావాలను పుట్టించలేదా? మీరు మీ ఆలోచనా శక్తిని కోల్పోయి ఉండవచ్చు. అయినా కూడా భారత ప్రభుత్వ నిరంకుశత్వానికి వ్యతిరేకంగా గుణపాఠం చెప్పడం మీ కర్తవ్యం. ఒక సాధారణ మరియు ప్రాథమిక పోలీసు అధికారిని హత్య చేయడం వల్ల మొత్తం ఆంగ్ల సమాజం తమ ప్రాణాలకు ముప్పు ఉందని భావిస్తుంది.కానీ మీ స్వంత సోదరులు ముగ్గురిని ఉరి తీయబోతున్నప్పుడు మీరు ప్రతీకారం తీర్చుకోవడానికి సిద్ధంగా లేకపోవటం విచారకరం ."

1930లో ప్రభుత్వం చట్టవిరుద్ధమని ప్రకటించిన నౌజవాన్ భారత్ సభ'ను భగత్ సింగ్ ఏర్పాటు చేశారని ఇదివరకే ప్రస్తావించబడింది. కానీ అది రహస్య రూపంలో క్రియాశీలకంగా పనిచేసింది. లాహోర్ కుట్ర కేసులో ఈ ముగ్గురు ధైర్యవంతుల కోసం జరిగిన సంతకాల ప్రచారంలో ఈ 'సభ' సభ్యులు ప్రముఖ పాత్ర పోషించారు.

వారి అప్పీల్‌ను తిరస్కరించడం. శిక్ష తగ్గించేందుకు వీసీరాయ్‌కు పంపిన దరఖాస్తులపై సంతకాల కోసం ఒక కమిటీని ఏర్పాటు చేశారు. ఈ కమిటీ సభ్యులు నిజానికి

*నౌజవాన్ భారత్ సభ' సభ్యులు. ఈ వాస్తవం ప్రభుత్వానికి తెలుసు. ఈ అంశంపై ప్రభుత్వం తన నివేదికలో పేర్కొంది:

"కుట్ర కేసులో దోషులు చేసిన అప్పీళ్లను కొట్టివేసిన నేపథ్యంలో వారి శిక్షలను తగ్గించేందుకు ఉద్దేశించిన మెమోరాండాలు మరియు దరఖాస్తులపై సంతకాల కోసం వేగవంతమైన ప్రచారం జరుగుతోంది. ఈ ప్రచారాన్ని నిర్వహిస్తున్న కమిటీ మరెవరో కాదు, నౌజవాన్ భారత్. పునరుజ్జీవింపబడిన రూపంలో సభ."

కాంగ్రేవ్ మ్యాన్ ఫిర్‌లకు సంబంధించి వారి భవిష్యత్తు చీకటిగా మారింది

యువకుల ఆవేశం, ఆగ్రహానికి సంబంధించి కాంగ్రెస్ నాయకులకు వారి భవిష్యత్తు అంధకారంగా కనిపించింది. డా. పట్టాభి సీతారామయ్య, ప్రముఖుడు

కాంగ్రెస్ నాయకుడు పరిస్థితిని వివరిస్తూ ఇలా వ్రాశాడు: "ఉచ్ఛరించిన శిక్షకు వ్యతిరేకంగా దేశమంతటా పదునైన ప్రతిఘటన విస్మరించబడింది. ఈ వాక్యాలను మార్చడం కోసం కాంగ్రెస్ సభ్యులు దేశవ్యాప్తంగా విస్తరించిన సద్భావన నుండి అవకాశం కోసం వెతుకుతున్నారు."

ఈ సందర్భంలో గాంధీజీ పాత్ర

ఈ రోజుల్లో గాంధీజీ కాంగ్రెస్‌కు ఏకైక నాయకుడు. అతను ఆనాటి భారత వైస్రాయ్‌తో రాజీ కుదుర్చుకున్నాడు. దీనిని గాంధీ-ఇర్విన్ ఒప్పందం అంటారు. ఇది ఫిబ్రవరి-మార్చి, 1931లో తీసుకురాబడింది. లార్డ్ ఇర్విన్ అప్పటి గవర్నర్ జనరల్, వైస్రాయ్ ఆఫ్ ఇండియా. మేము భగత్ సింగ్, రాజ్ గురు మరియు సుఖ్ దేవ్‌లకు విధించబడిన శిక్షల సందర్భంలో గాంధీ పాత్రను క్లుప్తంగా, నిశితంగా పరిశీలిస్తున్నాము.

గాంధీ-ఇర్విన్ ఒప్పందానికి సంబంధించి చర్చ 17 ఫిబ్రవరి నుండి 4 మార్చి, 1931 వరకు పదహారు రోజుల పాటు కొనసాగింది. ఈ సంభాషణ ఢిల్లీలోని వైస్రాయ్ నివాసంలో జరిగింది, ఈ ఇద్దరితో పాటు సహాయకులు ఎవరూ లేరు. ఈ విధంగా రహస్యంగా చర్చ జరిగింది. లార్డ్ ఇర్విన్ తన ఫైల్‌లోని ప్రతి విషయాన్ని గమనించాడు, కానీ గాంధీజీ వ్యాఖ్య ద్వారా దీని గురించి ఏమీ చెప్పలేదు. గాంధీజీ 1931 ఫిబ్రవరి 18న శిక్షల అంశాన్ని లేవనెత్తారు కానీ శిక్షల తగ్గింపు గురించి మాట్లాడలేదు. ఈ ఒప్పందం 5 మార్చి, 1931న సంతకం చేయబడింది మరియు ఇది మార్చి 6, 1931 నాటి భారత ప్రభుత్వ గెజిట్‌లో ప్రచురించబడింది. దేశం మొత్తం బహుశా ఇందులో ఏదో ఒకటి ఉంటుందని ఆశించింది.

భగత్ సింగ్ మరియు అతని ఇద్దరు సహచరుల శిక్షలను తగ్గించడానికి సంబంధించిన ఒప్పందం. కానీ తిరిగి మొదటికి. ఈ వాక్యాలకు సంబంధించి ఒడంబడిక ఏమీ చెప్పలేదు.

ఇదొక్కటే కాదు, కాంగ్రెస్ వాదులు కూడా ఈ నిర్ణయంతో సంతృప్తి చెందలేదు. దానికి ముందు గాంధీ తిరిగి 2.30A.M. మార్చి 4వ తేదీ రాత్రి ఆయన కోసం కాంగ్రెస్ కార్యవర్గ సభ్యులంతా అసహనంగా ఎదురు చూస్తున్నారు. గాంధీజీ చాలా ఆనందంగా కనిపించారు. గాంధీజీ ఒడంబడిక ప్రకటన వివరాలన్నీ ఇచ్చారు. ఈ ఒప్పందంలోని క్లాజ్ నెం. 5 పట్ల ఏ సభ్యుడికీ సంతోషం లేదు. ఈ నిబంధన రాజకీయ ఖైదీలకు సంబంధించినది, అయితే ఇందులో సత్యాగ్రహి ఖైదీల గురించి మాత్రమే ప్రస్తావించబడింది. భగత్ సింగ్ మరియు ఇతర దేశభక్తి రాజకీయ ఖైదీల ప్రస్తావన లేదు. భగత్ సింగ్ మరియు అతని సహచరులను ఉరితీసిన విషయం చాలా రహస్యంగా ఉంది, కానీ వారిని మార్చి 23న ఉరి తీయనున్నట్లు అందరికీ తెలిసింది. కాబట్టి గాంధీ-ఇర్విన్ ఒప్పందంపై సంతకం చేసిన మార్చి 5న ఉరి వేయడానికి ఇంకా 18 రోజులు మిగిలి ఉన్నాయి. 5వ తేదీ సాయంత్రం, ఒప్పందంపై సంతకం చేసిన తర్వాత గాంధీ విలేకరుల సమావేశంలో ప్రసంగించారు. జర్నలిస్టులలో ఇంగ్లాండ్, ఫ్రాన్స్ మరియు అమెరికా ప్రతినిధులు ఉన్నారు. గాంధీ వైస్రాయ్ లార్డ్ ఇర్విన్‌ను ప్రశంసించారు మరియు దానితో పాటుగా గత ఒక సంవత్సరం రాజకీయ కారణాలతో బాధపడుతున్న వ్యక్తుల గురించి ఆయన ఈ క్రింది పరిశీలన చేశారు:

"బాధకు పరిమితమైన ముగింపు ఉంది. అది సమంజసమైనది మరియు అన్యాయమైనది. కానీ అది పరిమితి దాటినప్పుడు, బాధను భరించడం జ్ఞానం కాదు, మూర్ఖత్వం. మీ ప్రత్యర్థి మీ ఇష్టానుసారం చర్చకు అవకాశం కల్పిస్తున్నప్పుడు బాధలను భరించడం మూర్ఖత్వం. అందుబాటులో ఉంది. నిజమైన ఓపెనింగ్ అందించబడితే, దానిని సద్వినియోగం చేసుకోవడం ప్రతి ఒక్కరి కర్తవ్యం. మరియు నా వినయపూర్వకమైన అభిప్రాయం ప్రకారం, ఈ ఒప్పందం నిజమైన ప్రారంభాన్ని అందించింది."

తప్ప ఖైదీల కోసం అతను ఏమీ చేయలేకపోయాడు

సత్యాగ్రహులు. కాబట్టి దీనిపై ఒక కరస్పాండెంట్ తన అభిప్రాయాలను తెలుసుకోవాలనుకున్నప్పుడు, గాంధీజీ ఇలా అన్నారు: "వందల, వేల మంది వ్యక్తులు ఎవరి కోసం మాట్లాడాలినా డ్యూటీ, మరియు నా మాజీ ఖైదీ స్నేహితులు మరియు

నాకు టెలిగ్రామ్‌లు వచ్చిన వారు ఇప్పటికీ జైళ్లలో కుళ్ళిపోతూనే ఉంటారు, అయితే గత ఏడాది కాలంగా అరెస్టయిన సత్యాగ్రహి ఖైదీలు విడుదల చేయబడతారు. వ్యక్తిగతంగా చెప్పాలంటే, నేను దానిని నమ్మను
శిక్ష ద్వారా వ్యక్తిని అరెస్టు చేయాలి, హింసకు పాల్పడే వారిని కూడా అరెస్టు చేయకూడదు. రాజకీయ లక్ష్యాల కోసం హింసకు పాల్పడిన వ్యక్తులు కూడా నాలాగే ప్రేమ మరియు త్యాగం యొక్క వాదనకు అర్హులని నాకు తెలుసు. బహుశా వారు సమానంగా తెలివైన వారని చెప్పుకోకపోవచ్చు. అందువల్ల, నా లేదా నా సత్యాగ్రహి స్నేహితుల స్థానంలో వారి విడుదలను పొందడం నా పక్షంలో సమర్థనీయమైనది. కానీ వారిని విడుదల చేయాలని డిమాండ్ చేయడంలో నాకు ఎలాంటి సమర్థన లేదని వారు గ్రహిస్తారని నేను నమ్ముతున్నాను.
అయితే అవి నా పరిశీలనలో లేవని లేదా ఎగ్జిక్యూటివ్ కమిటీ సభ్యుల పరిశీలనలో లేవని దీని అర్థం కాదు. కాంగ్రెసోళ్లు పొత్తులోని నిబంధనలను నిజాయితీగా పాటిస్తే, కాంగ్రెస్ తన ప్రతిష్టను పూర్తిగా పుంజుకుంటుంది మరియు ఇది శాంతిని కాపాడే సామర్థ్యం కాంగ్రెస్‌కు ఉందని మరియు శాంతికి కట్టుబడి ఉందని ప్రభుత్వంపై నమ్మకం కలుగజేస్తుంది. సహాయ నిరాకరణ కాలంలో ఉంది. ప్రజలు కాంగ్రెస్‌కు ఈ హక్కు మరియు గౌరవం ఇస్తే, డిటెన్యూలు, మీరట్ ఖైదీలు మరియు రాజకీయ ఖైదీలతో సహా ఖైదీలందరినీ విడుదల చేయడానికి ఎక్కువ సమయం పట్టదని నేను హామీ ఇస్తున్నాను.
విప్లవకారుల గురించి ప్రత్యేకంగా ప్రస్తావిస్తూ, అతను ఇంకా ఇలా అన్నాడు: "భారతదేశంలో ఖచ్చితంగా ఒక చిన్నదైన కానీ చైతన్యవంతమైన సంస్థ ఉంది, ఇది హింసతో భారతదేశం విముక్తి పొందాలని కోరుకుంటుంది. నేను ముందుగా ప్రార్థించినట్లుగా, దాని కార్యకలాపాలను ఆపివేయమని నేను అతని సంస్థను మళ్ళీ ప్రార్థిస్తున్నాను. నమ్మకం, అప్పుడు ప్రస్తుత పరిస్థితిని దృష్టిలో ఉంచుకుని, అహింసకు ఎంత గొప్ప బలం ఉందో వారు బహుశా అర్థం చేసుకుని ఉండవచ్చు, అహింస యొక్క రహస్యమైన కానీ ఖచ్చితమైన ప్రభావం వల్ల ప్రజలను మేల్కొలిపే అద్భుతమైన పని సాధ్యమైందని వారు అంగీకరించరు. సహనం, సత్యం, అహింసల ప్రణాళికను అమలు చేసే అవకాశాన్ని వారు ఉపయోగించుకుంటారని నేను ఆశిస్తున్నాను.దండి యాత్ర చేపట్టి కేవలం ఒక సంవత్సరం గడిచిపోయింది. ముప్పై కోట్ల మంది ప్రజల జీవితాలను ప్రభావితం చేసే ఒక సంవత్సరం ప్రయోగం కేవలం ఒక సెకనుకు సమానం. కాలచక్రం,

వారు తమ మాతృభూమి సేవ కోసం తమ జీవితాన్ని సురక్షితంగా కాపాడుకోవాలి, దీని కోసం మాకు ప్రతి ఒక్కరూ కావాలి, మరియు రాజకీయ ఖైదీలందరినీ విడుదల చేసి, వారిని రక్షించే స్థితిలో కాంగ్రెస్‌కు ఒక్క అవకాశం ఇవ్వాలి. ఉరి ఉరి నుండి ఖైదీలు కూడా హత్య నేరారోపణలో దోషిగా తేలిన తర్వాత, ఈ శిక్ష కోసం ఎదురుచూస్తున్నారు. తప్పుడు ఆశలు పెంచుకోవడం నాకు ఇష్టం లేదు. నేను నా స్టాండ్‌ని మాత్రమే బహిరంగంగా చెప్పగలను

కాంగ్రెస్ యొక్క. కృషి చేయడమే మా పని, ఫలితాలు ఎల్లప్పుడూ భగవంతుడి చేతిలోనే ఉంటాయి.

మార్చి 6న, గాంధీజీ ఢిల్లీలోని దర్యాగంజ్‌లో విలేకరుల సమావేశాన్ని పిలిచారు, దీనికి భారతదేశం మరియు పాశ్చాత్య దేశాల ప్రముఖ పాత్రికేయులు హాజరయ్యారు. భగత్ సింగ్ శిక్ష తగ్గింపు గురించి ప్రశ్నించినప్పుడు గాంధీజీ సంతృప్తికరమైన సమాధానం చెప్పలేదు. మార్చి 19, 1931 నాటి తన నోట్స్‌లో, లార్డ్ ఇర్విన్ తన ఫైల్‌లో ఇలా నమోదు చేశాడు, "తిరిగి వస్తుండగా గాంధీజీ భగత్ సింగ్ కేసు గురించి మాట్లాడగలరా అని నన్ను అడిగారు, ఎందుకంటే మార్చి 24న ఆయన ఉరి తీసినట్లు వార్తాపత్రికలు వచ్చాయి. ఉంటుందిచాలా దురదృష్టకరమైన రోజు ఎందుకంటే ఆ రోజున కాంగ్రెస్ కొత్త అధ్యక్షుడు కరాచీకి చేరుకోవలసి వచ్చింది మరియు చాలా చర్చనీయాంశం అవుతుంది. నేను దాని గురించి చాలా జాగ్రత్తగా ఆలోచించానని అతనికి వివరించాను, కాని శిక్షను మార్చడానికి నన్ను ఒప్పించడానికి నాకు ఎటువంటి ఆధారం దొరకలేదు. అతను నా తర్కాన్ని బరువైనదిగా భావించాడు."

లార్డ్ ఇర్విన్ హయాంలో హెర్బర్ట్ ఎమర్సన్ భారత హోం సెక్రటరీగా ఉన్నారు. గాంధీ-ఇర్విన్ ఒప్పందం పురోగతిలో ఉన్నప్పుడు, మహాత్మా గాంధీ మరియు లార్డ్ ఇర్విన్ ఒకరితో ఒకరు మాట్లాడుకున్నారు, అప్పుడు కొన్నిసార్లు హెర్బర్ట్ ఎమర్సన్‌ను కూడా గదిలోకి పిలిచేవారు. హెర్బర్ట్ ఎమర్సన్ మాటల నుండి, భగత్ సింగ్ మరియు ఇతరుల శిక్షల మార్పు కోసం గాంధీజీ ఎటువంటి నిర్దిష్ట ప్రయత్నాలు చేయలేదని కూడా ఒకరు తేల్చారు: "గాంధీజీ ఈ గణన గురించి ప్రత్యేకంగా ఆందోళన చెందుతున్నట్లు నాకు కనిపించలేదు. ఒకవేళ మనం అదృష్టవంతులమని నేను అతనితో చెప్పాను. ఎలాంటి ఆటంకం లేకుండా అంతా జరిగిపోయింది. ఢిల్లీలో హింసను రెచ్చగొట్టేలా ప్రసంగాలు చేయడంపై భవిష్యత్తులో కొంత సమయం పాటు ఏదో ఒకటి చేయాలని నేను అతనికి చెప్పాను. సాధ్యమైన ప్రతి ప్రయత్నం చేస్తానని ఆయన హామీ ఇచ్చారు."

అలెన్ కాంప్‌బెల్ జాన్సన్ లార్డ్ ఇర్విన్ జీవిత చరిత్రను రాశారు, అందులో అతను ఎమర్సన్ జ్ఞాపకాలను ప్రస్తావించాడు. భగత్ సింగ్ ఉరికి సంబంధించి గాంధీజీ మరియు ఎమర్సన్ మధ్య జరిగిన అభిప్రాయాల మార్పిడి నుండి ఒక సారాన్ని మేము ఇక్కడ క్రింద పునరుత్పత్తి చేస్తున్నాము:

"ఢిల్లీ చర్చల్లో ముఖ్యమైన పాత్ర పోషించే బాధ్యతను అప్పగించిన హోం సెక్రటరీ సర్ హెర్బర్ట్ ఎమర్సన్, భగత్ సింగ్ మరణశిక్షకు సంబంధించి గాంధీ-ఇర్విన్ ఒప్పందం జరిగిన తర్వాత, ఇద్దరి మధ్య ఆలోచనల మార్పిడిని విన్నాను. ఇది ఇద్దరు రాజకీయ నాయకుల మధ్య జరిగిన చర్చ కాదు

ఉగ్రవాదం యొక్క రాజకీయ పరిణామాలు ఎలా ఉంటాయో. బదులుగా

ఇది ఇద్దరు సాధువుల మధ్య జీవితం యొక్క పవిత్రత గురించి చర్చ." తరువాత భారతీయ ఆలోచనాపరులు కూడా, భగత్ సింగ్ మరియు అతని సహచరులకు మరణశిక్ష విధించడంలో మహాత్మా గాంధీ పాత్ర గురించి బలమైన అభ్యంతరాలను వ్యక్తం చేశారు. పైన పేర్కొన్న అన్ని వివరణల నుండి బయటపడింది. ఈ వాక్యాలను తగ్గించడానికి గాంధీ ఎటువంటి ఖచ్చితమైన చర్యలు తీసుకోలేదు, ఆయన స్వయంగా దానిని అంగీకరించారు, అతను తన యంగ్ ఇండియా పుస్తకంలో ఇలా వ్రాశాడు:

"వాక్యాలలో మార్పును నేను ఒప్పందం యొక్క షరతుగా చేస్తాను, కానీ అలా చేయడాన్ని నేను ఒప్పించలేకపోయాను. వాక్యాలలో మార్పును ఒప్పందం యొక్క షరతుగా మార్చకుండా ఎగ్జిక్యూటివ్ కమిటీ నాతో ఏకీభవించింది. అందువల్ల, నేను మాత్రమే చేయగలను దానికి సూచన."

దీన్ని బట్టి చూస్తే, గాంధీజీ ఈ షరతుపై ఒప్పందానికి వచ్చినట్లయితే, శిక్షను మార్చడానికి ఏదీ ఆటంకం కలిగించేది కాదు. గాంధీ-ఇర్విన్ ఒప్పందం 5 మార్చి, 1931 న సంతకం చేయబడింది. ఈ ఒప్పందం ఆధారంగా సత్యాగ్రహి రాజకీయ ఖైదీలందరికీ విముక్తి లభించింది, అయితే ఈ ఒప్పందం తమ దేశ ప్రేమ కోసం తమ ప్రాణాలను పట్టించుకోని విప్లవకారులకు ఏమీ చేయలేదు. ఆజాద్ హింద్ ఫౌజ్‌కి చెందిన జనరల్ మోహన్ సింగ్ గాంధీజీ ప్రవర్తన గురించి ఇలా రాశారు:

"అతను (గాంధీజీ) భగత్ సింగ్‌ను ఉరి నుండి రక్షించగలిగాడు. ఈ జాతీయ హీరో విడుదలను జాతీయ సమస్యగా చేసి ఉంటే, అప్పుడు దేశం మొత్తం త్యాగానికి సిద్ధమైంది. రెండవది, అతను భగత్ సింగ్ మరియు అతని సహచరులను రక్షించగలిగినప్పటికీ, అతను అతని అహింసాత్మక ఆలోచన యొక్క తప్పుడు

ప్రశంసలను వదులుకోలేకపోయాడు. భగత్ సింగ్ విడుదల విప్లవ నాయకత్వాన్ని బలపరిచేది, మరియు ఈ వాస్తవాన్ని మహాత్మా గాంధీ భరించలేకపోయాడు."

కాంగ్రెసోళ్లే కాకుండా, జాతీయవాద ఆలోచనలున్న రాజకీయ నాయకులందరూ ఈ పరిష్కారాన్ని విశ్వాస ఉల్లంఘనగా పేర్కొన్నారు. వీరిలో కాంగ్రెస్ వర్కర్స్ యూత్ లీగ్ సభ్యులు కూడా ఉన్నారు.

ఈ పరిష్కారాన్ని ఈ దేశ ప్రజలకు ద్రోహ చర్యగా పేర్కొంటూ, ఫ్రీ ప్రెస్ జర్నల్ ఆఫ్ బాంబే ఇలా రాసింది: "కాంగ్రెస్ కార్యవర్గాన్ని ఉల్లంఘించినట్లు అభియోగాలు మోపవచ్చు విశ్వాసం మరియు ఓటమిని అంగీకరించడం." ఈ విధంగా ఒప్పందంలో మహాత్మా గాంధీ పాత్ర వివాదాస్పద రూపంలో బయటపడటం మనం చూస్తాము. అయితే దేశం మొత్తం ఈ ధైర్యవంతుల ప్రాణాలను కాపాడాలని కోరుకుంటుంది, అక్కడ దేశప్రజలు తమ శాయశక్తులా ప్రయత్నించారు.

వారు, గాంధీజీ, వారి ప్రాణాలను కాపాడగలిగారు, ఏమీ చేయనంత మంచి ప్రయత్నాలు చేసారు. గాంధీజీ దృష్టిలో కాంగ్రెస్ సత్యాగ్రహులు మాత్రమే రాజకీయ ఖైదీలు. ఒక తెలివైన రాజకీయ నాయకుడిగా, జర్నలిస్టుల ప్రశ్నలకు సమాధానంగా అతను ఇలా చెప్పగలిగాడు: "వ్యక్తిగతంగా చెప్పాలంటే, హింసకు పాల్పడే వారిని కూడా అరెస్టు చేయడాన్ని నేను నమ్మను." కానీ అది ఎలా సహాయపడుతుంది? అతని ఈ ప్రకటన ఒక వ్యక్తి, నీడలో కూర్చొని, వేడి ఎండలో చెమటలు కారుతున్న మరియు మండుతున్న మరొక వ్యక్తికి, అతని పట్ల తనకు అన్ని సానుభూతి ఉందని మరియు అతను నీడలో విశ్రాంతి తీసుకోవాలని కోరుకున్నట్లుగా ఉంది. కానీ ఆ నీడలోంచి లేవాలనిపించలేదని, అవతలి వ్యక్తిని నీడలోకి తీసుకురాలేక తన అసమర్థతను చాటుకున్నాడు. వేడి ఎండలో ఉడుకుతున్న వ్యక్తి ఈ పెప్ టాక్ నుండి ఎలాంటి ఉపశమనం పొందుతాడు? దీన్ని సులభంగా అంచనా వేయవచ్చు. మనకు ఎవరితోనైనా సానుభూతి ఉంటే, ఆ వ్యక్తి యొక్క బాధను తగ్గించడానికి మనం కొంత త్యాగం చేయాలి. గాంధీజీకి ఆయన సిద్ధాంతాలు అన్నింటికంటే ప్రియమైనవి. ఉదాత్తమైన కారణాల కోసం పోరాడుతున్న గొప్ప దేశభక్తుడి జీవితాన్ని రక్షించలేని ఆ సూత్రాల వల్ల ఉపయోగం ఏమిటి. నిజానికి ఈ సెటిల్మెంట్ ద్వారా కాంగ్రెస్ పార్టీ భవిష్యత్తును మెరుగుపరుచుకోవాలని ఆయన భావించారు. ఈ సందర్భంగా ఆయన పాత్రికేయులతో మాట్లాడుతూ.. మాతృభూమి సేవల కోసం వారు (విప్లవకారులు) తమ ప్రాణాలను కాపాడుకోవాలని, ఇందుకు ప్రతి ఒక్కరూ అవసరమని, కాంగ్రెస్‌కు

అన్ని విధాలా విముక్తి కల్పించేందుకు అవకాశం ఇవ్వాలని అన్నారు. రాజకీయ ఖైదీలు, హత్యలో మార్పులకు పాల్పడిన వారితో సహా, ఉరి ఉరి కోసం ఎదురుచూస్తున్నారు." దీనికి మీరు ఏమి చెబుతారు? ఉరి ఉచ్చు నుంచి వారిని ఎప్పుడు కాపాడగలను అన్న విషయాన్ని అటకెక్కించిన ఆయన, ఇప్పుడు కాంగ్రెస్ పార్టీ విజయం కోసం తుపాకీని భుజాలపై వేసుకుని లక్ష్యంగా పెట్టుకున్నారు.

గాంధీ చర్యను చాలా మంది భారతీయులు విమర్శించారు. పట్టాభి సీతారామయ్య వంటి చరిత్రకారులు మాత్రమే ప్రశంసించారు. వైస్రాయ్ ఒడంబడికకు సంబంధించిన ప్రతి విషయాన్ని తన ఫైళ్లలో పేర్కొన్నట్లు ముందున్న వివరణ ద్వారా స్పష్టమవుతుంది. ఇందులో మహాత్మా గాంధీ చేసిన సూచనలు ఉన్నాయి. దాని ప్రకారం మహాత్మా గాంధీ ఒక్కసారి మాత్రమే మరణశిక్ష అంశాన్ని లేవనెత్తారు. మహాత్మా గాంధీ ప్రకటనలు కూడా దీనిని ధృవీకరిస్తున్నాయి. కానీ డాక్టర్ పట్టాభి సీతారామయ్య ఇలా వ్రాశారు: "గాంధీ మరియు ఇర్విన్ మధ్య చర్చల సమయంలో భగత్ సింగ్ మరియు అతని సహచరులు రాజ్ గురు మరియు సుఖ్ దేవ్‌ల మరణశిక్షను మార్చడం గురించి చాలాసార్లు సుదీర్ఘంగా చర్చించబడింది."

ముఖ్యంగా గమనించదగ్గ అంశం ఏమిటంటే, డాక్టర్ పట్టాభి సీతారామయ్య కాంగ్రెస్ పార్టీకి చెందిన ప్రముఖ గాంధేయ నాయకుడు. గాంధీజీ అతని పట్ల ప్రత్యేక శ్రద్ధ చూపేవారు. కాంగ్రెస్ అధ్యక్షుడిగా సుభాష్ చంద్రబోస్ ఎన్నికపై మాకు ఆధారాలు లభించాయి. ఈ ఎన్నికల్లో నేతాజీ సుభాష్ చంద్రబోస్, డాక్టర్ పట్టాభి సీతారామయ్య ఇద్దరు పోటీ పడ్డారు. ఇందులో నేతాజీ విజయం సాధించారు. నేతాజీ విజయంపై గాంధీజీ కాంగ్రెస్ పార్టీ కార్యవర్గంలో తనకు (గాంధీజీ) నచ్చిన వ్యక్తులను చేర్చుకోవాలని పట్టుబట్టారు. ఇదొక్కటే కాదు, 'పట్టాభి సీతారామయ్య ఓటమి నా ఓటమి' అనే స్థాయికి వెళ్లాడు. దీంతో నేతాజీ సుభాష్ చంద్రబోస్ బాధపడ్డారు గాంధీజీ ప్రవర్తన మరియు అధ్యక్ష పదవికి రాజీనామా చేశారు. ఆయన కూడా కాంగ్రెస్‌ను వీడారు. కాబట్టి పట్టాభి సీతారామయ్య గాంధీజీకి గుడ్డి అనుచరుడు కాబట్టి ఆయన మాటను నమ్మలేమని చెప్పవచ్చు. నిజానికి, గాంధీజీ ఆత్మగౌరవ ప్రలోభాలను అలాగే కాంగ్రెస్‌ను వదులుకోలేకపోయారు. గాంధీజీ భగత్ సింగ్ మరియు అతని సహచరుల ప్రాణాలను కాపాడి ఉంటే, అది విప్లవకారులను బలపరిచేదని, అది కాంగ్రెస్‌కు ప్రయోజనం కలిగించదని ఆజాద్ హింద్ ఫౌజ్ జనరల్ మోహన్ సింగ్ యొక్క ఈ పరిశీలన సరైనదిగా కనిపిస్తుంది. గాంధీజీ ఎప్పటికీ భరించలేకపోయాడు. ఈ యువకులను ఉరితీస్తే కాంగ్రెస్

కరాచీ సమావేశానికి ముందే ఉరితీయడం మంచిదని గాంధీజీ స్వయంగా లార్డ్ ఇర్విన్‌తో చెప్పారు. డా. పట్టాభి సీతారామయ్య రచించిన హిస్టరీ ఆఫ్ ది ఇండియన్ నేషనల్ కాంగ్రెస్ పుస్తకంలోని ఒక ఒప్పందంలో కూడా దీని ప్రస్తావన ఉంది. ఇలాంటి పదాలు వాడడం మహాత్మ గాంధీ స్థాయి జాతీయ నాయకుడు అయిందా?

గాంధీజీకి విప్లవకారుల పట్ల సానుభూతి లేదా? అతను వారిని తన పోటీదారులుగా భావించాడా? లేక దేశభక్తులతో పోల్చితే మహాత్మా గాంధీ సిద్ధాంతాలే ఆయనకు సర్వస్వం. ఈ ప్రశ్నలు వివాదాస్పద విషయాలు కావచ్చు. అయితే అఖిల భారత స్థాయిలో భగత్ సింగ్, రాజ్ గురు మరియు సుఖ్ దేవ్ స్మారక చిహ్నాన్ని ఏర్పాటు చేస్తున్నప్పుడు మరియు సహకారం కోసం గాంధీజీని సంప్రదించినప్పుడు, గాంధీజీ సహకారం గురించి మాట్లాడకుండా, ఏ రూపంలోనూ సహవాసం చేయడానికి నిరాకరించారు. అటువంటి ఫంక్షన్‌తో. సమాధానంగా, అతను ఈ కమిటీ ప్రధాన కార్యదర్శికి ఈ క్రింది లేఖను పంపాడు:

"ప్రియ మిత్రునికి!

జూన్ 30న మీ ఉత్తరం అందింది. నేను నిన్ను అస్సలు సమర్థించను

తార్కికం. ఎవరికైనా గౌరవ సూచకంగా ఒక స్మారక చిహ్నాన్ని పెంచినప్పుడు, నిస్సందేహంగా అతనిని గుర్తుంచుకునే వ్యక్తులు అతని పాదముద్రలను అనుసరిస్తారని, ఎవరి జ్ఞాపకార్థం స్మారకాన్ని నిర్మించాలో అర్థం. ఇటువంటి కార్యకలాపాలను స్వీకరించడం రాబోయే తరానికి ఆహ్వానం. అందువల్ల, ఈ స్మారక చిహ్నంతో నేను ఏ రూపంలోనూ అనుబంధించుకోలేకపోతున్నాను."

పండిట్ మోతీలాల్ నెహ్రూ, పండిట్ జవహర్‌లాల్ నెహ్రూ, డా. కిచ్చులు, రాజర్షి పురుషోత్తం దాస్ టాండన్, డా.గోపీ చంద్ భార్గవ మరియు ఇతరులు జైలులో ఉన్న భగత్ సింగ్ మరియు అతని సహచరులను చూడటానికి అనేక మంది జాతీయ స్థాయి నాయకులు వచ్చారు. మొహమ్మద్ కూడా. ఈ విప్లవకారుల పట్ల అలీ జిన్నాకు సానుభూతి ఉంది. మహామన మదన్ మోహన్ మాలవ్య భగత్ సింగ్ మరియు అతని సహచరుల కోసం వైస్రాయ్‌కు విజ్ఞప్తి చేశారు. కానీ గాంధీజీ అంతటా మౌనం పాటించారు. మహాత్మా గాంధీ వైఖరిపై అకాలీదళ్ మరియు కాంగ్రెస్ వర్కర్స్ యూత్ ట్రేడ్ యూనియన్‌లోని ప్రజలు తీవ్ర ఆగ్రహం వ్యక్తం చేశారు. మరుసటి రోజు, 7 మార్చి, 1930న బడ్జెట్ గెజిట్‌లో గాంధీ-ఇర్విన్ పరిష్కార నివేదికను ప్రచురించిన తర్వాత,

ఢిల్లీలో ఒక సమావేశాన్ని పిలిచారు, ఈ పార్టీలు తమ అభిప్రాయాలను తెలిపే హ్యాండ్‌బిల్లులను పంపిణీ చేశాయి. ఈ కరపత్రాలు గాంధీజీ వైఖరిని కూడా విమర్శించాయి: "ఈ రోజు శాంతి ఎక్కడుంది? కొడుకులు బుల్లెట్లకు బలై, జైలుకెళ్లి, జైళ్లలో డెత్ సెల్స్‌లో ఉరి కోసం ఎదురుచూస్తున్న ఆ తల్లుల హృదయాలను అనుభవించండి. భర్తలు వితంతువులుగా విడిచిపెట్టి, లేదా జీవితాన్ని గడుపుతున్న భార్యలను అడగండి. గ్రహాంతర బ్యూరోక్రసీ యొక్క జైళ్లలో శిక్షలు విధించబడ్డాయి. అమరవీరుల పట్ల మీ బాధ్యతను మీరు మరచిపోయారా? మీరు ఈ పవిత్ర ఒప్పందంలో భాగస్వామి అవుతారా?"

భారతీయులమైన మనం ఎప్పుడూ వ్యక్తిగత ఆరాధకులమే అన్నది చేదు నిజం. అందుకే మహాత్మాగాంధీని ఆరాధనకు అర్హుడిని చేశాం. మనలో చాలా మంది ఆయన గుడ్డి అనుచరులు. ఆయనను విమర్శించడం నేరంగా భావిస్తున్నాం. కానీ సత్యం ఎప్పుడూ సత్యమే. ప్రపంచం మొత్తం దానికి వ్యతిరేకంగా గళం విప్పినా, నిజం మాత్రం నిజం. తన మనస్సు స్వార్థం మరియు పక్షపాతాల నుండి విముక్తి పొందకపోతే మనిషి సత్యాన్ని చూడలేడు. ఒక ముసుగు సత్యాన్ని కప్పినట్లు అతని కళ్ళు సత్యాన్ని చూడవు. ఒక వ్యక్తి తాను తీసుకోవలసిన సమస్యలను చూసినప్పుడు సత్యం యొక్క సంగ్రహావలోకనం పొందవచ్చున్యాయనిర్ణేతగా నిర్ణయం, స్వీయ మరియు ఇతర, భిన్నమైన మరియు విరుద్ధమైన అభిప్రాయాలను పరిగణనలోకి తీసుకోకుండా మరియు అన్ని రకాల స్వీయ-ఆసక్తి మరియు ముందస్తు ఆలోచనల నుండి ఉచితం. గాంధీజీ తన కాలంలో గొప్ప నాయకుడైనప్పటికీ, అతను సంపూర్ణుడు

మనిషి; భారతీయ చరిత్రలో అతనికి ఒక ప్రత్యేక స్థానం ఉంది, అతని సత్యం మరియు అహింసా మార్గం మానవాళికి ఒక గొప్ప మార్గదర్శకం, అయినప్పటికీ స్వతంత్ర మనస్తత్వం కలిగిన భారతీయుడు పైన పేర్కొన్న రెండు సంఘటనల కోసం అతన్ని ఎప్పటికీ క్షమించడు! మొదటి సంఘటన, గాంధీ-ఇర్విన్ ఒప్పందంలో అతను భగత్ సింగ్, రాజ్ గురు మరియు సుఖ్ దేవ్‌లకు న్యాయం చేయలేదు మరియు రెండవది, నేతాజీ సుభాష్ చంద్రబోస్‌ను కాంగ్రెస్ అధ్యక్ష పదవికి రాజీనామా చేయమని బలవంతం చేసినందుకు. మొదటి సంఘటనగా, నౌజవాన్ సభ సభ్యులు కరాచీ రైల్వే స్టేషన్‌కు రాగానే ఆయనకు వ్యతిరేకంగా నినాదాలు చేశారు, 'గాంధీ, గో బ్యాక్', గాంధీవాద్ ముర్దాబాద్' (గాంధీవాదంతో దిగజారారు), 'గాంధీ ఒప్పందం భగత్ సింగ్ ఉరికి దారితీసింది', 'భగత్' సింగ్ జిందాబాద్.'

9. సూర్యాస్తమయం

భగత్ సింగ్ ప్రాణాలను కాపాడటానికి భారతీయులు చేసిన ప్రతి ప్రయత్నం విఫలమైందని మరియు గాంధీ-ఇర్విన్ ఒప్పందం అతని ఉరిని అనివార్యమైన వాస్తవంగా మార్చిందని మునుపటి అధ్యాయంలోని సంఘటనల కథనం స్పష్టం చేస్తుంది. అందుకే, ఒక ధైర్య దేశభక్తుడిలా మృత్యువును ఆలింగనం చేసుకోవడానికి తన ఉరి ఉరి కోసం ఎదురుచూశాడు.

అతని కుటుంబ సభ్యులతో చివరి సమావేశం

భగత్ సింగ్ జైలులో ఉన్నప్పుడు, అతని కుటుంబానికి చెందిన ఖైదీలు అతనిని సందర్శించేవారు. అయితే ఆ సమావేశాలకు మరియు 1931 మార్చి 3న జరిగిన సమావేశానికి చాలా తేడా ఉంది. అంతకుముందు జరిగిన సమావేశాలలో అతని కుటుంబ ఖైదీలు తమ హృదయాల మూలలో ఎక్కడో ఒక చిన్న ఆశను కలిగి ఉన్నారు, బహుశా భగత్ సింగ్ శిక్షను తగ్గించవచ్చు, కానీ సమావేశం ఆ రోజు చివరి సమావేశం. వీడ్కోలు చెప్పే సమయం వచ్చింది. ఆ రోజు అతని కుటుంబ సభ్యులందరూ వచ్చారు. అతని తల్లి మరియు తండ్రి, తాత మరియు అమ్మమ్మ, మామ మరియు అత్త, మామ మరియు మామ మరియు తల్లి అత్త, తమ్ముడు మరియు సోదరీమణులు, అందరూ. తాత సర్దార్ అర్జున్ సింగ్ అత్యంత నిరాసక్తుడు. అతను భగత్ సింగ్ ముఖాముఖికి వచ్చాడు. అతను తన ప్రేమపూర్వక చేతిని తన మనవడి తలపైకి పంపాడు. అతను ఏదో చెప్పాలనుకున్నాడు, కానీ మాటలు అతని పెదవులకు చేరుకోవడంతో మాయమయ్యాయి. అతని పెదవులు వణుకుతున్నాయి, గొణుగుతున్నాయి మరియు అతని హృదయం ఉక్కిరిబిక్కిరి అయింది. మనవడి ముందు నిలబడలేకపోయాడు. అక్కడి నుంచి వెళ్లిపోయాడు. అతని నిస్సహాయత అతని కళ్ళలో వర్షం పడటం ప్రారంభించింది. అతని దుఃఖం మాత్రమే ఉంటుంది
ఊహించారు, ఎందుకంటే కొడుకు కంటే మనవడు ప్రియమైనవాడు, అసలు మొత్తం కంటే వడ్డీ చాలా ప్రియమైనది.

తమ్ముళ్లు, అక్కాచెల్లెళ్లు నవ్వుతూ ఎదురొచ్చారు. అనంతరం తల్లి విద్యావతితో మాట్లాడాడు. అతను తన తల్లితో, 'మా, దాదాజీ ఇప్పుడు ఎక్కువ కాలం జీవించడు. మీరు బంగాకు తిరిగి వెళ్ళినప్పుడు అతనికి సేవ చేయి." తల్లి, ధైర్యవంతురాలైన స్త్రీలా,

తన కుమారునికి అతని కర్తవ్యాన్ని గురించి ఉపదేశించింది. బహుశా ఆమె తన కొడుకు చివరి క్షణాలలో భయాందోళనలకు గురికాలేదని మరియు మరణానికి భయపడుతున్నాడని ఆమె ఆలోచిస్తూ ఉండవచ్చు. ...సన్నీ! మీ విశ్వాసం మరియు నమ్మకాలకు కట్టుబడి ఉండండి. మనలో ప్రతి ఒక్కరూ ఏదో ఒక రోజు చనిపోవాలి. కానీ నిజమైన మరణం ప్రపంచం మొత్తం చూసేది, దాని మీద అందరూ విలపిస్తారు. అతని మరణం విలువైనది. నా కొడుకు గొప్ప ఆశయాలు మరియు చర్యల కోసం తన జీవితాన్ని త్యాగం చేస్తున్నందుకు నేను గర్వపడుతున్నాను. మీరు ఉరి వేసే వేదికపై నిలబడి 'ఇంక్విలాబ్ జిందాబాద్' అనే నినాదాన్ని ఎత్తాలని నా హృదయం మరియు ఆత్మ నుండి కోరుకుంటున్నాను. మీ పని తక్కువ పెరగకూడదు, కానీ మరింత ముందుకు సాగాలి."

మా విద్యావతి, నిజానికి, ఒక ధైర్యమైన భారతీయ మహిళ. ఇంత ధైర్యవంతురాలైన తల్లి కొడుకు భగత్ సింగ్ కాకుండా మరే విధంగానూ ఎలా సాధ్యమైంది? దేశం పట్ల ఇంత ప్రేమ, ఆత్మగౌరవం అరుదైన తల్లులకు మాత్రమే లభిస్తాయి. ఒక సాధారణ స్త్రీ తన కొడుక్కి ఇంత గొప్ప విషయాలు ఉపన్యసించగలదా?

దీని తర్వాత భగత్ సింగ్ తన తండ్రితో మాట్లాడాడు. ఈ చర్చలో, ఒక తండ్రికి తన కొడుకుపై ఉన్న ప్రేమ మరియు మరణం గురించి భగత్ సింగ్ యొక్క నిర్భయతను మనం గమనించాము.

తండ్రి: బేటే, మనం మరోసారి కలుద్దాం.

భగత్ సింగ్: మీరు ఏదైనా విన్నారా?

తండ్రి: అవును.

భగత్ సింగ్: ఏమిటి?

కిషన్ సింగ్: రాజ్ గురు, సుఖ్ దేవ్ మరియు మీ వాక్యం మారలేదు. గాంధీ-ఇర్విన్ ఒప్పందం ప్రకారం కాంగ్రెస్ ఖైదీలు మాత్రమే విడుదల చేయబడతారు; ఏ విప్లవ ఖైదీ విడుదల చేయబడడు. వైస్రాయ్ కోరుకుంటే, అతను మరణశిక్షను మార్చవచ్చు, కానీ అతను దీన్ని చేయడానికి సిద్ధంగా లేడు.

భగత్ సింగ్: మా శిక్షను ఎవరూ తగ్గించరని నేను మొదటి నుంచి చెబుతున్నాను. మృత్యువు పాశం ఖచ్చితంగా మన మెడకు చుట్టబడుతుంది. అందులో కొత్తదనం లేదు.

తండ్రి: ఇంకేదో విన్నాను. భగత్ సింగ్: అదేంటి?

తండ్రి: ఈ ముగ్గురు యువకులను చనిపోయే వరకు ఉరితీయాలంటే, కరాచీ సెషన్‌లోపు ఈ పనిని అమలు చేయాలని మహాత్మా గాంధీ చెప్పారు.

భగత్ సింగ్: ఆ సెషన్ ఎప్పుడు జరుగుతుంది? తండ్రి: ఈ నెలాఖరులోగా.

భగత్ సింగ్: అది సంతోషించవలసిన విషయం. వేసవి సమీపిస్తోంది. డెత్ సెల్ యొక్క వేడిలో నన్ను నేను కాల్చుకోవడం కంటే చనిపోవడమే మంచిదని నేను భావిస్తున్నాను. నేను మళ్లీ భారతదేశంలో జన్మిస్తాను, మనం మళ్లీ ఆంగ్లేయులతో ముఖాముఖిగా ఉండవచ్చు.

నా దేశం, భారతదేశం ఖచ్చితంగా స్వేచ్ఛగా ఉంటుంది. దీని తర్వాత తండ్రి కూడా కుమారుడికి ధైర్యం కోల్పోవద్దని సలహా ఇచ్చాడు. భగత్

దీని తర్వాత సింగ్, తన సోదరులు మరియు సోదరీమణులతో ఇలా అన్నాడు, "ధైర్యం కోల్పోకండి, నా మరణానంతరం దేశ మరియు ప్రజల సేవ నుండి మీ తలని మరల్చకండి. మరియు మీరు త్యాగం నుండి తప్పించుకోవద్దు. దేశం, సందర్భం వస్తే."

చివరికి తన తల్లిని తన దగ్గరికి పిలిచి.. "నా డెడ్ బాడీని తీసుకోడానికి నువ్వు ఇక్కడికి రావద్దు.. కుల్బీర్‌ని పంపించు. నువ్వు ఏడుస్తుంటే.. భగత్ సింగ్ తల్లి ఏడుస్తోందని జనం చెబుతారు." ఈ మాట చెప్పగానే పగలబడి నవ్వాడు. వారి నిర్లక్ష్యం మరియు స్వలింగ సంపర్కులను విడిచిపెట్టినందుకు జైలు అధికారులు అవాక్కయ్యారు. చావుకు దగ్గర్లోనే ఉన్నా ఏమీ పట్టనట్టు ప్రవర్తిస్తున్నారు.

అంత ఓపిక, అంత ధైర్యం! మీరు ఎప్పుడైనా సాధారణ ప్రజలలో కనుగొంటారా? దీని తర్వాత కుటుంబ సభ్యులందరూ మళ్లీ కలుసుకోకుండా చివరి వీడ్కోలు పలికారు. తన కుటుంబ సభ్యులతో ఇదే చివరి సమావేశం. దీని తర్వాత వారు ఉరి వేసుకున్న తర్వాత కూడా అతనిని చూడలేకపోయారు, వారు ఇకపై అతని మృతదేహాన్ని మాత్రమే చూస్తారని వారు ఊహించారు.

భగత్ సింగ్ కూడా అలాగే ఆలోచించాడు. అందుకే మృతదేహాన్ని సేకరించాలని తమ్ముడిని కోరాడు. కానీ నిరంకుశ బ్రిటిష్ ప్రభుత్వం దీన్ని కూడా అనుమతించదని అతను ఊహించలేదు.

ఉరి ముందు

చివరగా, మార్చి 23 వచ్చింది, ఈ గొప్ప ఆత్మలను ఉరితీయవలసిన దురదృష్టకరమైన రోజు. భగత్ సింగ్ లెనిన్ జీవిత చరిత్రను జైల్లోనే తన న్యాయవాది నుండి తీసుకున్నాడు. పుస్తకాలు అతనికి తోడుగా ఉండేవి
అతనికి వేరే పని లేనప్పుడు. లెనిన్ జీవితచరిత్రను చదవడంలో అతను ఓడిపోయాడు. పూర్తిగా కూర్చున్నాడు, అతని ముఖంలో ఎక్కడా భయం లేదా అశాంతి జాడ లేదు, కానీ జైలర్ మనస్సులో తుఫాను రేగుతోంది, ఖాన్ బహదూర్ మహమ్మద్ అక్బర్. భగత్ సింగ్‌ను ఎలాగైనా రక్షించగలనా అని అతను ఆలోచిస్తూ ఉండవచ్చు.
సేవలో అతని చేతులు కట్టబడకపోతే ఎలా ఉంటుంది? ఈ ధైర్యవంతుల ముఖాలు పదే పదే అతని మదిలో మెదిలాయి. అతని హృదయంలో ఒక వింత ప్రకంపనలు, తుఫాను తలెత్తుతుంది, తనతో సహ్ ఎవరూ చూడలేని లావా తనలో మరుగుతున్నట్లు భావించాడు, కానీ అతను దానిని అనుభవిస్తున్నాడు, ఇది వర్ణించలేని అనుభవం. అది మధ్యాహ్న సమయం. సూర్యుడు ఆకాశం మధ్యలో ఉన్నాడు. కొద్దిసేపటి క్రితం భగత్ సింగ్ రసగుల్లాలు తెచ్చుకుని తిన్నాడు. అప్పుడు అసిస్టెంట్ జైలర్ ఖైదీలను వారి వారి సెల్‌లకు వెళ్లమని చెప్పారు. ఖైదీలకు విషయమేమిటో అర్థం కాలేదు.
ఇది మధ్యాహ్న సమయం, సాధారణంగా సాయంత్రం తమ సెల్‌లకు వెళ్లి తాళం వేయమని అడిగారు. అర్థం ఏమిటి? అది గుర్తించడానికి అందరూ తల గోక్కుంటున్నారు. ఆ సమయంలో జైలర్ మహ్మద్ అక్బర్ అక్కడికి చేరుకుని సెల్ నెం.14 ముందు నిలబడ్డారు. ఖైదీలందరూ విషయమేమిటని అడుగుతున్నట్లుగా అతని ముఖంలోకి చూశారు, కానీ అతని రూపాన్ని చూసి ఎవరూ అడగడానికి సాహసించలేదు. అతను చాలా టెన్షన్‌లో ఉన్నాడని, అతనిలో ఏదో మథనపడుతున్నట్లు మరియు అతను నిర్ణయించుకోలేకపోతున్నట్లు అతని ముఖం నుండి కనిపించింది. "ఖైదీలు కోరుకుంటే, వారు బయట ఉండగలరు, ఏమి జరుగుతుందో అతను చూస్తాడు" అని మాత్రమే చెప్పాడు. ఇలా చెప్పి తను వచ్చిన దారిలోనే వెళ్లిపోయాడు. ఖైదీలు కూడా పాక్షికంగా ఏమి జరుగుతుందో ఊహించారు. వారు తమ సెల్‌లలోకి వెళ్లారు. ఈరోజు మధ్యాహ్ననికి సూర్యుడు అస్తమించబోతున్నాడు.
సాయంత్రం 5.00 గంటలకు. ఖైదీలందరూ తమ సెల్‌లలోనే ఉన్నారు, తాళం వేయబడ్డారు. వారి హాజరు గుర్తించబడింది. ఈ ముగ్గురు ధైర్యవంతులు తమ ఘటాలలో స్నానం చేయించారు. వారిని మధ్యాహ్నం 3.00 గంటలకు ఉరి

తీయనున్నట్లు సమాచారం. రోజులో. జైల్లో ఉన్న ఒక సిక్కు, చతర్ సింగ్, ఆర్మీ మాజీ హవెల్దార్‌గా ఉన్న చీఫ్ వార్డెన్. అతను మృదువుగా మాట్లాడే సిక్కు మతపరమైన మనస్సుతో ఉండేవాడు. భగత్ సింగ్‌ను ఉరి తీయబోతున్నాడని తెలియగానే, అతను భగత్ సింగ్ వద్దకు వచ్చి, "బేటా, ఇది ఇప్పుడు చివరిసారి, నేను వయస్సులో మీ తండ్రితో సమానం, దయచేసి నా చిన్న సూచనను అంగీకరించండి...." అన్నాడు. "చెప్పండి, ఆజ్ఞ ఏమిటి", అన్నాడు భగత్ సింగ్ నిర్లక్ష్యపు నవ్వుతూ

మానసిక స్థితి. "నాకు ఒక చిన్న అభ్యర్థన మాత్రమే ఉంది. మీరు ఈ చివరి సందర్భంలో వహే గురు అనే పేరును పఠించండి మరియు గురు వాణిని చదవండి. ఈ గుట్కా (సాధువుల స్వరం యొక్క సంక్షిప్త ఎడిషన్) తీసుకోండి, నేను దానిని మీ కోసం తీసుకువచ్చాను" అని చతర్ సింగ్ చెప్పాడు. భగత్ సింగ్ పగలబడి నవ్వుతూ ఇలా అన్నాడు, "మీరు కొంచెం ముందే చెబితే, మీ కోరిక తీర్చడానికి నాకు అభ్యంతరం ఉండేది కాదు, ఇప్పుడు, నేను చివరి క్షణంలో దేవుడిని స్మరించుకుంటే, అతను ఈ వ్యక్తి (భగత్ సింగ్) పిరికివాడు.. జీవితాంతం నన్ను గుర్తుపట్టలేదు, ఇప్పుడు తన ముందు మృత్యువును చూస్తున్నప్పుడు, అతను నన్ను గుర్తుకు తెచ్చుకుంటున్నాడు, కాబట్టి మీరు దయతో నేను దారితీసిన ఈ లోకాన్ని విడిచిపెట్టడానికి అనుమతిస్తే మంచిది. నా పూర్వ జీవితం. చాలా మంది నన్ను నాస్తికుడిగా నిందిస్తారు మరియు అతను దేవుణ్ణి విశ్వసించలేదని చెబుతారు, కానీ భగత్ సింగ్ పిరికివాడు మరియు నిజాయితీ లేనివాడు అని ఎవరూ అనరు, చివరకు మరణం ఎదురైనప్పుడు అతని పాదాలు వణుకుతున్నాయి."

లెనిన్ జీవితచరిత్ర చదవడంలో మునిగిన ఈ సమయంలో జైలు అధికారి వచ్చి "సర్దార్ జీ.. మీ ఉరి శిక్షకు మాకు ఆదేశాలు వచ్చాయి. సిద్ధంగా ఉండండి.

ఇంకా పుస్తకానికి అతుక్కుని, చదువుతూ, "ఆగండి, ఒక విప్లవకారుడు మరో విప్లవకారుడిని కలుస్తున్నాడు" అన్నాడు. కొంచెం సేపటికి, ఆ పోర్షన్ చదవడం పూర్తయ్యాక, పుస్తకాన్ని గాలిలోకి విసిరి, "వెళదాం" అని, అతను తన సెల్ నుండి బయటకు వచ్చాడు.

ముగ్గురు ధైర్యవంతులైన భగత్ సింగ్, రాజ్ గురు మరియు సుఖ్ దేవ్‌లను ఉరి వేదికపైకి తీసుకెళ్లే ముందు, జైలు నిబంధనల ప్రకారం బట్టలు మార్చుకోవాలని జైలు అధికారులు కోరారు. కానీ భగత్ సింగ్ దీనికి అంగీకరించలేదు మరియు "నేను దొంగను, దోపిడీదారుని, డకాయిట్ లేదా సాధారణ నేరస్థుడిని కాదు. నేను రాజకీయ

ఖైదీని: విప్లవకారుడు" చీఫ్ వార్డెన్ మరియు డిప్యూటీరాజకీయ ఖైదీ, విప్లవకారుడు." చీఫ్ వార్డెన్ మరియు డిప్యూటీ సూపరింటెండెంట్ ప్రతిస్పందనగా ఏమీ చెప్పకుండా ధైర్యం చేసి, విషయాన్ని సూపరింటెండెంట్ మరియు సబ్-ఇన్స్పెక్టర్‌కు నివేదించారు. అప్పుడు సబ్-ఇన్స్పెక్టర్ అక్బర్ ఖాన్ అతని వద్దకు వచ్చి అలా ప్రవర్తించవద్దని వారిని వేడుకున్నాడు. జీవితపు చివరి క్షణంలో అని.. అప్పుడు భగత్ సింగ్ అంగీకరించాడు. ముగ్గురు విప్లవకారులూ తమ సెల్‌ల నుండి బయటకు వచ్చారు. ఒకరినొకరు చూసుకున్నారు, ఒకరినొకరు ఆలింగనం చేసుకున్నారు. ముగ్గురూ నవ్వుకున్నారు. ఉరి వేయబోతున్న వ్యక్తులు నవ్వడం, వారి ముఖాలు వెలిగిపోవడం ఎంత విడ్డూరం. వారి ముఖాల్లో చీకట్లు కనపడలేదు. వారు నిటారుగా ఉన్న ఛాతీతో మరియు పొంగిపొర్లుతున్న ఆనందంతో నడిచారు. కానీ జైలు అధికారుల ముఖాల్లో చీకట్లు స్పష్టంగా కనిపిస్తున్నాయి. నొప్పి యొక్క పంక్తులు మరియు

ఉరికి తీసుకెళ్తున్న వారి ముఖాల్లో నిస్పృహ స్పష్టంగా కనిపించింది. భగత్ సింగ్ మధ్యలో ఉన్నారు, కుడి వైపున రాజ్ గురు మరియు ఎడమ వైపు సుఖ్ దేవ్ ఉన్నారు. భగత్ సింగ్ తన ఇద్దరు సహచరులను తన చేతుల్లో పట్టుకున్నాడు. ముగ్గురూ మరణాన్ని పూర్తిగా విస్మరించారు మరియు పాటతో ఊగిపోయారు:

"హృదయం నుండి మీరు దేశం యొక్క గుర్తును పొందలేరు, కానీ దేశం యొక్క ఆనందం నా నేల నుండి వస్తుంది.

(మరణించినా దేశంపై ప్రేమ పోదు. నా బూడిద కూడా నా దేశపు సువాసనను వెదజల్లుతుంది.) వాతావరణం అంతా కళకళలాడింది, కానీ దేశభక్తుల ముఖాలు అద్వితీయమైన శోభతో వెలిగిపోతున్నాయి. భారతమాత యొక్క ప్రియమైన కుమారులు, జైలు అధికారులు మరియు కార్మికులతో చుట్టుముట్టబడి, ఉరి ఉరిని ముద్దాడటానికి మరియు ఆలింగనం చేసుకోవడానికి మహాప్రాయాన్ (చివరి ప్రయాణం, విముక్తికి మార్గం) కోసం ముందుకు సాగారు.

ది లాస్ట్ జర్నీ అండ్ ది లాస్ట్ రైట్స్

ముగ్గురూ 6.35 గంటలకు ఉరి ప్రదేశానికి చేరుకున్నారు. ఆ సమయంలో జైలు సూపరింటెండెంట్, ఇన్స్పెక్టర్ జనరల్ ఆఫ్ పోలీస్, డిప్యూటీ కమిషనర్ (లాహోర్) మరియు ఇన్స్పెక్టర్ జనరల్ (జైళ్లు) అక్కడ ఉన్నారు. ముగ్గురూ పెద్ద గొంతుతో 'ఇంక్విలాబ్ జిందాబాద్', 'అంగ్రేజీ సామ్రాజ్యవాద్ కా నాష్ హో', 'రాష్ట్రీయ ఝండా ఉంచా

రహే', (జాతీయ జెండా రెపరెపలాడాలి), 'డౌన్, డౌన్ యూనియన్ జాక్' అంటూ నినాదాలు చేయడం ప్రారంభించారు. జైలులోని ఇతర ఖైదీలు ఈ నినాదాలు విన్నారు మరియు గొప్ప విప్లవకారుల చివరి క్షణం వచ్చిందని ఊహించారు. కాబట్టి వారు తమ సెల్‌లలో పెద్ద స్వరంతో ఈ నినాదాలను పునరావృతం చేశారు మరియు నినాదాలను పునరావృతం చేయడం ద్వారా వారికి నివాళులు అర్పించారు. వారు ఉరి ప్లాట్‌ఫారమ్‌కు చేరుకున్నప్పుడు, డిప్యూటీ కమిషనర్ ఉరి నిబంధనల ప్రకారం అక్కడ నిలబడి ఉన్నారు. భగత్ సింగ్ మరియు అతని సహచరులు చేతికి సంకెళ్ళు వేయలేదు, ఎందుకంటే వారు ఇప్పటికే జైలర్‌కు సంకెళ్ళు వేయవద్దని మరియు ఉరితీసే సమయంలో వారి ముఖాలకు నల్ల ముసుగు వేయవద్దని చెప్పారు. జైలర్ వారి చివరి కోరికను అంగీకరించాడు, కాని డిప్యూటీ కమిషనర్ వారిని ఈ రూపంలో చూసి ఒక్కసారిగా షాక్ అయ్యారు. అప్పుడు జైలర్ మహ్మద్ అక్బర్ అతనికి మొత్తం కథ చెప్పి, వారు ప్రవర్తిస్తారని అతనికి హామీ ఇచ్చారు. పైకి ఎక్కే ముందు
ఉరి వేదిక, భగత్ సింగ్ ఇంగ్లీష్ డిప్యూటీ కమీషనర్‌ని ఉద్దేశించి ఇలా అన్నాడు, "మేజిస్ట్రేట్! భారతీయ విప్లవకారులు మృత్యువును ఎలా సంతోషంగా స్వీకరించారో చూసే అవకాశం మీకు లభించినందుకు మీరు అదృష్టవంతులు. వారి అత్యున్నత ఆశయాల సాధనలో "నిస్సందేహంగా మేజిస్ట్రేట్ కూడా, భగత్ సింగ్ తన జీవితపు చివరి క్షణాలలో కూడా తన ఆశయాలలో పూర్తిగా అచంచలంగా ఉండటాన్ని చూసి, వినకుండా ఉండి ఉండడు. ఇలా చెప్పి, అతను వేలాడే వేదికపైకి ఎక్కాడు. అక్కడ మూడు ఉచ్చులు వేలాడుతున్నాయి. అదే క్రమంలో వారు ఇక్కడ నిలబడ్డారు: మధ్యలో భగత్ సింగ్, కుడివైపు రాజ్ గురు, ఎడమవైపు సుఖ్ దేవ్. ముగ్గురూ ఉరుములతో కూడిన స్వరంతో మళ్లీ నినాదాలు చేశారు: "ఇంక్విలాబ్ జిందాబాద్," సామ్రాజ్యవాద ముర్దాబాద్."
ముగ్గురూ ఆ పాములను చూసి, నవ్వి, ముద్దులు పెట్టుకుని, తెల్లని పూల మాల వేసుకుని యుద్ధభూమికి వెళుతున్నట్టు మెడలో వేసుకున్నారు. భగత్ సింగ్ తలారి ఉచ్చులు సర్దుబాటు చేయమని కోరాడు. బహుశా అతను ఈ మాటలు తన జీవితంలో మొదటిసారి విన్నాడు. ఉరి ప్లాట్‌ఫారమ్‌పైకి ఎక్కగానే సాధారణ ఖైదీల కాళ్లు వణుకుతున్నాయి, కానీ ఇక్కడ భగత్ సింగ్ ఉచ్చు సర్దుబాటు చేయమని అడిగాడు. ఉరిశిక్షకుడు ఉచ్చును సరిదిద్దాడు, చక్రం తిప్పాడు, ప్లాంక్ వారి పాదాల నుండి జారిపోయాడు మరియు ముగ్గురు ధైర్యవంతులు తమ మాతృభూమి యొక్క బలిపీఠం

మీద తమను తాము బలిదానం చేసుకున్నారు. భారత నేల స్వాతంత్ర్యం కోసం ఎప్పటికీ, ఎప్పటికీ మండుతున్న సూర్యుడు అస్తమించాడు.
ప్రభుత్వ టెలిగ్రామ్ ప్రకారం వారిని రాత్రి 7.00 గంటలకు ఉరితీయాలి. కానీ మన్మత్ నాథ్ గుప్తా ప్రకారం వారు 7.15 గంటలకు ఉరి తీశారు. కొన్ని ఇతర పుస్తకాలు ఈ సమయాన్ని 7.30 లేదా 7.33 p.m. ఇక్కడ గమనించదగ్గ అంశం ఏమిటంటే, సాధారణంగా ఉరి తీయడం ఉదయం పూట జరుగుతుంది, అయితే భగత్ సింగ్ విషయంలో ఈ నియమాన్ని పాటించలేదు. రాత్రి ఉరి వేసుకున్నాడు. ఉరితీసిన తరువాత, ఒక వ్యక్తి యొక్క మృతదేహాన్ని అతని కిత్ మరియు బంధువులకు అప్పగిస్తారు, కానీ ఈ గొప్ప విప్లవకారుల విషయంలో, వారి కుటుంబాలకు ఉరి తీయబోతున్నట్లు కూడా తెలియజేయబడలేదు. ఇంతకంటే క్రిమినల్ చర్య గురించి మీరు ఏమనుకోవాలి? ఈ ధైర్యవంతుల మృతదేహాలను చిన్న ముక్కలుగా చేసి, గోనె సంచులలో నింపారని చెప్పారు. జైలు ప్రధాన ద్వారం నుంచి ఈ బ్యాగులను బయటకు తీసేందుకు బ్రిటీష్ ప్రభుత్వమే ఎంతగా కదిలిపోయిందో అంచనా వేయవచ్చు. ఆంగ్లేయులు స్వయంగా నేరస్థులు, మరియు
ఈ ధైర్యవంతులు నిజానికి ఎలాంటి నేరం చేయలేదు. వారు తమ మాతృభూమి కోసం, దాని స్వేచ్ఛ కోసం పోరాడి, గ్రహాంతర ఆంగ్లేయులను తమ దేశం నుండి తరిమికొట్టాలని కోరుకుంటే అది నేరమా? అందుకు వారిని ఉరి తీశారు. ఈ సంచులను జైలు వెనుక తలుపు నుంచి బయటకు తీశారు. ప్రముఖ విప్లవకారుడు శ్రీ మన్మత్ నాథ్ గుప్తా ఇలా వ్రాశాడు, "శవాలను (బ్యాగులు) జైలు నుండి వెనుక వైపున ఉన్న గోడకు తెరవడం ద్వారా బయటకు తీసి, దహన సంస్కారాల కోసం ఫిరోజ్‌పూర్‌కు తీసుకెళ్లారు. ముందు నుండి బయటకు తీస్తే. గేట్, విప్లవకారుల యొక్క రహస్య సహచరుడు సమస్యలను గుర్తించి సృష్టించే అవకాశం ఉందని వారు భయపడ్డారు."
ఈ కార్యకలాపాలన్నీ రాత్రిపూట రహస్య రూపంలో సాగాయి. ఇదంతా జరుగుతుండగా మోరీ గేట్ పక్కనే ఉన్న మైదానంలో భగత్ సింగ్ తండ్రి సర్దార్ కిషన్ సింగ్ ప్రసంగం వింటోంది. ఈ ఉరివేసుకున్న విషయాన్ని అక్కడ ఎవరో అతనికి తెలియజేశారు. ప్రజలు ఆవేశంతో పిచ్చివాళ్ళయ్యారు; సర్దార్ కిషన్ సింగ్ జనాన్ని ఎలాగోలా మేనేజ్ చేసి జైలు వైపు వేగంగా అడుగులు వేశారు. ఇప్పటికీ కొందరు ఆయన వెంటే జైలుకు వెళ్లారు. కానీ అతను అక్కడికి చేరుకోవడం పనికిరాదని నిరూపించబడింది. బ్యాగులు తీసుకుని జైలు లారీ అప్పటికే వెళ్లిపోయింది. ట్రక్కు ముందుగా కసూర్ చేరుకుంది. అంతా ప్లాన్

ప్రకారం జరిగిపోయింది. ఇక్కడి నుంచి ఒక సిక్కు గ్రంథిని, హిందూ పండితుడిని తీసుకెళ్లారు. వారంతా ఫిరోజ్‌పూర్ సమీపంలోని సట్లజ్ ఒడ్డుకు చేరుకున్నారు. లారీలోంచి మృతదేహాలు ఉన్న బ్యాగులను బయటకు తీశారు. ఆ తర్వాత అర్ధరాత్రి ఆ సంచులపై కిరోసిన్ పోసి నిప్పంటించారు, తద్వారా మృతదేహాలు త్వరగా కాలిపోయాయి. మృతదేహాలు కాలిపోవడం ప్రారంభించాయి. భారీ అగ్నిప్రమాదంతో వాతావరణమంతా దద్దరిల్లింది. తోడుగా ఉన్న ఇంగ్లీషు అధికారి, "నేను ఇప్పుడే వెళతాను. అంతా కాలిపోయాక బూడిదను నదిలో ముంచండి" అన్నాడు. ప్రజలు కూడా భయపడ్డారు. వారు సగం కాలిపోయిన భాగాలను త్వరగా నదిలోకి నెట్టారు. దీంతో పోలీసులకు ఎలాంటి తేడా కనిపించలేదు. బకెట్లలో నీళ్ళు నింపి, వాటిని బూడిద మీద విసిరి, వాటన్నింటినీ నదిలోకి నెట్టారు. మృతదేహాలను కాల్చిన ప్రదేశం నది ఇసుకతో కప్పబడి ఉంది.

ఆ సమయానికి చుట్టుపక్కల గ్రామస్థులకు ఈ విషయం తెలిసింది. వారు తమ చేతుల్లో మషాల్స్ (చమురు టార్చెస్)తో సట్లజ్ ఒడ్డుకు చేరుకున్నారు. తమవైపు వస్తున్న వారిని చూసి, మృతదేహాలను దహనం చేసేందుకు వచ్చిన జైలు అధికారులు ట్రక్కులో కూర్చుని తప్పించుకున్నారు. గ్రామస్థులు అక్కడికి చేరుకున్నారు. బహుశా, మృతదేహాలను సరిగ్గా దహనం చేయలేదని వారు నమ్ముతారు. శ్రీ మన్మత్ నాథ్ గుప్తా ప్రకారం, "గ్రామస్తులు మృతదేహాలను నది నుండి బయటకు తీసి, ఆచారం ప్రకారం వాటిని దహనం చేశారు."

మరుసటి రోజు ఉదయం అక్కడ జనం గుమిగూడారు. ఆ ప్రదేశం భారతీయులకు పుణ్యక్షేత్రంగా మారింది. ప్రజలు అక్కడ నుండి దుమ్ము, ఇసుక, బూడిద, రక్తంలో లేదా ఎముకల ముక్కలు లేదా వారు చేతులు వేయగలిగిన వాటితో పూసిన రాళ్లను తీసుకున్నారు. మరుసటి రోజు ఉదయం బ్రిటిష్ ప్రభుత్వం తన ఫార్మాలిటీలలో ఒకదానిని పాటించమని ప్రజలకు తెలియజేసింది. లాహోర్ జిల్లా మేజిస్ట్రేట్ తరపున మార్చి 24న లాహోర్ గోడలపై పోస్టర్లు వేయబడ్డాయి: "భగత్ సింగ్, రాజ్ మృతదేహాలు ప్రజలకు అందుతున్నాయి. నిన్న సాయంత్రం ఉరిశిక్ష పడిన గురు, సుఖ్ దేవ్ లు జైలు నుండి సట్లుజ్ నది ఒడ్డుకు తీసుకువెళ్లి, దహనం చేశారు

సిక్కులు మరియు హిందువుల ఆచారాలు మరియు సంప్రదాయాల ప్రకారం మరియు వారి అస్థికలను నదిలో నిమజ్జనం చేశారు. మరుసటి రోజు ఈ వార్త దేశమంతటా వ్యాపించింది.

దేశంలో ఉరిశిక్షకు వ్యతిరేకంగా స్పందన

ఈ వార్త దేశ వ్యాప్తంగా సంచలనం రేపింది. మార్చి 24వ తేదీని సంతాప దినంగా ప్రకటించారు. దేశం దుఃఖ సాగరంలో మునిగిపోయింది. లాహోర్ పరిపాలన ఆంగ్ల స్త్రీలను రాబోయే పది రోజుల వరకు బయటకు రావద్దని సూచించింది. బొంబాయి, మద్రాసు, కలకత్తా వాతావరణం పరిగణలోకి తీసుకోవలసిన అంశంగా మారింది. సాయుధ పోలీసులు కలకత్తాలో రోడ్లపై గస్తీ తిరుగుతున్నారు కానీ ప్రదర్శనలను ఆపలేకపోయారు. వివిధ ప్రాంతాల పోలీసులతో వాగ్వాదానికి దిగారు. అనేక మంది వ్యక్తులు మరణించారు మరియు అనేక మంది గాయపడ్డారు మరియు అరెస్టు చేశారు. జై దేవ్ గుప్తా మరియు బీబీ అమర్ కౌర్ చితాభస్మం (దహన సంస్కారాలు) యొక్క కొన్ని అవశేషాలను లాహోర్‌కు తీసుకువచ్చారు. వారిని ఊరేగింపుగా బయటకు తీసుకెళ్లారు. వాటిని వేలాది మంది సందర్శించారు. ఈ మహనీయులకు నివాళులు అర్పిస్తూ దేశవ్యాప్తంగా వార్తాపత్రికలు కథనాలను ప్రచురించాయి. పలు చోట్ల సంతాప సభలు నిర్వహించారు. ప్రభుత్వ దురాగతాలు మరియు గాంధీ-ఇర్విన్ ఒడంబడికపై తీవ్ర విమర్శలు వచ్చాయి.

శోకసంద్రంలో మునిగిపోయిన ఈ వాతావరణంలో, లాహోర్ నుండి వచ్చిన ది ట్రిబ్యూన్ ఇలా రాసింది: "భారతదేశంలో బ్రిటీష్ ప్రభుత్వం చేసిన తప్పులు ఏవైనా, ప్రాముఖ్యత మరియు తీవ్రత పరంగా, తప్పుకు సమాంతరంగా ఉంటాయి. భగత్ సింగ్ మరణశిక్షను తగ్గించకుండా చేయడం ద్వారా రాజ్ గురు మరియు సుఖ్ దేవ్." లాహోర్ నుండి ఉర్దూ దినపత్రిక, పాయం, 3 ఏప్రిల్ 1931 సంచికలో,

పదాలు: "భగత్ సింగ్, రాజ్ గురు మరియు సుఖ్ దేవ్‌లను ఉరితీశారు. అక్కడ మాత్రమే ప్రాణాలు పోయాయి. కానీ 23 కోట్ల మంది భారతీయులు వారిని ప్రేమించారు. వారిని హత్య చేయడం ద్వారా బ్రిటిష్ ప్రభుత్వం మొత్తం భారతదేశ పౌరుషానికి సవాలు విసిరింది. భారతదేశం ఈ సవాలును స్వీకరిస్తే, భవిష్యత్తు ఇంగ్లండ్ అంధకారం అవుతుంది, అంగీకరించకపోతే భవిష్యత్తును కోల్పోతుంది.. అమరవీరులు మనకు ఒక విచిత్రమైన బలిదాన మార్గాన్ని చూపించారు మరియు వారు చూపిన మార్గంలో నడవాలి.ఇంగ్లండ్ మొత్తం భారతదేశం యొక్క అభ్యర్థనను తిరస్కరించింది. కన్నీళ్లతో, ఏడుపులతో సమాధానం చెప్పలేము, ఎందుకంటే ఇవి బలహీనతకు ఆయుధాలు బ్రిటీష్ వ్యాపారం, మరియు బ్రిటీష్ విద్య మరియు అవమానకరమైన బ్రిటన్ మీ కాళ్ళపై

పడి, అమరవీరుల రక్తానికి మూల్యం చెల్లించవలసి ఉంటుంది.భగత్ సింగ్ రక్తం భారతదేశ స్వేచ్ఛ కంటే తక్కువ విలువైనది కాదు, ఎందుకంటే అతని సోదరులు దాని కోసం వారి జీవితాలను డౌన్. మొత్తం స్వేచ్ఛా పర్షియా యొక్క రక్తం ఒక సాధారణ ఆంగ్లేయుడి రక్తం యొక్క ధరను చెల్లించలేకపోతే, ఒక పోలీసు అధికారిని హత్య చేసినట్లు అభియోగాలు మోపబడిన బానిస భారతదేశం యొక్క నమ్మకమైన కుమారుల రక్తాన్ని ఎలా విడిచిపెట్టాలి (క్షమాపణ) ? ఒక సాధారణ ఆంగ్లేయుడి ప్రాణం చాలా విలువైనదైతే, శరీరంలోని ప్రతి భాగం దేశభక్తి మరియు పవిత్ర బలిదానంతో నిండిన భగత్ సింగ్, రాజ్ గురు మరియు సుఖ్ దేవ్‌ల ధరను భారతదేశం ఎంత తక్కువగా రేట్ చేస్తుందా? బ్రిటన్‌కు మాటలతో కాకుండా చర్యల ద్వారా సమాధానం ఇవ్వండి. ఈ వీర అమరవీరులను భారతదేశం బ్రిటన్ కంటే ఎక్కువగా పరిగణిస్తుంది. వేల, లక్షల మంది ఆంగ్లేయులను చంపినా మనం పూర్తి ప్రతీకారం తీర్చుకోలేదు. భారత స్వాతంత్ర్యంతోనే ఈ ప్రతీకారం పూర్తవుతుంది. అప్పుడే బ్రిటన్ కీర్తి దుమ్ము రేపుతుంది. ఓ! భగత్ సింగ్, రాజ్ గురు మరియు సుఖ్ దేవ్! ది

నిన్ను చంపినందుకు ఆంగ్లేయులు సంతోషిస్తున్నారు. లేదు, వారు పొరబడ్డారు. వారు నిన్ను చంపలేదు, వారి భవిష్యత్తును మాత్రమే కత్తితో పొడిచారు. మీరు సజీవంగా ఉన్నారు, ఎప్పటికీ జీవిస్తారు." భారతీయులే కాదు, విదేశీ వార్తాపత్రికలు కూడా బ్రిటిష్ వారిని విమర్శించాయి

ఈ చర్య కోసం ప్రభుత్వం.

న్యూయార్క్‌లోని డైలీ వర్కర్ ఇలా వ్రాశాడు:

"భారత స్వాతంత్ర్యం కోసం పోరాడుతున్న ముగ్గురు లాహోర్ ఖైదీలు, భగత్ సింగ్, రాజ్ గురు మరియు సుఖ్ దేవ్‌లను బ్రిటిష్ సామ్రాజ్యవాద ప్రయోజనాల కోసం బ్రిటిష్ లేబర్ ప్రభుత్వం రద్దు చేసింది. ఇది బ్రిటిష్ లేబర్ ప్రభుత్వం చేసిన మొదటి రక్తపాత చర్య. మెక్‌డొనాల్డ్ నాయకత్వంలో.. ముందస్తు ప్రణాళికాబద్ధమైన రాజకీయ వ్యూహంలో భాగంగా లేబర్ ప్రభుత్వ ఆదేశాల మేరకు ముగ్గురు భారతీయ విప్లవకారుల మరణం, బ్రిటీష్ సామ్రాజ్యవాద ప్రయోజనాలను కాపాడేందుకు మెక్‌డొనాల్డ్ ప్రభుత్వం ఎంత వరకు ముందుకు వెళ్తుందో తెలియజేస్తుంది." ఆ సమయంలో ఇంగ్లండ్‌లో లేబర్ ప్రభుత్వం అధికారంలో ఉంది మరియు రామ్‌సే మెక్‌డొనాల్డ్ దాని ప్రధాన మంత్రి. ఇంగ్లండ్‌లోని లేబర్ పార్టీ తనను తాను కార్మిక వర్గానికి చాంపియన్‌గా పరిగణిస్తుంది.

ఈ వార్తాపత్రికలో పార్టీ కార్యకలాపాలను తీవ్రంగా విమర్శించారు మరియు విప్లవకారులను దేశభక్తులుగా అభివర్ణించారు. చాలా విదేశీ వార్తాపత్రికలు కూడా వారిని ప్రశంసించాయి. విప్లవకారుల కార్యకలాపాలు భారతదేశంలోనే కాకుండా విదేశాలలో కూడా ప్రశంసించబడ్డాయని ఒక సాధారణ అంచనా వేయవచ్చు. వారు నిజంగా ధైర్యవంతులు. అతని మరణానంతరం ఫనత్ సింగ్ బి వోర్టా అనే బుక్‌లెట్ వచ్చిందిఅతని మరణం, బెంగాల్‌లో 'భగత్ సింగ్ కి వీర్తా' అనే బుక్‌లెట్ వచ్చింది. అయితే బ్రిటిష్ ప్రభుత్వం దానిని ఎలా భరిస్తుంది? కాబట్టి పుస్తకాన్ని స్వాధీనం చేసుకున్నారు. అలాగే పంజాబ్‌లో కూడా ఒక బుక్‌లెట్ ప్రచురించబడింది, ఇది భగత్ సింగ్ యొక్క ధైర్యమైన కార్యకలాపాలు మరియు త్యాగాలను వివరించింది. దీన్ని కూడా పంజాబ్ ప్రభుత్వం స్వాధీనం చేసుకుంది.

ఈ బలిదానం కోసం బెంగాల్‌లోని జాతీయ పార్టీలు ప్రభుత్వానికి వ్యతిరేకంగా అసెంబ్లీని బహిష్కరించాయి. ఆ సమయంలో ఆర్థిక బిల్లుపై సభలో చర్చ జరుగుతోంది. ప్రభుత్వ ఈ చర్యపై కాంగ్రెస్ మినహా అన్ని పార్టీలు తమ వ్యతిరేకతను వ్యక్తం చేశాయి. భగత్ సింగ్ గ్రామంలో బంగా ప్రజలు లిఖితపూర్వకంగా ప్రమాణం చేశారు

భగత్ సింగ్ మరణానికి ప్రతీకారం తీర్చుకుంటామని వారి రక్తం. పంజాబ్‌లోని చాలా చోట్ల రైతులు భూ రెవెన్యూ చెల్లించడానికి నిరాకరించారు. వారి చర్యకు కారణం అడిగినప్పుడు, భగత్ సింగ్ ఆత్మ తమ ముందు ప్రత్యక్షమైందని, పన్ను చెల్లించవద్దని కోరారు. 1931 ఏప్రిల్ 13న అమృత్‌సర్‌లోని జలియన్‌వాలాబాగ్‌లో ఒక సమావేశం జరిగింది. సమావేశంలో డాక్టర్ సైఫుద్దీన్ కిచ్చులు ప్రసంగిస్తూ పోరాటాలకు ప్రజలు సిద్ధం కావాలని కోరారు. ప్రజలతో అన్యాయం చేయాలని ఆదేశిస్తే పోలీసులు కూడా రాజీనామా చేయాలని ఆయన అభ్యర్థించారు. ఈ సమావేశం అధ్యక్షుడు శ్రీ ఇమానుద్దీన్ మాట్లాడుతూ విదేశీ దుస్తులను బహిష్కరించాలని ప్రజలను కోరారు. క్షణికావేశంలో విదేశీ వస్తువుల భోగి మంటలను ప్రజలు చూశారు. బాటసారులు కూడా ఏదో ఒకటి విసిరి అందులో పాల్గొన్నారు. 'నిజాయితీ లేని ప్రభుత్వాన్ని నాశనం చేయండి', 'మేము పన్నులు చెల్లించము' వంటి నినాదాలతో పంజాబ్ మొత్తం ప్రతిధ్వనించింది. స్వామి యోగానంద్ "మేము పన్ను చెల్లించము. దేశవాసులారా, ముందుకు సాగండి మరియు తిరుగుబాటు చేయండి. రాత్రిపూట పోలీసు స్టేషన్‌ను లూటీ చేస్తారు మరియు తగులబెడతారు" అని ప్రకటించారు. ఏప్రిల్ 6వ తేదీన శివ కుమార్ అనే వ్యక్తి బహదూర్‌ఘర్‌లో తాను ఫలానా వ్యక్తి కోసం ఎదురు చూస్తున్నానని, అతని నుండి

హింట్ వచ్చిన వెంటనే రక్తపు నదులు ప్రవహించేలా చూపిస్తానని సంచలనం సృష్టించాడు. అదేవిధంగా, భిక్రేన్ సింగ్ అమృత్‌సర్‌లో మాట్లాడుతూ, "ఈ అణచివేత ప్రభుత్వాన్ని పడగొట్టే సమయం ఆసన్నమైంది. ఈ పని కోసం లాలా హర్ దయాళ్ జర్మనీ నుండి ఆయుధాలను తెస్తున్నాడు. రాజా మహేంద్ర ప్రతాప్ సింగ్ ఖైబర్ పాస్ మీదుగా బోల్షివిక్ సైన్యంతో వస్తున్నాడు మరియు ఎర్ర జెండా. రాస్ బిహారీ బోస్ జపాన్ నుండి వస్తున్నాడు. మీరట్ కాండ్ ఖైదీలు కూడా జైళ్లను బద్దలు కొట్టి వస్తున్నారు." ఈ సంచలన వార్తతో ఆంగ్లేయులకు నిద్ర లేకుండా పోయింది.

మొత్తంగా చూస్తే, భగత్ సింగ్ బలిదానం యావత్ దేశాన్ని కదిలించి కదిలించింది. ఇది ప్రజలను ఖచ్చితంగా విచారించింది, కానీ వారి ఉత్సాహం తగ్గలేదు. దీనికి విరుద్ధంగా, వారు పెరిగిన శక్తితో ఆంగ్లేయులను దేశం నుండి తరిమివేయడానికి సిద్ధమయ్యారు. భగత్ సింగ్ భారతదేశం యొక్క గుండె మరియు తలలో మునిగిపోయాడు. భారతదేశంలోని అన్ని గ్రామాలు మరియు పట్టణాలలో అతని పేరు యొక్క నినాదాలు వినిపించాయి. అతను ఫోటోతో వార్తాపత్రికల మొదటి పేజీలో ఉన్నాడు. అతని చిత్రాలు హాట్ కేకుల్లా అమ్ముడవుతున్నాయి. అతను భారతీయ ప్రజలకు ఆరాధనా దేవత అయ్యాడు. బ్రిటీష్ ప్రభుత్వం ఖచ్చితంగా అతనిని భౌతికంగా అంతం చేసింది కానీ భారతీయ హృదయాల నుండి అతనిని తరిమికొట్టలేకపోయింది. బ్రిటీష్ వారి మరణపు నీడను ప్రజలు చూశారు

భగత్ సింగ్ చిత్రాలలో ప్రభుత్వం. అందువల్ల, అతని చిత్రాలను కూడా స్వాధీనం చేసుకోవడానికి బ్రిటిష్ ప్రభుత్వం వెనుకాడలేదు. భగత్ సింగ్ ఉరి కారణంగా బ్రిటీష్ ప్రభుత్వం ఎంత భయాందోళనకు గురైందో, ఈ కింది సంఘటనలో పోలీసులు ఎంతగా భయపడిపోయిందో మీరు అంచనా వేయవచ్చు. హోషియార్‌పూర్ సూపరింటెండెంట్ గుర్రంపై ఎక్కడికో వెళ్తున్నాడు. అనుకోకుండా ఓ పాన్ షాప్ చూశాడు. అక్కడ భగత్ సింగ్ చిత్రాన్ని వేలాడదీశారు. బ్రిటీష్ ప్రభుత్వ మరణమా అన్నట్లుగా చూశాడు. అతను గుర్రం దిగి, పన్వాలాపైకి దూసుకెళ్లి, అతని మెడ పట్టుకుని నేలపై పడవేసి, చిత్రాన్ని తొక్కాడు. ఏమని పిలుస్తావు? ద్రాక్ష పుల్లగా ఉందా? అఘాయిత్యాల హద్దు? బేస్ యాక్షన్, పిచ్చి లేదా ఏమిటి...? మనిషి శరీరం లేదా అతని ఫోటో నాశనం కావచ్చు. కానీ మీరు అతని పేరును నాశనం చేయగలరా? అతని జ్ఞాపకం? అతని కార్యకలాపాలు? ఆయన చూపిన మార్గం? లేదు, ఇది ఎప్పటికీ చేయలేము.

ఆంగ్లేయుడి ఈ ప్రతిచర్య భారతీయులందరినీ భగత్ సింగ్‌కి గొప్ప అభిమానులను చేసింది.

1931 మార్చి చివరి వారంలో భగత్ సింగ్ మరణానంతరం కాంగ్రెస్ 46వ సమావేశం కరాచీలో జరిగింది. ఉక్కు మనిషి సర్దార్ వల్లభ్ భాయ్ పటేల్ దీనికి అధ్యక్షుడు. భగత్ సింగ్ తండ్రి సర్దార్ కిషన్ సింగ్ కూడా అక్కడే ఉన్నాడు. భగత్ సింగ్ బలిదానాల జ్ఞాపకం ప్రజల హృదయాల్లో పూర్తిగా నిలిచిపోయింది. కాబట్టి సెషన్ మరణం యొక్క వాతావరణంలో ప్రారంభమైంది.

సభ ప్రారంభంలో భగత్ సింగ్‌కు సంబంధించిన తీర్మానాన్ని ప్రతిపాదించారు. తీర్మానంలోని పదజాలంపై తీవ్ర వాగ్వాదం చోటుచేసుకుంది. కాంగ్రెస్‌లోని మితవాదులు అతని త్యాగాన్ని మెచ్చుకోవాలనుకున్నారు కాని వారు అతని హింసా మార్గాన్ని తిరస్కరించారు. యువ తరం ఈ సవరణను వ్యతిరేకించింది. చివరికి మితవాదుల తీర్మానాన్ని ఆమోదించారు. తీర్మానం క్రింది విధంగా ఉంది:

"అన్ని రకాల రాజకీయ హింసను తిరస్కరించి, దానికి దూరంగా ఉండే కాంగ్రెస్, భగత్ సింగ్, రాజ్ గురు మరియు సుఖ్ దేవ్‌ల ధైర్యసాహసాలు మరియు త్యాగాలను మెచ్చుకుంటుంది మరియు మృతుల కుటుంబాలకు తన సానుభూతిని తెలియజేస్తుంది. కాంగ్రెస్ అభిప్రాయం ప్రకారం వీరికి ఉరిశిక్ష ముగ్గురు వ్యక్తులు అసంబద్ధమైన ప్రతీకార చర్య మరియు దేశం తరపున దయ కోసం ఏకగ్రీవంగా చేసిన డిమాండ్‌ను ఉద్దేశపూర్వకంగా అవమానించడం; మరియు ప్రభుత్వం ఒక సువర్ణావకాశాన్ని కోల్పోయిందని కాంగ్రెస్ ఈ అభిప్రాయంతో ఏకీభవించింది.

ప్రస్తుత గంభీరమైన పరిస్థితిలో, రెండు దేశాలను ఏకతాటిపైకి తీసుకురావడానికి మరియు నిరుత్సాహ పరిస్థితుల్లో రాజకీయ హింసను అవలంబించే పార్టీని శాంతి పథంలోకి తీసుకురావడానికి సుహృద్భావాన్ని వ్యాప్తి చేయడానికి ఒక అవకాశం అవసరం..."

ఈ ధైర్యవంతుల ప్రాణాలను కాపాడలేకపోయినందుకు మహాత్మా గాంధీ ఈ సెషన్‌లో వ్యతిరేకతను ఎదుర్కోవలసి వచ్చింది. ఈ విషయంపై యువజన దళం గాంధీజీని ప్రశ్నలు అడిగినప్పుడు ఆయన ఇలా అన్నారు:

"భగత్ సింగ్ ప్రాణాలను రక్షించడంలో వైస్రాయ్‌తో ఒప్పందం ఎటువంటి ప్రయోజనం చేకూర్చలేదు. మీరు చెప్పినట్లుగా, నేను ఇంకో పని చేసి ఉండవలసింది, నేను ఒప్పందానికి ముందస్తు షరతుగా వాక్యాలను మార్చవలసి ఉంటుంది. కుదరదు,

ఒప్పందాన్ని విడనాడాలని బెదిరిస్తే నమ్మక ద్రోహమే అవుతుంది.కాంగ్రెస్ కార్యనిర్వాహక వర్గం నాతో ఏకీభవించింది, శిక్షల మార్పును ఒప్పందానికి ముందస్తు షరతుగా చేయకూడదనే విషయంపై నేను అంగీకరించాను, అందుకే నేను ఒడంబడికలో దాని ప్రస్తావన మాత్రమే చేయగలను. నేను ఉదారవాద వైఖరిని ఆశించాను, నా నిరీక్షణ నెరవేరలేదు. అయితే ఇది ఒడంబడికపై వెనక్కి వెళ్లడానికి ఆధారం కాదు. "భగత్‌సింగ్‌కు సంబంధించిన తీర్మానంపై చర్చ జరుగుతుండగా, సభా కార్యక్రమాలు జరుగుతున్నప్పుడు, పండల్ వెలుపల యువకులు వాడివేడిగా చర్చలు జరిపి తమ ఆగ్రహాన్ని వెళ్లగక్కారు. ఒక్కరోజు క్రితమే ఈ యువకులు గాంధీజీకి నల్లజెండాలు చూపించారు.

ఈ తీర్మానం గురించి తన ఆలోచనలను వ్యక్తపరుస్తూ, నేతాజీ సుభాష్ చంద్రబోస్ ఇలా చెప్పవలసి వచ్చింది: "కరాచీలో పరిస్థితులు ప్రజలు తీర్మానం యొక్క చేదు మాత్రను మింగవలసి వచ్చింది, ప్రజలు దాని కోసం గంభీరంగా వచ్చారు మరియు సాధారణమైనప్పటికీ ఏదో వ్యతిరేకించారు. దాని కోసం ఇక్కడకు వచ్చారు మరియు ఏదైనా సానుకూలతను ఆశించారు, అయినప్పటికీ సాధారణ పరిస్థితుల్లో వారు వేల మైళ్ల దూరంలో ఉండటాన్ని ఎంచుకున్నారు. మహాత్మా గాంధీకి సంబంధించినంత వరకు, తీర్మానంలోని పదాలలో తన అంతర్గత అనుభూతిని చొప్పించవలసి వచ్చింది. తీర్మానానికి సవరణలు చేసినా వివాదానికి తెరపడలేదు. రాష్ట్రాలలో జరిగిన కాంగ్రెస్ సమావేశాల్లోనూ ఈ అంశం తీవ్ర విభేదాలకు దారితీసింది.

భగత్ సింగ్, సుఖ్ దేవ్ మరియు రాజ్ గురు మృతదేహాలకు ఆంగ్లేయులు ఏమి చేశారనే దానిపై ఈ సెషన్‌లో తీవ్ర ఉత్కంఠ నెలకొంది. కాబట్టి కాంగ్రెస్ కార్యవర్గం ఏర్పడింది దీని కోసం విచారణ కమిటీ. డా. పట్టాభి సీతారామయ్య

అతని 'హిస్టరీ ఆఫ్ ది ఇండియన్ నేషనల్ కాంగ్రెస్' ఇలా వ్రాశాడు: "కరాచీలోని కాంగ్రెస్ సభ్యులను మరొక విషయం ఆందోళనకు గురిచేసింది. సర్దార్ భగత్ సింగ్, సుఖ్ దేవ్ మరియు రాజ్ గురుల మృతదేహాలను అవమానకరంగా ప్రవర్తించడం గురించి అస్పష్టమైన సమాచారం వ్యాపించింది. అందువల్ల, కార్యనిర్వాహక ఈ ఆరోపణలపై దర్యాప్తు చేయడానికి ఒక కమిటీని ఏర్పాటు చేసి, దాని నివేదికను ఏప్రిల్ 30వ తేదీలోగా కార్యనిర్వాహకవర్గానికి సమర్పించాలి. ఈ దిశలో అత్యధికంగా లాబీయింగ్ చేస్తున్న భగత్ సింగ్ తండ్రి ఈ విషయంలో ఎలాంటి సాక్ష్యాధారాలను

అందించలేకపోయారని కూడా మేము ఇక్కడ పేర్కొనవచ్చు. అతను ఇతర రకాల సహాయం అందించడానికి కమిటీ ముందు హాజరయ్యాడు

దీని నుండి ఎటువంటి ఫలితం రాలేదు." మృతదేహాలను కాల్చినప్పుడు, ఆ తర్వాత ఏ సాక్ష్యం సాధ్యమైంది?

భగత్ సింగ్ను ఉరితీసిన తర్వాత భారతీయుడు అతనిని మరచిపోతాడని ఆంగ్లేయులు భావించినప్పటికీ, తరువాతి సంఘటనల చక్రం ఈ విధంగా ఆలోచించడం వారి వైపు నుండి పెద్ద తప్పు అని రుజువు చేసింది.

10. భగత్ సింగ్ లైఫ్ ఫిలాసఫీ

ప్రతి మనిషి జీవితంలో కొన్ని విలువలు ఉంటాయి. లేదా ప్రతి ఒక్కరూ తన వ్యక్తిగత మార్గంలో జీవితంలోని వివిధ అంశాల గురించి ఆలోచిస్తారని మరియు పరిగణిస్తారని మీరు చెప్పవచ్చు. దేశం, మతం, రాజకీయాలు మరియు ఇతర సంబంధిత అంశాలకు సంబంధించి భిన్నమైన ఆలోచనలను చూడవచ్చు. జీవితాన్ని విడివిడిగా మరియు విభిన్న రూపాల్లో చూసే ఈ విధానాన్ని సాధారణంగా మనిషి జీవిత తత్వశాస్త్రం అంటారు. భగత్ సింగ్ జీవితం ఎక్కువ కాలం లేదు. అతను 27 సెప్టెంబర్, 1907న జన్మించాడు మరియు 23 మార్చి, 1931న ఉరితీయబడ్డాడు. ఆ విధంగా అతను మొత్తం 23 సంవత్సరాల, 5 నెలల మరియు 26 రోజులు జీవించాడు. ఈ క్లుప్త కాలంలో అతను ఏది చెప్పినా లేదా ప్రదర్శించినా దాని స్వంత మార్గంలో ముఖ్యమైనది. మేము అతని ఆలోచనలను, అతని జీవిత తత్వశాస్త్రాన్ని సంక్షిప్త రూపంలో ఇక్కడ క్రింద అందిస్తున్నాము:

సెక్యులరిజం

భగత్ సింగ్ మతాన్ని దేశం మరియు రాజకీయాల నుండి వేరుగా ఉంచాలనుకున్నాడు. రాజకీయాలలో మతాన్ని కలపడం వల్ల కలిగే దుష్పరిణామాలు ఆయనకు తెలుసు. ఆయన దృష్టిలో దేశానికి సేవ చేయడమే అత్యున్నతమైన మతం, దేశమే తన దేవుడు. అతను మార్చి, 1926లో 'నౌజవాన్ భారత్ సభ'ను స్థాపించాడు. ప్రతి యువకుడు తన కులం మరియు మతం కంటే దేశ ప్రయోజనాలను ఎక్కువగా పరిగణిస్తానని దానిలో సభ్యుడిగా చేరే ముందు ప్రమాణం చేయాలి. ఈ రోజు భారతదేశానికి భగత్ సింగ్ ఆలోచన చాలా అవసరం. మతం పేరుతో క్రూరమైన హింసకు పాల్పడుతున్నారు. రాజకీయాలలో మతానికి స్థానం లేదని మన రాజ్యాంగంలో ప్రకటించినా ప్రజలు దానిని మరచిపోయినట్లున్నారు. మతపరమైన సనాతనధర్మం ముందు జాతీయ ప్రయోజనాలకు ఎలాంటి విలువ ఇవ్వరు.

భగత్ సింగ్ ఒక సిక్కు కుటుంబంలో జన్మించినప్పటికీ, అతని జీవితాన్ని ఒక్కసారి పరిశీలిస్తే, అతను తనను తాను ఎప్పుడూ సిక్కుగా చూడలేదని తెలుస్తుంది. అతను భారతీయుడు, భారతీయత అతని మతం, ఈ దేశ భూమి అతని ఆరాధనకు దేవత. అతను మొత్తం భారతదేశానికి చెందినవాడు, మరియు మొత్తం భారతదేశం అతని

స్వంతం. 'నౌజవాన్ భారత్ సభ' యొక్క ప్రధాన లక్ష్యాలలో ఒకటి మతతత్వం లేని అన్ని రకాల సామాజిక, ఆర్థిక మరియు పారిశ్రామిక సంస్థలతో సంఘీభావం కొనసాగించడం. భారతదేశం, వాస్తవానికి, తన ఉనికిని కాపాడుకోవలసి వస్తే, మతతత్వంపై ఆధారపడిన అన్ని సంస్థలు నిషేధించబడుతున్నాయని మన జాతీయ నాయకులు దృష్టి పెట్టాలి. లేకపోతే, దాని చెడు పరిణామాలు ఊహకు మించినవి కావచ్చు. మన దేశం యొక్క భవిష్యత్తును సురక్షితంగా ఉంచడానికి మనం భగత్ సింగ్ ఆలోచనల నుండి ప్రేరణ పొందాలి.

జాతీయ ఆత్మ అభివృద్ధి

దేశాన్ని బలోపేతం చేయడానికి యువతలో సరైన దేశభక్తి స్ఫూర్తిని పెంపొందించడం మరియు అభివృద్ధి చేయడం అవసరమని భగత్ సింగ్ యొక్క దృఢ విశ్వాసం. భారతదేశానికి స్వాతంత్ర్యం వచ్చి ఇన్ని సంవత్సరాలు గడిచినా ఈ స్ఫూర్తి సరిగ్గా అభివృద్ధి చెందలేదని, జాతీయ ఉద్యమాల సమయంలో ఈ స్ఫూర్తి ఉచ్ఛస్థితిలో కనిపించిందని చెప్పడానికి మాకు ఎలాంటి సందేహం లేదు. యువకుల దేశభక్తి ఆధారంగానే భారతదేశం ఐక్యంగా ఉండగలదని భగత్ సింగ్‌కు తెలుసు. అందువల్ల, 'నౌజవాన్ భారత్ సభ' యొక్క ప్రధాన లక్ష్యం: "భారతీయ యువకులలో ఐక్య భారత గణతంత్రం కోసం దేశభక్తి స్ఫూర్తిని పెంపొందించడం."

సోషలిస్ట్ పాయింట్ ఆఫ్ వ్యూ

భగత్ సింగ్ రాజకీయ ఆలోచనలు సామ్యవాద సూత్రాలపై ఆధారపడి ఉన్నాయి. నౌజవాన్ భారత్ సభ యొక్క క్రింది రెండు లక్ష్యాలలో మేము అతని ఆలోచనలను మొదటిసారిగా తెలుసుకున్నాము: "మిమ్మల్ని రైతుల వైపు తీసుకువెళ్ళే ఉద్యమాలకు మద్దతు ఇవ్వడం మరియు కార్మికులు, మరియు పూర్తి, స్వతంత్ర గణతంత్రం వైపు; మరియు కార్మికులు మరియు రైతులను సంఘటితం చేయండి." 1926 మార్చిలో 'నౌజవాన్ భారత్ సభ' ఏర్పడిందని, అప్పటికి భారత జాతీయ కాంగ్రెస్ సంపూర్ణ భారత గణతంత్రం గురించి ఆలోచించలేదని ఇక్కడ పేర్కొనడం సరికాదు. కాంగ్రెస్ బ్రిటన్‌లో భాగంగా స్వతంత్ర భారతదేశాన్ని ఏర్పాటు చేసింది, ఈ సమయం వరకు సార్వభౌమ స్వతంత్ర గణతంత్రంగా కాదు. 1929లో లాహోర్‌లో జరిగిన దాని సెషన్‌లో పూర్తి స్వేచ్ఛను కోరుతూ కాంగ్రెస్ బయటకు వచ్చింది, భగత్ సింగ్ కమ్యూనిస్ట్ భావజాలానికి మరియు 1917 నాటి రష్యన్ విప్లవానికి మూలపురుషుడైన కార్ల్

మార్క్స్‌చే బాగా ప్రభావితమయ్యాడు. దానికి అతని జీవితంలోని అనేక సంఘటనలు సాక్ష్యంగా ఉన్నాయి. .

అసెంబ్లీ బాంబ్ ఎపిసోడ్‌లో జైలులో సిట్టింగ్‌లను నిర్వహించిన న్యాయమూర్తి మిడిల్‌టన్ కోర్టు ముందు ఆయన చేసిన ప్రకటన భగత్ సింగ్ సోషలిస్టు అని స్పష్టమైంది. అతను జున్ 6, 1927న ఈ ప్రకటన చేసాడు. ఈ క్రింది సారాంశాలను చూడండి:

"అన్యాయంపై ఆధారపడిన ప్రస్తుత న్యాయవ్యవస్థ మారాలన్నదే మా ఉద్దేశం. దోపిడీదారులు తమ ప్రాథమిక హక్కులను, శ్రమ ఫలాలను హరించినప్పటికీ ఉత్పత్తిదారులు, కార్మికులు సమాజంలో అతి ముఖ్యమైన అంశాలు..

ఒకవైపు ఆహార ధాన్యాల ఉత్పత్తిదారులు. ఆకలితో చనిపోతున్నారు, ప్రపంచంలోని మార్కెట్‌లన్నింటికీ బట్టల సరఫరా చేసే నేత కార్మికులు తమ శరీరాలను మరియు వారి పిల్లలను కప్పడానికి సరిపోవు, ఇతరుల కోసం భవనాల నిర్మాణంలో పనిచేసే వ్యక్తులు మురికివాడలలో నివసిస్తున్నారు మరియు మరణిస్తున్నారు మురికివాడల్లో.. మరోవైపు ఇతరులపై పరాన్నజీవులుగా బతుకుతున్న పెట్టుబడిదారులు, దోపిడీదారులు తమ ఇష్టానుసారంగా కోట్లాది రూపాయలను వెచ్చిస్తున్నారు. అటువంటి వినాశకరమైన ప్రమాదాలను ఎదుర్కోవటానికి మరియు లేనివారి సార్వభౌమాధికారం గుర్తించబడుతుంది.

ఫలితంగా, ప్రపంచ సమాజం మానవాళిని పెట్టుబడిదారీ బారి నుండి మరియు యుద్ధం వల్ల కలిగే విధ్వంసం నుండి రక్షించగలదు. అటువంటి అసమానతలను తొలగించడానికి అతనికి సోషలిజం మాత్రమే పరిష్కారంగా ఉంది. లాహోర్ సెంటర్ జైలులో ఉన్నప్పుడు అతను కార్ల్ మార్క్స్ మరియు రష్యన్ విప్లవంపై పుస్తకాలు కోసం పిలుపునిచ్చాడనే వాస్తవం నుండి అతను సోషలిజం ద్వారా ఎంతవరకు ప్రభావితమయ్యాడో అంచనా వేయవచ్చు. ఉరి వేయడానికి కొన్ని క్షణాల ముందు అతను లెనిన్ జీవిత చరిత్రలో మునిగిపోయాడు.

దేశానికి వాలంటీర్లు అవసరం, నాయకులు కాదు

భగత్ సింగ్ పని చేయడంలో నమ్మకం ఉంచాడు, నాయకత్వం మీద కాదు. రాజకీయ నాయకులు తమను తాము కార్మికులుగా భావించుకోవడంలోనే దేశ శ్రేయస్సు ఉంది. ప్రజా సేవకులు, దాని నాయకులు కాదు. భారతదేశంలో విప్లవకారులు స్థాపించే లక్ష్యంతో 'భారత్ సోషలిస్ట్ రిపబ్లిక్ యూనియన్'ని స్థాపించారు

సోషల్ మీడియా ఫగత్ సింగ్ వెంటి-సోషలిజం. భగత్ సింగ్ ఇలా వ్రాశాడు:

"యువకులు కార్యకర్తలుగా ఈ పనిలో పాల్గొనాలని నేను వారికి చెప్తున్నాను. నాయకత్వం యొక్క ప్రశ్నకు వెళ్లేంతవరకు, మన దగ్గర ఇప్పటికే చాలా మంది ఉన్నారు. మా పార్టీకి నాయకులు అవసరం లేదు. మీరు ప్రపంచ వ్యక్తి లేదా కుటుంబ వ్యక్తి అయితే. , అలాంటప్పుడు మా వద్దకు రావద్దు.. కానీ మా ఉద్దేశ్యంతో మీకు సానుభూతి ఉంటే, మీరు వేరే విధంగా సహాయం చేయవచ్చు.కఠినమైన క్రమశిక్షణతో పనిచేసే వ్యక్తులు మాత్రమే ఉద్యమాన్ని ముందుకు తీసుకెళ్లగలరు.

“కానీ నేటి మన రాజకీయ పార్టీల పరిస్థితి దానికి రివర్స్‌గా ఉంది. వాటికి క్రమశిక్షణ అని ఏమీ లేదు, ఖచ్చితంగా స్తోమత మరియు వ్యక్తి పూజను క్రమశిక్షణ అని పిలవలేము. ఈ పార్టీల సభ్యులు ఎవరూ వర్కర్‌గా ఉండటానికి ఇష్టపడరు. ఈ పోస్ట్‌పై అందరి దృష్టి ఉంది. ప్రతి ఒక్కరూ నాయకుడిగా ఉండాలని కోరుకుంటారు.

మానవత్వం మరియు హింస

భగత్ సింగ్ సోషలిస్టు ఆలోచనల ప్రభావంలో ఉన్నాడని పైన చెప్పబడింది. అతను మానవత్వానికి గట్టి మద్దతుదారు. ఆయన దృష్టిలో మనిషి జీవితం అత్యంత పవిత్రమైనది. ఆంగ్లేయులతో ఆయనకు వ్యక్తిగత శత్రుత్వం లేదు. తన ఆలోచనలను వివరిస్తూ, ఢిల్లీలోని జైలులో కోర్టు ముందు ఇలా అన్నాడు:

"మనిషి పట్ల మనకున్న ప్రేమ ఇతరుల కంటే తక్కువ కాదు. కాబట్టి ఎవరి పట్ల అసూయపడే ప్రశ్నే లేదు. దానికి విరుద్ధంగా, మానవ జీవితం, మన దృష్టిలో, మాటల్లో చెప్పలేనింత పవిత్రమైనది. బదులుగా. ఎవరినైనా బాధపెట్టడం కోసం, మానవాళికి సేవ చేసేందుకు మన ప్రాణాలను అర్పించడానికి మేము సిద్ధంగా ఉన్నాము. మేము చంపడంలో ఆనందించే సామ్రాజ్య సైన్యంలోని కిరాయి సైనికుల మాదిరిగా కాదు. దీనికి విరుద్ధంగా, మేము మానవ జీవితాన్ని రక్షించడానికి ప్రయత్నిస్తాము." పనికిరాని రక్తపాతానికి భగత్ సింగ్ మొగ్గు చూపలేదని స్పష్టమైంది. కానీ అతను భారతదేశ స్వాతంత్ర్యం కోసం హింసను ఆశ్రయించవలసి వచ్చింది. ఎందుకు అలా చేశాడు? ఆయనే స్వయంగా దీనికి సమాధానమిచ్చాడు: "మేము మునుపటిలో 'ఊహాత్మక హింస' అనే పదాన్ని ఉపయోగించాము

విభాగం. మేము దానిని వివరించాలనుకుంటున్నాము. మా అభిప్రాయం ప్రకారం, బలాన్ని ఉపయోగించడం దూకుడు పద్ధతిలో ఉపయోగించినప్పుడు అన్యాయం. కానీ

ఒక నిర్దిష్ట ప్రయోజనం కోసం శక్తిని ఉపయోగించినప్పుడు, అది నైతిక దృక్కోణం నుండి మాత్రమే అవుతుంది. బలాన్ని పూర్తిగా విరమించుకోవడం అనేది కేవలం ఊహించిన అపార్థం."

ఆయన మాటలు ఎంతవరకు నిజమో పాఠకులే నిర్ణయించగలరు. శత్రువులు మన దేశంపై దాడి చేసినప్పుడు, లేదా మన వ్యక్తిగత జీవితంలో ఎవరైనా మనకు హాని కలిగించి, జీవించడం అసాధ్యం అయినప్పుడు బాధపడటం మరియు సహించడం సరైనదేనా? మరియు ఒక వ్యక్తి ఎంతకాలం భరించగలడు? అహింసతో ప్రపంచ శాంతి సాధ్యమైతే, అంతర్గత భద్రతను కాపాడుకోవడానికి ఏ దేశానికి సైన్యం లేదా పోలీసులు అవసరం లేదు. అందువల్ల, భగత్ సింగ్ బలాన్ని ఉపయోగించడం, అంటే ఉన్నతమైన ఆదర్శాల కోసం హింస, క్రమం తప్పని భావించలేదు. యావత్ దేశ ప్రయోజనాలను దృష్టిలో ఉంచుకుని ఆంగ్లేయులపై హింసా మార్గాన్ని అవలంబించాడు. కానీ అతని హింస సంకుచిత పరిగణనలను అధిగమించింది. దీని ఉద్దేశ్యం భారతదేశానికి సంపూర్ణ స్వాతంత్ర్యం, మరియు ఆంగ్ల జాతి పట్ల శత్రుత్వం లేదా అసూయ కాదు.

అతని సంస్కృతి మరియు నాగరికత గురించి గర్వపడుతున్నాను

నిజాయితీగల దేశభక్తుడు తన దేశంలోని సంస్కృతి మరియు నాగరికత పట్ల తన హృదయంలో ప్రేమను పెంచుకోవడం సహజం. భగత్ సింగ్ దానికి మినహాయింపు కాదు. అతను సామ్యవాద ఆలోచనలకు బలమైన మద్దతుదారుడు అయినప్పటికీ, మతంపై పెద్దగా విశ్వాసం లేకపోయినా మరియు రష్యన్ విప్లవ పితామహుడు లెనిన్ అతని ఆదర్శం, అయినప్పటికీ అతనికి భారతదేశం, భారతీయ సంస్కృతి మరియు నాగరికత పట్ల అపారమైన ప్రేమ ఉంది. అతను తిరస్కరణ ద్వారా విప్లవం యొక్క తుఫాను మార్గాన్ని అనుసరించాడుజీవితంలోని అన్ని రొట్టెలు మరియు చేపలు, ఈ ప్రేమ కోసమే. 'భారత్ నౌజవాన్ సభ' ఏర్పాటులో సంస్కృతిపై ఆయనకున్న ప్రేమను మీరు చూడవచ్చు.

ఇతర లక్ష్యాలతో పాటు, ఈ సభ యొక్క ఒక లక్ష్యం భారతీయ సంస్కృతి మరియు భారతీయ భాషల ప్రచారం మరియు వ్యాప్తి. భారతదేశ చరిత్రలో ఇద్దరు గొప్ప వ్యక్తులైన ఛత్రపతి శివాజీ మరియు గురు గోవింద్ సింగ్‌ల పట్ల ఆయనకు అపరిమితమైన గౌరవం ఉండేది. అతని ప్రకారం, ఇద్దరు గొప్ప వ్యక్తులు గొప్ప విప్లవకారులు కూడా. అతను వాటిని తన విప్లవానికి ప్రేరణగా భావించాడు.

"ఈ దేశంలో ఒక కొత్త ఉద్యమం రూపుదిద్దుకుంటోంది, దాని గురించి మేము మీకు ముందస్తు సమాచారం ఇచ్చాము. ఈ ఉద్యమం గురు గోవింద్ సింగ్ మరియు శివాజీ, కమల్ పాషా మరియు రిజా ఖాన్, వాషింగ్టన్ మరియు గారి బాల్డి మరియు లా ఫెయెట్ మరియు లెనిన్ నుండి ప్రేరణ పొందింది."

గీత భారతీయ సంస్కృతి యొక్క ముఖ్యమైన సృష్టి. గీత భగత్ సింగ్‌ను కూడా ప్రభావితం చేసింది. బహుశా అతను జైలు కాలంలో కమ్యూనిస్ట్ సాహిత్యంతో పాటు గీతను కూడా అభ్యసించి ఉండవచ్చు. గీతలోని నిష్కం కర్మయోగ (నిర్లిప్త చర్య) ప్రభావం వల్ల జీవిత సుఖాలను విడిచిపెట్టి, నిర్లిప్త భావనతో తన మాతృభూమి సేవల మార్గాన్ని ఎంచుకున్నట్లు తెలుస్తోంది. గీత మీద అతని ప్రేమ అతని ఒక లేఖ నుండి కూడా బయటకు వస్తుంది. అసెంబ్లీ బాంబు కేసులో తన మొదటి అరెస్టుపై జైలు నుండి తన తండ్రికి ఈ లేఖ రాశాడు "అవును, వీలైతే, దయచేసి మీకు కుతుబ్‌లో లభించే గీతా రహస్యం, నెపోలియన్ యొక్క బోయిట్ సు'సే ఉమ్రే మరియు కొన్ని నవలలు తీసుకురండి."

అతను గీతను చాలా గంభీరంగా అధ్యయనం చేశాడని, ఫలితాల గురించి చింతించకుండా, మృత్యువుకు ఏమాత్రం భయపడకుండా చిత్తశుద్ధితో పోరాడే అతని లక్షణాలలో మరింత వివరించబడింది. తన విద్యార్థి జీవితంలో డి.ఎ.వి. లాహోర్‌లోని పాఠశాల, సంస్కృతం అతనికి ఇష్టమైన సబ్జెక్ట్, అతని ప్రారంభ జీవితం గురించి మునుపటి అధ్యాయంలో పేర్కొన్నట్లు.

త్యాగం తప్పనిసరి

లక్ష్యాన్ని చేరుకోవడానికి త్యాగం తప్పనిసరి అని భగత్ సింగ్ యొక్క ఖచ్చితమైన నమ్మకం ఇది. అతని జీవిత ప్రధాన లక్ష్యం భారతదేశానికి స్వాతంత్ర్యం సాధించడం. అందుకోసం అత్యంత భిన్నమైన పరీక్షకు సిద్ధమై తన ప్రాణాలను సైతం త్యాగం చేసి ఆ పరీక్షకు సిద్ధమయ్యాడు. లక్ష్యాలను సులభంగా సాధించలేమని, వాటి కోసం నిరంతరం శ్రమించాలన్నారు. "సోషలిస్టు ప్రజాస్వామ్య స్థాపన కోసం యువత ఉత్సాహంతో పని చేయాలని నేను విజ్ఞప్తి చేయాలనుకుంటున్నాను. వారు ఈ పోరాటాన్ని అలుపెరగని విధంగా కొనసాగిస్తే, వారు తమ లక్ష్యాలను సాధించగలరు. ఒక సంవత్సరంలో కాదు, భారీ త్యాగం తర్వాత మరియు కీలకమైన పరీక్షలు జరుగుతున్నాయి." ఏదైనా సాధించాలంటే ఏదో కోల్పోవాలి. ఒంటరిగా ఏదో కాదు, కానీ చాలా పెద్దది. ఈ భావాలతో

పనిచేసే వ్యక్తి తన లక్ష్యాలను సాధిస్తాడు. పైన పేర్కొన్న భగత్ సింగ్ పంక్తులు మనకు ఈ పాఠాన్ని నేర్పుతాయి. భగత్ సింగ్ లాహోర్ జైలులో అతని డెత్ సెల్‌కు పంపబడినప్పుడు, తన సహచరులకు వీడ్కోలు పలుకుతూ, అతను ఇలా అన్నాడు: "స్నేహితులారా! మీటింగ్‌లు మరియు విడిపోవడం అనేది ఒక జీవన విధానం. బహుశా మనం కలుసుకోవచ్చు.

మళ్ళీ. మీ వాక్యాలను పూర్తి చేసిన తర్వాత, మీరు తిరిగి వచ్చినప్పుడు గృహాలు, ప్రాపంచిక కార్యకలాపాలలో కోల్పోవద్దు. అంతవరకూ నిశ్చింతగా కూర్చోవద్దుబ్రిటీషర్లు తరిమివేయబడ్డారు మరియు భారతదేశంలో సోషలిస్టు ప్రజాస్వామ్యం స్థాపించబడింది. ఇది మీకు నా చివరి సందేశం." కాబట్టి, కదులుతూ ఉండండి, మీరు మీ గమ్యాన్ని చేరుకునే వరకు ఆగకండి. ఇది అతని సూత్రం. ఇది అత్యున్నత స్థాయి త్యాగం యొక్క భావన.

ఐక్యతకు మద్దతుదారు

భారతదేశం వివిధ మతాలు మరియు వర్గాల దేశం. ఇక్కడ ప్రజలు శతాబ్దాలుగా కలిసి జీవించారు, అయినప్పటికీ వివిధ మతాలు ఉన్నాయి. దీనితో పాటు, వివిధ మతాలకు చెందిన ఈ అనుచరులు సాధారణ పూర్వీకుల పిల్లలు అని కూడా ఇది నిజం. కాబట్టి మతంలో విభేదాలు ఉన్నప్పటికీ, వారు తమలో తాము సోదరులు. కానీ కొన్నిసార్లు, మత ఛాందసవాదులచే తప్పుదారి పట్టించబడి, వారు చదరంగం బంటుపై పావులుగా వ్యవహరిస్తారు మరియు రక్తపిపాసిని పెంచుతారు. మతాన్ని దాని నిజమైన అర్థంలో విశ్వసించే నిజాయితీపరుడు అలాంటి ఆలోచనలను మరియు చర్యలను ఎప్పటికీ సమర్థించడు. భగత్ సింగ్ కూడా నిజమైన మానవుడే. అతని దృష్టిలో మానవత్వం అత్యున్నతమైన మతం, మరియు అతను భారతీయులందరినీ తమలో తాము సోదరులుగా భావించాడు. అలా తమలో తాము పోట్లాడుకోవడం చూసి అతని ఆత్మ రోదించింది. శ్రీ దీనానాథ్ అలంకార్ ఈ సందర్భంలో ఒక సంఘటనను ప్రస్తావిస్తున్నారు: "అతను (భగత్ సింగ్) రాత్రి వరండా పైకప్పు మీద కూర్చుని ఏడ్చాడు. చాలా రోజులుగా నేను అతని కుటుంబంలోని పరిస్థితుల కారణంగా అనుకున్నాను. ఒకసారి నేను రాత్రి పన్నెండు గంటలకు నిద్రలేచి, అతను ఏడుస్తున్నట్లు చూశాను. నేను అతనిని ఓదార్చాను మరియు అతని ఏడుపుకి కారణాన్ని అడిగాను, అతను మాట్లాడే ముందు చాలాసేపు మౌనంగా ఉన్నాడు, "నా మాతృభూమి యొక్క దయనీయ స్థితిని

చూసి నా హృదయం పూర్తిగా విరిగిపోయింది. ఒకవైపు గ్రహాంతరవాసుల దౌర్జన్యాలు, మరోవైపు సోదరుడి గొంతుక. ఇలాంటి పరిస్థితుల్లో ఈ బంధాలు ఎలా విప్పుతాయి?"

1925లో, భగత్ సింగ్ ఢిల్లీలో వీర్ అర్జున్ కోసం పనిచేస్తున్నప్పుడు, భారతదేశం మతపరమైన అల్లర్లలో కాలిపోయింది. ఢిల్లీ కూడా ప్రభావితం కాకుండా ఉండలేకపోయింది. అందువల్ల, భగత్ సింగ్ వంటి నిజాయితీగల దేశభక్తుడు ఈ పరిస్థితిలో దయనీయంగా భావించడం సహజం.

భారతీయులందరూ ఒక్కటిగా జీవించాలన్నది ఆయన హృదయపూర్వక కోరిక. ఈ ఉద్దేశ్యంతో 1928లో లాహోర్‌లో 'విద్యార్థి యూనియన్'ని రూపొందించాడు. సాధారణంగా విద్యార్థులను దాని సభ్యులుగా చేశారు, ఎందుకంటే వారు భావి భారతదేశ సృష్టి. ఈ యూనియన్ యొక్క ప్రధాన కార్యకలాపం దేశ ఐక్యత కోసం సామాజిక రుగ్మతలను తొలగించడం. కులతత్వం, అంటరానితనం మొదలైన సంకుచిత ఆలోచనలను తొలగించడానికి ఈ యూనియన్ హిందువులు మరియు ముస్లింలు మరియు వివిధ కులాలు మరియు మతాల ప్రజలు కలిసి కూర్చొని భోజనం చేసే మిశ్రమ భోజనాన్ని ఏర్పాటు చేసినట్లు మేము ఇప్పటికే రెండవ అధ్యాయంలో వ్రాసాము. ఈ యూనియన్ సభ్యులు అకృత్యాలపై వ్యాసాలు రాశారు. వారి మతం మరియు కులతత్వాన్ని వ్యతిరేకించారు.

ఆ విధంగా భగత్ సింగ్ జాతీయ స్ఫూర్తికి బలమైన మద్దతుదారుడు, లౌకిక రాజకీయాల ఆలోచనాపరుడు మరియు ఉన్నత ఆదర్శాల సామ్యవాది. అతను మానవత్వం యొక్క నిజమైన ప్రేమికుడు, ఫోనీ ఆదర్శవాదానికి ప్రత్యర్థి, అతని సంస్కృతి మరియు నాగరికత గురించి గర్వించేవాడు మరియు జాతీయ ఐక్యతను ప్రోత్సహించేవాడు. భారతదేశానికి బంగారు భవిష్యత్తు కావాలని కలలు కన్నాడు. అతను నిజాయితీపరుడు మరియు నిజాయితీగల భారతీయుడు, దేశ స్వాతంత్ర్యం కోసం తన విలువైన జీవితాన్ని త్యాగం చేశాడు.

11. భగత్ సింగ్ యొక్క మూల్యాంకనం

భగత్ సింగ్ పేరు టోపీ ధరించి, లేత పదునైన మీసాలు మరియు పదునైన కళ్ళు కలిగి ఉన్న ఆరోగ్యకరమైన, పొడవాటి యువకుడి చిత్రాన్ని రేకెత్తిస్తుంది. ఒక వ్యక్తిని అంచనా వేయడం అంత సులభం కాదు. ఎవరైనా ఆ వ్యాయామం చేసినా, ఇతరులు అతనితో ఏకీభవించాల్సిన అవసరం లేదు. ఏది ఏమైనప్పటికీ, భగత్ సింగ్ భారతదేశ చరిత్రలో ఒక ప్రత్యేకమైన స్థానాన్ని ఆక్రమించాడు.

భగత్ సింగ్ కేవలం 23 సంవత్సరాల 5 నెలల చిన్న వయస్సులోనే తన మాతృభూమి కోసం అమరుడయ్యాడు. ఈ చిన్న వయస్సులో కూడా, అతను తన జీవితంలో చివరి రెండు సంవత్సరాల కంటే ఎక్కువ కాలం పోలీసు లాకప్ లేదా జైళ్లలో గడిపాడు. అయినప్పటికీ ప్రపంచ చరిత్రలో తాను పుట్టిన దేశం యొక్క బానిసత్వపు గొలుసులను తెంచడానికి అతను చేసిన త్యాగానికి తక్కువ ఉదాహరణలు ఉన్నాయి.

ఆ చిన్న వయస్సులో ఈ యువకుడు, జీవించి, తన ప్రాణత్యాగం చేసిన తరువాత, బ్రిటిష్ ప్రభుత్వానికి నిద్రలేని రాత్రులు ఇచ్చాడు? ఈ యువకుడి గురించి ఆలోచించడానికి ప్రముఖ నాయకులను మరియు రాజకీయాల్లోని అనుభవజ్ఞులైన ఆటగాళ్లను అతనిలో ఏమి ఉంది? అన్ని తరువాత, ఎందుకు? ఆ సమయంలో భారత రాజకీయాల్లో అత్యద్భుతమైన ఇమేజ్ ఉన్న మహాత్మా గాంధీ కూడా ఈ ధైర్యవంతుడి బలిదానంపై విమర్శలకు దిగడానికి కారణం ఏమిటి? సాధారణంగా, ఒక చర్య వెనుక ఒక కారణం ఉంటుంది. భగత్ సింగ్ యొక్క ప్రజాదరణను కొంతవరకు ఆ విధంగా వివరించవచ్చు. ఆంగ్లేయుల దృష్టిలో అతడు ఉగ్రవాది అయితే భారతీయుల దృష్టిలో దేశభక్తుడు. కొంతమంది పండితులు మహాత్మా గాంధీ మరియు భగత్ సింగ్ మధ్య పోలికను ప్రయత్నించారు. కొందరు అతన్ని ధైర్యసాహసాలకు చిహ్నంగా భావిస్తారు మరియు భగత్ సింగ్ కూడా తనను తాను అభివర్ణించుకున్నాడు

స్వాతంత్ర్య సమరయోధుడు మరియు యుద్ధ ఖైదీ. ఇది కాకుండా, అనేక ఇతర పండితులు మరియు రాజకీయ నాయకులు అతనిని వారి దృక్కోణాల నుండి విశ్లేషించారు. ఈ వివిధ కోణాల నుండి అంశాన్ని పరిశీలించడానికి ఇక్కడ ఒక చిన్న ప్రయత్నం జరిగింది.

మహాత్మా గాంధీ మరియు భగత్ సింగ్

ఆలోచనల దృక్కోణంలో మహాత్మా గాంధీ మరియు భగత్ సింగ్ మధ్య ఉమ్మడిగా ఏమీ లేదు. మహాత్మా గాంధీ పూర్తిగా అహింసావాది అయితే, భగత్ సింగ్ విప్లవకారుడు, భారత స్వాతంత్ర్యం తన లక్ష్యాన్ని సాధించడంలో హింసను తప్పుగా భావించలేదు. వారిద్దరూ తీవ్రవాదులు. ఒకరు అహింస యొక్క తీవ్రవాది, మరొకరు విప్లవం యొక్క తీవ్రవాది; కానీ భారతీయ ప్రజలకు ఇద్దరూ సమానంగా ప్రియమైనవారు మరియు గౌరవనీయులు. మాతృభూమి స్వాతంత్ర్యం కోసం ఇద్దరూ పోరాడారు.

భగత్ సింగ్ పోరాట క్రమంలో స్వయంగా అమరుడయ్యాడు, అయితే గాంధీజీ అందులో విజయం సాధించి హంతకుల తూటాలకు గురయ్యాడు. శ్రీ కె.కె. ఖుల్లర్, తన పుస్తకం షహీద్ భగత్ సింగ్: కుచ్ అధ్ఖులే పృష్ఠ ఈ సందర్భంలో ఇలా వ్రాశాడు: "రాజకీయ దృక్కోణంలో ఇద్దరూ తమ వయస్సులో ఉన్న ఆలోచనాపరులు, వారు ఒక నది యొక్క రెండు ఒడ్డుల వలె ఒకరినొకరు కలుసుకోగలిగారు. సముద్రం లేదా అవి అనంతంలో మాత్రమే కలిసే సమాంతర రేఖలుగా వర్ణించవచ్చు, ఇద్దరూ తమ మాతృభూమి కోసం తమ ప్రాణాలను త్యాగం చేసి అయ్యారు.

చిరంజీవుడు. హంతకుడి తూటాలకు ఒకరు పడిపోయారు, భగత్ సింగ్ ప్రభుత్వానికి చేసిన చివరి అభ్యర్థన ఏమిటంటే, అతన్ని సాధారణ నేరస్థుడిగా ఉరితీయకుండా, యుద్ధ ఖైదీగా కాల్చి చంపాలని. పాత్ర, ధైర్యం మరియు నిర్భయత పరంగా వారిద్దరూ సాధారణ పురుషులకు వెళ్లడం అంత సులభం కాదు. అవి వ్యక్తులు కాదు, ఉద్యమాలు. గాంధీజీ కూర్చున్న ప్రదేశమే దేవాలయం, ఆయన నడిచిన చోట ఆ భూమి పవిత్రమైనది. భగత్ సింగ్‌ను ఉరితీసిన మరియు దహనం చేసిన ప్రదేశాలు పుణ్యక్షేత్రాలుగా మారాయి. భగత్ సింగ్ గురించి కన్నీళ్లు పెట్టుకోకుండా, సెంటిమెంట్ పెరగకుండా రాయడం సాధ్యం కాదు. భగత్ సింగ్ వేలాడే ప్లాట్‌ఫారమ్‌పై ఊగుతున్నప్పుడు మరింత నిజమైన జీవితాన్ని గడిపాడు. గాంధీజీ వర్ణన కూడా అంతే కష్టం గొంతు నొక్కకుండా హత్య. వారిద్దరూ మరచిపోలేని జ్ఞాపకాలను మిగిల్చారు. వారిద్దరి మరణం ప్రజల హృదయాల్లో అమరవీరుల స్థాయిని నిలిపింది.

కాబట్టి వారిద్దరికీ ఉమ్మడి లక్ష్యం ఉండగా-మాతృభూమి యొక్క స్వేచ్ఛ-వారి ఆలోచనలు భిన్నమైన ప్రపంచం. వారిద్దరూ తమ తమ ప్రాంతాలలో తీవ్రమైన మరియు

గొప్ప పోరాట యోధులు. గాంధీజీ యొక్క శౌర్యం సత్యం మరియు శాంతిపై ఆధారపడింది మరియు భగత్ సింగ్ ఒక ధైర్యమైన ఏకైక యోధుడు. ఒకరి కంటే ఒకరిని గొప్పగా పిలిస్తే మరొకరికి అన్యాయం జరుగుతుంది.

ఫైటర్, టెర్రరిస్ట్ కాదు

భగత్ సింగ్, భారతదేశం యొక్క విశిష్టమైన మరియు అర్హత కలిగిన కుమారుడు, బ్రిటిష్ ప్రభుత్వానికి జీవితాన్ని నరకం చేశాడు. భగత్ సింగ్ లో బ్రిటీష్ సామ్రాజ్యంపై కత్తి వేలాడుతూ కనిపించింది. భగత్ సింగ్ పేరు బ్రిటిష్ ప్రభుత్వానికి భయంకరంగా మారింది. భారతదేశం భారతీయులదే అయినప్పటికీ ఆంగ్లేయులు ఇక్కడ నిష్ణాతులు. భారతీయులు దయనీయమైన పరిస్థితుల్లో ఉన్నారని, వారిని ఇంత దయనీయ స్థితికి నెట్టింది బ్రిటిష్ ప్రభుత్వమే. ఇది దౌర్జన్యమని, బ్రిటిష్ ప్రభుత్వం దారుణమని స్పష్టం చేసింది. ఈ దారుణానికి ముగింపు పలకాలని భగత్ సింగ్ నిర్ణయించుకున్నాడు. ఆంగ్లేయులు ప్రమాదాన్ని పసిగట్టారు మరియు వారు ఈ అత్యంత దేశభక్తి గల వ్యక్తిని తీవ్రవాది, నేరస్థుడు, వ్యక్తిత్వం లేని వ్యక్తి, అసాంఘిక అంశం మరియు ఏమి కాదు అని పిలిచారు. వాళ్ళు అలా అనడం సహజం. నిరంకుశ నుండి నిజాయితీగల న్యాయాన్ని మీరు ఎలా ఆశించగలరు? ఫ్రాంక్ మోరేస్ కూడా అతన్ని తీవ్రవాది మరియు నిర్భయ పోరాట యోధుడు అని పిలిచాడు - "భగత్ సింగ్ ఒక ముఖ్యమైన వ్యక్తి, ఒక ఉగ్రవాది, నిర్భయమైన యోధుడు మరియు అతని బహిరంగ మేధో ముఖం అతని తిరుగుబాటు చర్యల యొక్క సంగ్రహావలోకనం అందించింది."

దేశాన్ని ప్రేమించడం నేరం కాదు. తన మాతృభూమి యొక్క రక్షణ, భద్రత మరియు స్వేచ్ఛ కోసం ఎవరైనా తన శత్రువును భయపెట్టినా లేదా భయపెట్టినా, దానిని అతని దుర్మార్గంగా పేర్కొనలేము. ఇది ఉదాత్తమైన చర్య. అలాంటప్పుడు అతన్ని ఉగ్రవాది అని ఎలా అంటారు? అలాంటి అరుదైన వ్యక్తి భగత్ సింగ్. 1931 ఫిబ్రవరి 2న తన దేశంలోని యువకులకు తన సందేశంలో ఇలా చెప్పాడు:

"నేను తీవ్రవాదిని అని విస్తృతంగా ఊహించబడింది, కానీ నేను తీవ్రవాదిని కాదు. నేను కొన్ని ఖచ్చితమైన ఆలోచనలు, ఖచ్చితమైన ఆదర్శాలు మరియు సుదీర్ఘ కార్యక్రమం కలిగి ఉన్న విప్లవకారుడిని." ఒక వ్యక్తి తన దేశ రక్షణ కోసం తన శత్రువును హత్య చేస్తే నేరస్థుడు అని చెప్పలేము. ఇదే కనుక జరిగితే దేశ రక్షణ కోసం పోరాడుతున్న సైనికులు కూడా నేరస్తులుగా పేరు తెచ్చుకునేవారు. ఇది భగత్ సింగ్‌కు కూడా

వర్తిస్తుంది, ఆయన స్వయంగా లాహోర్ హైకోర్టు ముందు అసెంబ్లీ బాంబు కండ్‌లో ఇలా అన్నారు: "మొదటి విషయం ఏమిటంటే, మేము అసెంబ్లీలో విసిరిన బాంబులు ఎవరినీ శారీరకంగా లేదా మానసికంగా బాధించలేదు, ఈ కోణం నుండి మాకు విధించిన శిక్ష అత్యంత కఠినమైనది కాదు, ఇది ఉద్దేశ్యంతో ఇవ్వబడింది. ప్రతీకారం తీర్చుకోవడం, మరొక కోణం నుండి చూస్తే, నిందితుడి మనస్తత్వం మీకు తెలియనంత వరకు అసలు ఉద్దేశ్యం మీకు ఎప్పటికీ తెలియదు, లక్ష్యాన్ని పూర్తిగా మరచిపోయినట్లయితే, మీరు ఎవరికీ న్యాయం చేయరు, ఎందుకంటే లక్ష్యం యొక్క జ్ఞానం లేనప్పుడు. సైన్యంలోని అత్యున్నత కమాండర్లు కూడా సాధారణ హంతకుల వలె కనిపిస్తారు.ప్రభుత్వ పన్ను వసూలు చేసేవారిలో చాలామంది దొంగలుగా మరియు నకిలీలుగా కనిపిస్తారు, మరియు న్యాయమూర్తులపై హత్యా నేరం మోపబడుతుంది.ఇది సామాజిక వ్యవస్థ మరియు సంస్కృతిని రక్తపాతం, దొంగతనం మరియు నకిలీలుగా తగ్గిస్తుంది.

లక్ష్యాలను విస్మరిస్తే, ప్రజలకు న్యాయం చేయమని అడిగే హక్కు ప్రభుత్వానికి ఉంది, లక్ష్యాలను విస్మరిస్తే, మతం ప్రచారం అబద్ధం ప్రచారం చేసినట్లుగా కనిపిస్తుంది మరియు ప్రతి ప్రవక్తపై కోట్లాది మందిని తప్పుదారి పట్టించారు. అమాయక మరియు అజ్ఞాన పురుషులు. లక్ష్యాలను పరిగణనలోకి తీసుకోకపోతే, ప్రభువైన యేసుక్రీస్తు విఘాతాలను రెచ్చగొట్టడం, శాంతికి భంగం కలిగించడం మరియు తిరుగుబాటును ప్రచారం చేయడం వంటివాటిగా కనిపిస్తాడు మరియు చట్టం దృష్టిలో ప్రమాదకరమైన వ్యక్తిగా పరిగణించబడతాడు."

నిజానికి భగత్ సింగ్ యుద్ధ ఖైదీ. అతను తన మాతృభూమి రక్షణ కోసం మరియు దాని బానిసత్వాన్ని అంతం చేయడం కోసం బ్రిటిష్ ప్రభుత్వానికి వ్యతిరేకంగా యుద్ధం చేశాడు. ఆయన కూడా ఇదే అభిప్రాయాన్ని వ్యక్తం చేశారు. అందుకే ఇంగ్లీషువాళ్ళు టెర్రరిస్టు అంటున్నారంటే వాళ్ళు నిజమే చెబుతున్నారని అర్థం కాదు. ఎందుకంటే రాజకీయాల్లో ప్రజలు తమ శత్రువును ప్రజల దృష్టిలో తగ్గించడానికి చాలా విషయాలు చెబుతారు, అందువల్ల అలాంటి ఆరోపణలు అర్థం లేనివి.

వివిధ పండితులు మరియు రాజకీయ నాయకుల దృష్టిలో

బ్రిటీష్ ప్రభుత్వం యొక్క ప్రతికూల అభిప్రాయంతో సంబంధం లేకుండా, భగత్ సింగ్ భారతదేశ మాతృమూర్తికి నిజాయితీగల కుమారుడు మరియు సేవకుడని ఇది నిర్ధారించబడింది. ఈ అద్వితీయ ధైర్యవంతుడు తన వ్యక్తిత్వంలో కొన్ని ప్రత్యేకతలు

కలిగి ఉన్నాడు, వాటి ప్రాముఖ్యతను భారతీయులు కాకుండా విదేశీ పండితులు మరియు రాజకీయ నాయకులు గుర్తించారు.

భగత్ సింగ్ భారతదేశానికి అందమైన భవిష్యత్తు గురించి కలలు కన్నాడు. కాంగ్రెస్ తన లాహోర్ సెషన్‌లో భారతదేశానికి సంపూర్ణ స్వయం పాలన డిమాండ్‌ను ముందుకు తెచ్చింది, అయితే అతను తన కార్యక్రమాల లక్ష్యంగా భారతదేశానికి పూర్తి స్వేచ్ఛను అందించాడు. ఈ విషయంలో, భగత్ సింగ్‌ను జ్ఞాని అని పేర్కొనవచ్చు. భగత్ సింగ్‌లోని ఈ గుణాన్ని గురించి డాక్టర్ రామ్ మనోహర్ లోహియా మాట్లాడుతూ సామాజిక, ఆర్థిక అసమానతల గురించి తెలియని వీర యోధులు, అతిశయోక్తిగా మాట్లాడే రాజకీయ నాయకులు, వ్యక్తులుగా పిరికివాళ్లు దేశ స్వాతంత్ర్యానికి అంత ప్రమాదకరం కాదని అన్నారు. . భగత్ సింగ్ తన సమకాలీనుల కంటే ఉన్నతమైనవాడు మరియు అతని కాలం కంటే ముందు ఉన్నాడు. అతను అర్ధ శతాబ్దం ముందుగానే భారతదేశ భవిష్యత్తును ఊహించాడు.

భగత్ సింగ్ వ్యక్తిత్వంలో అన్ని సుగుణాలు ఉన్నాయి. అతను ఒక విధమైన మాయాజాలాన్ని కలిగి ఉన్నాడు, అది అతను పరిచయం ఉన్న ప్రతి ఒక్కరిపై దాని స్పెల్‌ను వదిలివేసింది. ఈ సద్గుణాలను మెచ్చుకుంటూ డాక్టర్ సత్ పాల్ ఇలా అన్నారు, "నాకు కాంగ్రెస్ మరియు 'నౌజవాన్ భారత్ సభలో పని చేసే అవకాశం వచ్చింది. తెలివైన ధైర్యవంతులను ప్రోత్సహించడానికి లీవర్‌కు ఉపయోగకరమైన మార్చ్ లభించిందో లేదో నాకు గుర్తు లేదు. నా ప్రజా జీవితంలో పని చేయడానికి మరింత ఉపయోగకరమైన, ప్రోత్సాహకరమైన, తెలివైన, ధైర్యవంతుడు మరియు తెలివైన యువకుడు నాకు ఎప్పుడైనా దొరికితే గుర్తుంచుకోండి. మీరు పోస్టర్లు అతికించవలసి వస్తే, అతను సిద్ధంగా ఉన్నాడు;

మీరు దుర్రీలు వేయవలసి వస్తే, అతను అక్కడ ఉన్నాడు; మీకు స్పీకర్ అవసరమైతే, అతను అగ్ని మరియు గంధకం. నా ఉద్దేశ్యం ఏమిటంటే, అతను భక్తితో ప్రతిదీ చేసాడు. అతను ఎప్పుడూ స్వార్థం, అసూయ లేదా దురాశకు దూరంగా ఉండటం వల్ల ప్రజలపై అతని అసాధారణ ప్రభావం ఏర్పడింది. అతనిలో చాలా లక్షణాలు ఉన్నాయి, అతనిలో మనోహరమైన కొడుకు, ప్రియమైన స్నేహితుడు మరియు గౌరవనీయమైన నాయకుడిని కనుగొన్నారు." మోతీలాల్ నెహ్రూ ఏ మేరకు ప్రభావితం అయ్యారో భగత్

సింగ్‌తో ఆయన జరిపిన సమావేశాలు మరియు ఆయనను రక్షించడానికి చేసిన ప్రయత్నాలను బట్టి అంచనా వేయవచ్చు. ఒకసారి సెంట్రల్ లెజిస్లేటివ్ లో మాట్లాడుతూ అసెంబ్లీలో, "అతను గొప్ప ఆత్మతో కూడిన ధైర్యవంతుడు మరియు ఆరాధనకు అర్హమైన యువకుడు." పండిట్ మోతీలాల్ నెహ్రూ విషయంలో వలె, మహామాన మదన్ మోహన్ మాలవ్య కూడా భగత్ సింగ్ పట్ల అపారమైన గౌరవాన్ని కలిగి ఉన్నాడు: అతను భగత్ సింగ్, రాజ్ గురు మరియు సుఖ్ దేవ్‌ల మరణశిక్షను మార్చడం కోసం వైస్రాయ్‌కి క్షమాభిక్ష పిటిషన్‌ను దాఖలు చేశాడు. ఈ ధైర్యవంతులను మెచ్చుకుంటూ, "భగత్ సింగ్ మరియు అతని సహచరులు సాధారణ వ్యక్తులు కాదు. వారి హింసాత్మక చర్యలకు మీరు ఏ స్థాయిలోనైనా విమర్శించగల వ్యక్తులు. కానీ వారు స్ఫూర్తి పొందని వ్యక్తులు. స్వార్థ భావాలు. ఈ వ్యక్తులందరూ దేశభక్తి యొక్క ఉన్నతమైన ఆదర్శాలు మరియు వారి దేశం యొక్క స్వాతంత్ర్యం కోసం భావంతో ప్రేరేపించబడ్డారు."

విప్లవకారుడు భగత్ సింగ్‌ను మెచ్చుకుంటూ, ప్రముఖ సోషలిస్టు నాయకుడు ఆచార్య నరేంద్ర దేవ్ ఇలా అన్నారు, "భగత్ సింగ్ మరియు ఇతర విప్లవకారుల మధ్య ఉన్న ప్రధాన వ్యత్యాసం ఏమిటంటే, భారతదేశానికి బానిసత్వంపై తిరుగుబాటు చేసే హక్కు ఉందని అతను అసాధారణ రీతిలో ప్రకటించాడు. అతని పరాక్రమం ఒక ప్రత్యేక విషయం. మనకు ఎప్పటికీ ఆదర్శంగా నిలుస్తుంది.దీర్ఘకాలం పరాయి పాలనలో ఉన్న, జాతీయవాదం అనే అంశం ఏదీ మిగిలిపోని, అలాంటి పరాక్రమాలను ఒక దేశం తన హృదయానికి ఎందుకు పట్టుకోదు. ఆంగ్లేయుల ముఖం చూసి భయపడిపోయిన పరాయి శక్తులను ఎదుర్కొనే ధైర్యం దానికి లేదని అనుకున్నాడా.. భగత్ సింగ్ పేరు పెదవులపైకి రాగానే ఒక్క క్షణం ముందు మెరుపు మిరుమిట్లు గొలుపుతుంది.. మానవ బలహీనతలన్నీ క్షణక్షణం మాయమై అందరూ తనను తాను కనుగొంటారు. హత్తుకునే మనోభావాల కొత్త ప్రపంచంలో."

బానిస భారతదేశానికి స్వాతంత్ర్యం యొక్క ప్రాముఖ్యతను మరియు దానిని అధిగమించే మార్గాన్ని బోధించడానికి భగత్ సింగ్ ఒక దీపకాంతి వలె పనిచేశాడు. బానిసత్వానికి అవమానకరమైన జీవితాన్ని గడపడం కంటే మాతృభూమి సేవలో మరణాన్ని స్వీకరించడం అభిలషణీయమని బానిస భారతీయులకు సందేశం ఇచ్చారు. మాతృభూమి కోసం స్వేచ్ఛ అతని జీవితానికి ఏకైక లక్ష్యం. అతని విప్లవ మిత్రుడు విజయ్ కుమార్ సిన్హా మాటల్లో, "స్వయం త్యాగ స్ఫూర్తికి సంబంధించినంతవరకు,

అతను దానిని పుష్కలంగా కలిగి ఉన్నాడు. విప్లవ ఉద్యమం కోసం తన జీవితాన్ని త్యాగం చేయడానికి అతను ఎప్పుడూ సిద్ధంగా ఉన్నాడు. అతను ఎప్పుడు అసెంబ్లీలో బాంబు వేయండి, బాంబు విసిరి తప్పించుకోవాలని ఎవరైనా సలహా ఇచ్చారు దృఢ సంకల్పంతో దీన్ని వ్యతిరేకించారు. తనను అరెస్టు చేసి, నేరాన్ని రుజువు చేసుకోవాలని, తద్వారా ప్రచారం చేయాలని ఆయన ఉద్ఘాటించారు.

మరింత ప్రభావవంతమైన మార్గం మరియు అతని సామ్యవాద సూత్రాలకు ప్రేరణ. అతను సాండర్స్ హత్యలో పాలుపంచుకోవాలని పార్టీ కోరుకోలేదు, కానీ భగత్ సింగ్ రిస్క్ చేయడానికి చాలా ఉత్సాహంగా ఉన్నాడు, అతన్ని చివరి వరకు ఆపలేకపోయాడు.

భగత్ సింగ్ ఒక విప్లవకారుడు మరియు మహాత్మా గాంధీ అహింస యొక్క ఉపదేశకుడు. అప్పుడు కూడా అతని ప్రజాదరణ మరియు ప్రాముఖ్యత గాంధీజీ కంటే ఏ విధంగానూ తక్కువ కాదు. అందుకే డాక్టర్ పట్టాభి సీతారామయ్య ఇలా వ్రాశారు, "భారతదేశంలో భగత్ సింగ్ పేరు కూడా అంత ప్రాచుర్యం పొందిందంటే అతిశయోక్తి కాదు. గాంధీజీ." పాటియాలాలోని పంజాబీ యూనివర్శిటీ మాజీ వైస్ ఛాన్సలర్ కృపాల్ సింగ్ నారంగ్, భగత్ సింగ్ యొక్క స్థిరమైన దేశభక్తికి తన గౌరవాన్ని తెలియజేస్తూ ఇలా వ్రాశారు:

"భగత్ సింగ్ విప్లవ జీవితం ప్రతి భారతీయ పౌరునికి ప్రతీక, దీపస్తంభం. అతను అసాధారణ శక్తి మరియు దృష్టిగల యువకుడు, భారతీయ మనస్సాక్షిని కదిలించి, ప్రపంచంలోని గొప్ప సామ్రాజ్య శక్తిని హెచ్చరించాడు. అతను నిజమైన మరియు ఉన్నతమైన దేశభక్తుడు. భారతమాత స్వాతంత్ర్యం కోసం అతను చేసిన నిర్భయ త్యాగాల ఫలితంగా అతని కాలంలోని యువకులలో కొత్త అవగాహన మరియు ఉత్సాహాన్ని నింపింది.దీని కోసం స్వతంత్ర భారతదేశం అతనికి ఎంతో రుణపడి ఉంది మరియు అతని పరాక్రమం మరియు శౌర్య చర్యలను ఎప్పటికీ మరచిపోలేము. దేశం కోసం సాటిలేని ప్రేమ మరియు త్యాగం, అతను జాతీయ నిర్మాణం మరియు గౌరవం యొక్క ప్రకాశవంతమైన మార్గాన్ని సిద్ధం చేశాడు, తన కాలంలోని యువకులు ఎదుర్కొన్న తీవ్ర నిరాశను దూరం చేశాడు." అమరవీరుడు భగత్ సింగ్ భారతీయ మనస్సులో ధైర్యానికి మరియు ధైర్యానికి చిహ్నంగా నిలిచాడు. దీనిని సూచిస్తూ, మాజీ కేంద్ర మంత్రి డాక్టర్ కరణ్ సింగ్ ఇలా వ్రాశారు: "సర్దార్ భగత్ సింగ్ ఒక సాహసోపేతమైన పోరాట యోధుడు మరియు ఆకర్షణీయమైన వ్యక్తి. స్వాతంత్ర్యం కోసం తమ జీవితాలను

త్యాగం చేసిన వారిలో వ్యక్తి భారతదేశం. అతను పంజాబ్ నివాసి, మరియు గొప్ప చర్య చేయడం ద్వారా భగత్ సింగ్ తన పౌరుష సంప్రదాయంతో పాటు 'త్యాగం' అంటే ఇష్టం మరియు ధైర్యం, అతను తిరుగుబాటు సిద్ధాంతానికి చిహ్నంగా మారాడు అతని కాలంలోని యువకులు స్వీకరించారు. అతని కథ ఒక మారింది లెజెండ్ మరియు అతని పేరు దేశభక్తి మరియు పర్యాయపదంగా మారింది స్వాతంత్ర్య సందర్భంలో త్యాగం." భగత్ సింగ్ తన గొప్ప చర్యల కోసం భారతీయుల హృదయాలలో శాశ్వతంగా జీవించి ఉంటాడు.

భగత్ సింగ్ మరియు అతని ఇద్దరు సహచరులను ఉరితీసినప్పుడు, లాహోర్‌లోని ఉర్దూ దినపత్రిక పాయం ఇలా రాసింది: "ఈ ముగ్గురు అమరవీరులను భారతదేశం మొత్తం బ్రిటన్ కంటే ఉన్నతంగా భావిస్తుంది. వేల మరియు లక్షల మంది ఆంగ్లేయులను చంపడం ద్వారా కూడా మేము అతని ఉరికి ప్రతీకారం తీర్చుకోలేము. మీరు భారతదేశానికి విముక్తి పొందిన తర్వాత ఈ ప్రతీకారం పూర్తవుతుంది. అప్పుడు బ్రిటన్ కీర్తి దుమ్ము రేపుతుంది. ఓ, భగత్ సింగ్! రాజ్ గురూ! సుఖ్ దేవ్! నిన్ను చంపినందుకు ఆంగ్లేయులు సంతోషిస్తున్నారు. కానీ వారు పొరబడ్డారు.

వారు మిమ్మల్ని హత్య చేయలేదు. వారు తమ భవిష్యత్తును పొడిచారు. మీరు సజీవంగా ఉన్నారు మరియు ఎల్లప్పుడూ సజీవంగా ఉంటారు." భగత్ సింగ్ లాంటి మనుషులు చాలా అరుదుగా పుడతారు. శ్రీ కె.కె. ఈ సందర్భంలో ఖుల్లార్ ఇలా వ్రాశాడు:

"భగత్ సింగ్ జీవితం మరియు మరణం యొక్క ముగింపు ఇది: మీరు ప్రజలను అణచివేయడం ద్వారా ఆలోచనలను అణచివేయలేరు. భగత్ సింగ్ వంటి వ్యక్తి అనేక శతాబ్దాలకు ఒకసారి పుడతాడు. అతను జీవించడానికి మరణాన్ని ఎంచుకున్నాడు."

భగత్ సింగ్ లక్షణాలు పండిట్ జవహర్‌లాల్ నెహ్రూను బాగా ప్రభావితం చేశాయి. ఆయనను జైలులో సందర్శించేవాడు. భగత్ సింగ్‌ను మెచ్చుకుంటూ, అతని ప్రాముఖ్యతను గుర్తిస్తూ, "ఈ యువకుడు హఠాత్తుగా ప్రజాదరణ పొందటానికి కారణం ఏమిటి?" నేతాజీ సుభాష్ చంద్రబోస్ ఆయనను చిహ్నంగా గుర్తించారు. "భగత్ సింగ్ ఒక వ్యక్తి కాదు, అతను ఒక చిహ్నం. అతను దానిని బయటకు తీసుకువచ్చాడుసింగ్ ఒక వ్యక్తి కాదు, అతను ఒక చిహ్నం. అతను తిరుగుబాటు స్ఫూహను వెలికితీశాడు." భగత్ సింగ్ జీవితచరిత్ర రచయిత మేజర్ అతన్ని నిజమైన విప్లవకారుడు అని పేర్కొన్నారు.

గురు దేవ్ సింగ్ డియోల్ ఇలా వ్రాశాడు: "భగత్ సింగ్ పదం యొక్క నిజమైన అర్థంలో ఒక విప్లవకారుడు. అతను కోరుకున్న (సరైన) గమ్యాన్ని చేరుకోవడానికి అన్ని రకాల మార్గాల యొక్క ఔచిత్యాన్ని విశ్వసించాడు. తన సంక్షిప్త రాజకీయ జీవితంలో, అతను ఎప్పుడూ తన గురించి పట్టించుకోలేదు. , లేదా అతను ఆ సందర్భాలలో కూడా తనను తాను రక్షించుకోవడానికి ప్రయత్నించలేదు విధి కోరింది."

భగత్ సింగ్ కార్యకలాపాలను సమీక్షించినట్లయితే, భగత్ సింగ్ తన గొప్ప ఆదర్శాల యొక్క ఉన్నత శిఖరాలను తక్కువ జీవితంలో ఒక సాధారణ వ్యక్తి ఊహించలేని విధంగా చేరుకున్నాడని చెప్పవచ్చు. ఈ దేశం అలాగే ఉంటుంది దేశ ఏర్పాటుకు పునాది వేయడంలో ఆయన చేసిన కృషికి ఆయనకు ఎప్పటికీ రుణపడి ఉంటాను. మన సంస్కృతిలో 'దేవత' అంటే దాత అని అర్థం. భారతదేశం ఒక దేశంగా ఏర్పడటానికి భగత్ సింగ్ తన ప్రాణాలను అర్పించాడు, త్యాగం చేసాడు, అందువల్ల, ఈ కోణం నుండి, అతను దేశానికి దేవత వంటివాడు. పరిత్యాగానికి, దేశభక్తికి, త్యాగానికి ప్రతీకగా నిలిచాడు. మంచి నాణ్యతకు చిహ్నంగా మారడం దానికదే ప్రత్యేకమైనది. దీనిని ఔచిత్యం, నిజమైన ప్రయోజనం లేదా జీవిత సాఫల్యం అని పిలవవచ్చు. ఇదే అత్యధిక విజయం. అందువల్ల, భగత్ సింగ్‌ను అంచనా వేయడం లేదా అతనికి స్థానం కేటాయించడం సాధ్యం కాదు. ఆయనను ఎవరితోనూ పోల్చలేం. అంతిమంగా అతనే అతని పోలిక అని మాత్రమే చెప్పవచ్చు. భగత్ సింగ్ భగత్ సింగ్ తో సమానం.